காட்டில் ஒரு மான்

காட்டில் ஒரு மான்

அம்பை (பி. 1944)

இயற்பெயர் டாக்டர் சி.எஸ். லக்ஷ்மி. வரலாற்றாசிரியர்; புது தில்லி ஜவஹர்லால் நேரு பல்கலைக்கழகத்தில் முனைவர் பட்டம் பெற்றவர். நாற்பது ஆண்டுகளாகப் பெண்கள் வரலாறு, வாழ்க்கை பற்றிய ஆய்வில் ஈடுபட்டிருப்பவர். பெண் எழுத்தாளர்கள், பெண் இசைக் கலைஞர்கள், பெண் நடனக் கலைஞர்கள் குறித்து இவர் மேற்கொண்ட ஆய்வுகள் *The Face Behind the Mask, The Singer and the Song, Mirrors and Gestures* என்னும் புத்தகங்களாக வெளிவந்துள்ளன.

சிறுகதைத் தொகுதிகள் 'சிறகுகள் முறியும்' (1976), 'வீட்டின் மூலையில் ஒரு சமையலறை' (1988), 'காட்டில் ஒரு மான்' (2000), 'வற்றும் ஏரியின் மீன்கள்' (2007), 'ஒரு கறுப்புச் சிலந்தியுடன் ஓர் இரவு' (2013), 'அந்தேரி மேம்பாலத்தில் ஒரு சந்திப்பு' (2014) 'சிவப்புக் கழுத்துடன் ஒரு பச்சைப் பறவை' (2019), 'ஸாரஸ் பறவை ஒன்றின் மரணம்' (2019). இவரின் கதைகள் ஆங்கிலத்தில் *A Purple Sea, In a Forest, A Deer, Fish in a Dwindling Lake, A Night With a Black Spider, A Meeting On the Andheri Over Bridge* என ஐந்து தொகுதிகளாக மொழிபெயர்க்கப்பட்டிருக்கின்றன.

ஆங்கிலத்தில் மொழிபெயர்க்கப்பட்ட இரோம் ஷர்மிலாவின் *Fragrance of Peace* கவிதைத் தொகுப்பைத் தமிழில் 'அமைதியின் நறுமணம்' (2010) என்ற தலைப்பில் மொழிபெயர்த்திருக்கிறார். விளக்கு அமைப்பின் புதுமைப்பித்தன் விருது (2005), டொரான்டோ பல்கலைக்கழக தமிழ் இலக்கியத் தோட்டத்தின் வாழ்நாள் இலக்கிய விருது (2008), தமிழக அரசின் கலைஞர் மு. கருணாநிதி பொற்கிழி (2011), சென்னைப் பல்கலைக்கழகத்தின் இலக்கியத்தில் உன்னதத்திற்கான விருது (2011), 'சிவப்புக் கழுத்துடன் ஒரு பச்சைப் பறவை' நூலுக்காக சாகித்திய அகாதெமி விருது (2021) முதலானவற்றைப் பெற்றிருக்கிறார்.

SPARROW (Sound & Picture Archives for Research on Women) என்னும் பெண்கள் ஆவணக் காப்பகத்தை மும்பையில் 1988இல் நிறுவி அதன் இயக்குநராகச் செயல்பட்டுவருகிறார்.

அம்பை

காட்டில் ஒரு மான்

காலச்சுவடு பதிப்பகம்

● அன்பார்ந்த வாசகருக்கு,

வணக்கம்.

காலச்சுவடு நூலை வாங்கியமைக்கு நன்றி.

நூலின் உள்ளடக்கம், உருவாக்கம், அட்டைப்படம் இன்ன பிற அம்சங்கள் பற்றிய உங்கள் கருத்துகளையும் ஆலோசனைகளையும் காலச்சுவடு வரவேற்கிறது. தகவல், எழுத்து, வாக்கியப் பிழைகள் தென்பட்டால் கட்டாயம் தெரிவித்து உதவுங்கள். நூல் தயாரிப்பில் கடும் குறைபாடு இருப்பின் மாற்றுப் பிரதி உங்களுக்குக் கிடைக்கக் காலச்சுவடு ஏற்பாடு செய்யும்.

மின்னஞ்சல்: *publisher@kalachuvadu.com*

காலச்சுவடு நாகர்கோவில் தலைமையகத்துக்கும் கடிதம் அனுப்பலாம்.

தங்கள்
எஸ்.ஆர். சுந்தரம் (கண்ணன்)
பதிப்பாளர் — நிர்வாக இயக்குநர்

காட்டில் ஒரு மான் ✦ சிறுகதைகள் ✦ ஆசிரியர்: அம்பை ✦ © சி.எஸ். லக்ஷ்மி ✦ முதல் பதிப்பு: ஆகஸ்ட் 2000, பத்தொன்பதாம் பதிப்பு: ஜூன் 2023 ✦ வெளியீடு: காலச்சுவடு பப்ளிகேஷன்ஸ் (பி) லிட்., 669 கே.பி. சாலை, நாகர்கோவில் 629001

kaaTTil oru maan ✦ Short Stories ✦ Author: Ambai ✦ © C.S. Lakshmi ✦ Language: Tamil ✦ First Edition: August 2000, Nineteenth Edition: June 2023 ✦ Size: Demy 1 x 8 ✦ Paper: 18.6 kg maplitho ✦ Pages: 192

Published by Kalachuvadu Publications Pvt. Ltd., 669 K.P. Road, Nagercoil 629001, India ✦ Phone: 91-4652-278525 ✦ e-mail:publications @kalachuvadu.com ✦ Printed at Clicto Print, Jaleel Towers, 42 KB Dasan Road, Teynampet Chennai 600018

ISBN: 978-81-87477-04-0

06/2023/S.No. 433, kcp. 4437, 18.6 (19) rss

பொருளடக்கம்

முன்னுரை	9
பயணம் - 1	11
பயணம் - 2	20
ஒருவர் மற்றொருவர்	27
ஒட்டக சவாரி	34
திக்கு	40
மினுங்கு	47
ஆரம்பக் காலக் கவிதைகள்	51
பிளாஸ்டிக் டப்பாவில் பராசக்தி முதலியோர்...	58
வாகனம்	67
காட்டில் ஒரு மான்	76
பிரசுரிக்கப்படாத கைப்பிரதி	83
கடற்கரையில் ஒரு காவிப் பிள்ளையார்	105
அன்னங்களும் பட்சிகளும் நெய்யப்பட்ட ஒரு ரோஜா வண்ணப் புடவை	111
மல்லுக்கட்டு	117
ஒரு எலி, ஒரு குருவி	132
பயணம் - 3	147
அடவி	155

முன்னுரை

கடந்த பன்னிரண்டு ஆண்டுகளில் பத்திரிகைகளில் வெளியான கதைகள் இவை. இதுவரை வெளிவராத, இத்தொகுதிக்கென்றே எழுதிய ஒரு நீண்ட கதையும் இதில் உண்டு. இக்கதைகளைத் தொகுதியாகக் கொண்டுவர யாரும் ஆர்வம் காட்டாதபோது காலச்சுவடு பதிப்பகம் வெளியிட முன்வந்தது. முகப்பு அட்டையிலிருந்து எல்லாவற்றிலும் மூக்கை நுழைக்க விரும்பும் படைப்பாளி நான். நான் தந்த அத்தனை தொல்லைகளையும் பொறுத்துக் கொண்டு இதை வெளியிடும் பொறுப்பை நிறைவேற்றியிருக்கும் காலச்சுவடு பதிப்பக நண்பர்களுக்கு என் நன்றி.

இக்கதைகளின் சொற்குற்றம், பொருட்குற்றம் பார்த்து, அச்சுக்கு அனுப்ப வேண்டிய பிரதியைச் செழுமைப்படுத்தித் தந்தது என் நண்பர் க்ரியா ராமகிருஷ்ணன். அவருக்கு என் நன்றி. இஸ்மத் சுக்தாய் 1942இல் தன் 'லிஹாஃப்' கதையை வெளியிட்டார். 1944இல் அந்தக் கதை ஆபாசமானது என்று அவர் மேல் வழக்குத் தொடரப்பட்டது. அந்தக் கதையை அச்சுக்காகப் பிரதி எடுத்த கையெழுத்தாளர் (*Calligrapher*) ஒருவரும் இந்த வழக்கில் இழுக்கப்பட்டார். அவரிடம் இஸ்மத், "இந்தக் கதை ஆபாசமானது என்று நினைக்கிறீர்களா?" என்று கேட்டார். அவர், "தெரியாது" என்று பதிலளித்தார். "நீங்கள் தானே பிரதி எடுத்தீர்கள்?" என்று இஸ்மத் ஆச்சரியத்துடன் வினவ, "ஆமாம். ஆனால் நான் ஒவ்வொரு சொல்லின் மேலும் கவனம் செலுத்திப் பிரதி எடுப்பதால் முழுக்கதை என்ன என்பதில் கவனம் போகவில்லை" என்றார். பிறகு மிகுந்த தயக்கத்துடன், "நீங்கள் எழுதுவதில் நிறையப் பிழைகள் உள்ளன" என்றாராம். எண்ணங்கள் தோன்றும் வேகத்துக்கும் வெளிப்பாட்டுக்கும் இடையே உள்ள தூரத்தினால் விளையும் பிழைகள் இவை என்கிறார் இஸ்மத். என் கதைகளில் உள்ள இத்தகைய

பிழைகளை நீக்கும் பொறுப்பை நண்பர் என்ற முறையில் ஏற்றுக்கொண்டு செய்தார் க்ரியா ராமகிருஷ்ணன். இஸ்மத்தின் கையெழுத்தாளர்போல் ஒவ்வொரு சொல்லையும் கண்ணில் விளக்கெண்ணெய் விட்டுப் பார்த்தார். ஆனால் பிழைகளைத் திருத்துவதோடு நிற்காமல், கதைகளைப் பற்றித் தன் அபிப்பிராயங்களையும் வெளிப்படையாக் கூறுவது அவர் வழக்கம். அந்த வகையில் இத்தொகுதியின் முதல் வாசகர் அவர் எனலாம். அவர் சுட்டிக்காட்டியும், நான் ஏற்காமல், பிடிவாதமாக இருத்திக்கொண்டவையும் இத்தொகுதியில் உண்டு. என்ன செய்வது? காக்கைக் கூட்டில் குயில் முட்டை. காக்கை மாதிரியே கன்னங்கரேலென்று இருந்தாலும் அந்தக் கூட்டைச் சேர்ந்தது இல்லை என்று விலக்க வேண்டும் குயில் குஞ்சை. ஆனால் விலக்க மனதில்லை. குயிலின் குரல் மயக்குகிறதே? மேலும், சறுக்கல்கள், சிராய்ப்புகள் இவற்றின் தடயங்களும் எழுத்தில் இருக்க வேண்டாமா?

எல்லாத் திருத்தங்களையும் கவனத்துடன் செய்த காலச்சுவடு பதிப்பக நண்பர்கள், பொறுப்புடன் பிரதியைப் பார்த்த நண்பர் எம். எஸ்., எத்தனை முறை தொலைபேசியில் அழைத்துத் தொந்தரவு செய்தாலும், சலித்துக்கொள்ளாமல், பொறுமையாக, எல்லாக் கேள்விகளுக்கும் பதில் தந்த, 'மொழி' நிறுவனத்தில் பணியாற்றும் நண்பர் பி.ஆர். சுப்ரமணியம், வடிவமைத்துத் தந்த மைதிலி ஆகியோருக்கும் என் நன்றி. முகப்பு அட்டையை உருவாக்கிய என் தோழி உமா கிருஷ்ணசாக்கும் என் மனமார்ந்த நன்றி.

ஜூலை *2000* **அம்பை**

(முதல் பதிப்பின் முன்னுரை)

பயணம் - 1

அவளை மட்டுமே ஏற்றிக் கூட்டிக்கொண்டு போக வந்த வானூர்திபோல் நின்றுகொண்டிருந்தது அந்தப் பேருந்து. புதிது. ஓட்டுனர் அருகில் ஒற்றை இருக்கை போடப்பட்டது. மற்ற பேருந்துகளிலிருந்து சற்றுத் தள்ளி நிறுத்தப்பட்டிருந்தது. பதினைந்து நிமிடங்களில் புறப்படும் என்றார்கள். இன்னும் யாரும் ஏறியிருக்கவில்லை. பயணச் சீட்டு இருக்கிறதா என்று உறுதி செய்துகொண்டு ஏறினாள். அந்த ஒற்றை இருக்கையில் அமர்ந்தாள். அந்த ஒற்றை இருக்கைக்காக அவள் வேறு பல பேருந்துகளைத் தவறவிட்டிருந்தாள். திரும்பும் வழியிலாவது அவள் எந்தத் தொந்தரவும் இல்லாமல் போக வேண்டும். மற்ற பயணிகளிடமிருந்து விலகியிருக்க வேண்டும். அவள் வாயைத் திறந்து எதுவும் சொன்னால், அவள் வாழ்க்கையையே பிட்டு அவர்கள்முன் வைக்க வேண்டும் என்று எதிர்பார்ப்பவர்கள் அவர்கள். இந்த ஒற்றை இருக்கை அவள் அமைத்துக்கொள்ளும் வியூகம். இதற்குள் யாரும் நுழைய முடியாது. நுழையும் எந்த அபிமன்யுப் பயலும் வீழ்த்தப்படுவான். ஏதோ போருக்குச் செய்யும் முஸ்தீபுகள் போல் இருக்கையில் அமர்ந்துகொண்டு திட்டம் தீட்டினாள். வரும் வழியில் இத்தகைய நடவடிக்கைகள் எடுக்காததால் அவள் நிரம்பச் சிரமப்பட்டிருந்தாள். அதன் விளைவாக அவள் புடவையில் ஒரு குழந்தையின் மூத்திர ஈரமும், ரவிக்கையின் தோள்பட்டையில் ஒரு களைத்துப்போன மனைவியின் உறக்கவேளை வாய் எச்சிலும், இடதுபுறத் தலைப்பில், முன்னால் இருந்த இருக்கையினின்றும் காற்றில் வந்த புகையிலைச் சாற்றுத் துப்பலின் கறைகளும் இருந்தன. இதற்கெல்லாம் தயாராக அவள் கிளம்பியிருக்கவில்லை. எந்தவிதக் கேடயமும் இல்லாமல் நிராயுதபாணியாகக் கிளம்பியதால் அலைக்கழிக்கப் பட்டிருந்தாள்.

அன்றையப் பொழுது நன்றாகத்தான் விடிந்திருந்தது. கிழக்குப்புறச் சன்னலருகே அவள் படுத்துத் தூங்கியதால், கதிரவனின் முதல் கிரணத்தின் ஒளி ஊசி இவள் முகத்தைத் தொட்டிருந்தது. மெல்லக் கண் விழித்தபோது எட்ட இருந்த வேப்பமரத்தின் பின்னாலிருந்து சிவப்பு நூல் பந்திலிருந்து விடுபடுவதுபோல் நீள்ச்சரமாய் ஒளிக் கீற்றுக்கள். கண்களை மூடிக்கொண்டு ஒளியை எதிர்கொண்டபோது கண்ணுக்குள் சிவப்பு வெள்ளம் ஓடியது. அதன் பிறகு ஒளியை எதிர்த்துத் திரும்பிக் கண்களைக் கையால் மூடிக்கொண்டதும், மயில் கழுத்துப் பச்சை கண்களை நிரப்பியது. நான்கைந்து முறைகள் செய்தபின் உடம்பு உலகை ஏற்றுக் கொண்டது. அதில் நடமாடத் தயாரானது.

கீழே தண்ணீர் அடிக்கும் சத்தம் கேட்டது. வள்ளியாக இருக்கும். காலையிலேயே வந்து தண்ணீர் அடித்துத் தரும்படி அவளைக் கேட்டுக்கொண்டிருந்தாள். அன்று திருச்சி போக வேண்டிய நாள். அங்கு சந்திக்கப்போகும் நபருக்குத் தகவல் அனுப்பியாகிவிட்டது. தண்ணீர் அடித்துத் தந்துவிட்டு, வீட்டைச் சுத்தம்செய்து, மூலையில் உள்ள ஆப்பக் கடைக்காரப் பெண்மணியிடமிருந்து இட்லியும் தோசையும் வாங்கி வந்து அவள் பங்கைச் சாப்பிட்டுவிட்டு வள்ளி கிளம்பிவிட்டாள்.

"திருச்சிலேந்து வரப்ப என்ன வேணும் வள்ளி?" என்று கேட்ட போது, "மலைக் கோட்டப் புள்ளையார் பிரசாதமா வாங்கிட்டு வரப் போறீங்க?" என்று வள்ளி பதில் கேள்வி கேட்டிருந்தாள். இவள் கோயிலுக்குப் போகமாட்டாள் என்று தெரியும். இவள் அதற்கு ஒன்றும் சொல்லாமல் சிரித்துவைத்தாள்.

குளித்து முடித்தபின், மாம்பழ வண்ணத்தில் கறுப்புக் கரையிட்ட சுங்கடிச் சேலையும், கறுப்பில் மஞ்சள் கட்ட மிட்ட கைத்தறித்துணி ரவிக்கையும் அணிந்துகொண்டாள். கஞ்சியில் மொடமொடக்கும் சேலை. இவளுக்குக் கஞ்சி போட்டால் பிடிக்காது. ஆனால் வள்ளிக்குப் பிடிக்கும். "அதுதான் நல்லாயிருக்குது" என்று தீர்மானமாய்க் கூறி விடுவாள். இந்த மாதிரி விஷயங்களில் வள்ளிதான் அவள் வாழ்க்கையை நடத்திக்கொண்டுபோனாள். இந்த அன்றாடத் தீர்மானங்களின் சுமையை ஏற்றுக்கொண்டு, வேப்பமரம், அதிலுள்ள குயில், வீதி, வானம் இவற்றை இவளுக்குத் தந்திருந் தாள். வள்ளி தந்த சீர்வகை.

திருச்சியை நேரத்தில் சென்றடைய வேண்டும் என்பது காலையில் இலக்காக இருந்ததால், முதலில் கண்ணில்பட்டு, கிளம்பத் தயாராயிருந்த பேருந்தில் ஏறி, இருவர் அமரும் இருக்கையில் சன்னல் புரத்தில் அமர்ந்தாள். பேருந்து கிளம்பும்

சமயம் ஒரு கணவனும் மனைவியும் கைக்குழந்தையுடன் ஏறினர். கணவன் கஞ்சியில் விறைத்து நின்ற சட்டை அணிந்திருந்தான். மொறமொறப்பான புதுப்பட்டு வேஷ்டி. மனைவி அந்தக் காலை வேளையில், அடிக்க வரும் நீலத்தில் சிவப்புக் கரையிட்ட பட்டுச் சேலை அணிந்திருந்தாள். சேலை யின் உடலெல்லாம் சரிகைப் புட்டாக்கள். ஈரக் கூந்தலில் நிறையப் பூ. கழுத்து கொள்ளாமல் நகை. அவள் உடலைப் பிடித்த சரிகை ரவிக்கையின் அக்குள் பகுதி முழுவதும் வியர்வையின் ஈரம். குழந்தை அவள் கையில்தான் இருந்தது. ஏறிய உடனே சேர்ந்து அமர வழியில்லை என்று தெரிந்ததும் குழந்தையுடன் இவள் பக்கம் வந்து அமர்ந்தாள். குழந்தையை இவள் பக்கமாக உள்ள தொடை மேல், இவளைப் பார்த்தபடி இருத்திக்கொண்டாள். ஆண் குழந்தை என்று பிரகடனம் செய்யும் ஆவலாலோ என்னவோ குழந்தைக்குச் சாக்லேட்டு நிறத்தில் மேல் சட்டை மட்டுமே அணிவிக்கப்பட்டிருந்தது. பேருந்தின் ஓட்டத்திற்கேற்ப, கொலுசு அணிந்த கால்களால், இவளை இடுப்பிலும் தொடையிலும் எற்றியபடி இருந்தது குழந்தை.

"சேட்டை பண்ணாதே கண்ணா" என்று அவள் கொஞ்சினாள்.

கண்ணன் என்று அழைக்கப்பட்ட அன்பில் உருகியோ என்னவோ அந்தக் கண்ணன் கால்களை இவள் இடுப்பில் வாகாக வைத்துக் கொண்டு மூத்திரம் விடத் தொடங்கினான். இடுப்பிலும், கையிலும், புடவையிலும் ஈரம் பட்டதும் திடுக்கிட்ட இவள், "புள்ளயக் கவனியுங்க" என்று பதறினாள். அவள் நிதானமாகக் கண்ணனிடம்,

"சேலையை நனைச்சுட்டியே சுட்டிப் பயலே" என்றாள்.

"என்னங்க இது? குழந்தையை உங்க மடில ஒழுங்கா வெச்சுக்கிடக் கூடாதா? நான் திருச்சிக்கு ஒரு வேலயா போறேன். இப்பிடி ஈரச் சேலையோட போக முடியுமா?" என்று சிடுசிடுத்தாள் இவள்.

"என்னம்மா ஆச்சு?" என்று கேட்டாள் பின்னாலிருந்த கிழவி.

"புள்ள சேலையை நனைச்சதுக்குக் கூவுறாங்க" என்றாள் தாய்.

"என்னது?" என்று வியப்படைந்தாள் கிழவி. "அப்பிடி நாசூக்குப் பாக்கறவங்க ப்ளெஷர் கார்ல போவுணும். பஸ்ஸுல ஏன் வராங்களாம்?"

“ஏம்மா, பஸ்ஸுல வந்தா வர குழந்தை மூத்திரமெல்லாம் சேலையில வாங்கிக்கிடணும்னு ஏதாவது சட்டமா?” என்று இவள் கேட்டாள் கிழவியிடம்.

“ஏன் தாயி, ஒனக்குப் புள்ள குட்டி கிடையாதா? பீ போகாத புள்ளயத்தான் பெத்திருக்கயா?”

“அவுங்க கல்யாணமே கட்டல போலத் தெரியுதே” என்றார் ஒருவர் இவள் கழுத்தைப் பார்த்து.

“ஏன் சார், நான் கல்யாணம் கட்டாததுக்கும் இதுக்கும் என்ன சம்பந்தம்? புள்ளய ஒரு துணில சுத்திட்டு வரக்கூடாதா? இப்பிடி மத்தவங்க சேலையை ஈரமாக்கினா எப்பிடி? குழந்தையொட அப்பா வேட்டி சட்டை கசங்காம போறாரு. நான் கெடந்து அவதிப்படறேன்” என்று இவள் வாதிட்டாள்.

அரைத் தூக்கத்தில் ஆடிக்கொண்டிருந்த குழந்தையின் தந்தை திடுக்கிட்டு விழித்தார்.

“என்ன சமாசாரம்?”

“ஒண்ணுமில்ல. நீங்க ஒறங்குங்க. கல்யாணம் கட்டாத பொண்ணு ஒண்ணு கோவப்படுது. அதுக்கு என்ன தெரியும் புள்ள சுகம்?” என்றார் ஒரு முதியவர்.

“யம்மா” என்று இவள் தோளை ஆதுரத்துடன் தொட்டாள் கிழவி. “நான் சொல்லுறேன், புள்ள மூத்திரம் பட்ட வேள ஒனக்கு விடியட்டும். அடுத்த வருஷமே உன் கையில புள்ள வரும் பாரு.”

“உன் வாயால சொல்லு பாட்டி. அதுக்கு நல்ல காலம் பொறக் கட்டும்.”

இன்னும் பேசினால் மாப்பிள்ளையே பார்த்து முடித்து விடுவார்களோ என்று பயந்து இவள் சன்னல் வெளியே பார்க்க ஆரம்பித்தாள். இவளுக்குத் திருமணமாகிவிட்டது என்பதையும், கணவன் இன்னொரு ஊரில் வேலைபார்க் கிறான் என்பதையும், தாலி போன்ற சின்னங்களில் நம்பிக்கை இல்லை என்பதையும் இவள் விளக்கிக்கொண்டிருக்க முடியாது. அப்புறம், “குழந்தைகள் ஏன் இல்லை?” போன்ற தொடர் கேள்விகள் எழும். இப்படி யோசனையில் இருந்த போதுதான் ரவிக்கை யின் தோள்பட்டையில் ஈரமும் கனமும் இருப்பதுபோல் பட்டது. கண்ணனைத் தன் மடியில் நேர் வாட்டில் இருத்திப் பிடித்துக்கொண்டு, இவள் தோளில் தலையைச் சாய்த்திருந்தாள் அந்தப் பெண். கண்ணனும் தலை தொங்கத் தூங்கிக்கொண்டிருந்தது. இரவில் கண்ணன்

அவளைத் தூங்கவிடாமல் படுத்தியிருக்கலாம். காலையில் தலைகுளிக்கச் சீக்கிரமே எழுந்திருந்திருக்கலாம் அவள். இடுப்பு வரை நீள் விழுதுபோல் கனத்துத் தொங்கிய கூந்தல். எண்ணெய், சீயக்காய் தேய்ப்பதற்குள் கை ஓடிந்திருக்கும். தான் குளித்து, குழந்தையைக் குளிப்பாட்டிச் சிங்காரித்து, சரிகை ரவிக்கை அணிவதற்குமுன் முலைப் பாலூட்டி என்று காலை நேரம் ஓடியிருக்கும். கல்யாணமோ கோயிலோ போகத் திட்டமிட்டிருந்த தால் வெறும் காப்பியைக் குடித்துவிட்டு அவள் கிளம்பியிருக்கலாம். வாகான தோள் – தலை வழுக்கி விழாத, கைத்தறித்துணி ரவிக்கைத் தோள் – கிடைத்ததும் கண் அயர்ந்து விட்டாளாக இருக்கும். தோளைச் சற்று அசைத்ததும் அந்தப் பெண் எழுந்து கடைவாய் எச்சிலைத் துடைத்துக் கொண்டாள். இவள் தோள்பட்டையைப் பார்த்துவிட்டு, ரவிக்கைக்குள்ளிருந்து ஒரு கைக்குட்டையை எடுத்துத் துடைத்துவிட முற்பட்டாள்.

"மன்னிச்சுக்கிடுங்கக்கா . . ." என்றாள்.

இதற்குள் கண்ணன் கண்விழித்து, தன் அடுத்த கடமை என்ன என்பதைத் தெரிந்து வைத்தவன் போல், இவள் கைப்பையின் தோல் வாரைத் தன் வாயில் போட்டுக்கொண்டு அவனுக்கிருந்த நான்கு பற்களால் முனைப்புடன் கடிக்க ஆரம்பித்தான். இவள் தன் கைப்பையை அவனிடமிருந்து விடுவித்துக்கொண்டாள். உடனே குனிந்து கைக்கடிகாரத்தில் வாயை வைத்தான். இன்னும் சற்றுப் போனால் இவள் "தாயே யசோதா" பாடிவிடுவாள் என்று தோன்றியது. கண்ணனின் தாக்குதல்களை இவள் தடுத்துக்கொண்டிருந்தபோதுதான் புகையிலைச் சாற்றுத் துளிகளின் அபிஷேகம் நடந்தது. பின்னா லிருந்த கிழவியும் இதைப் பார்த்துவிட்டு, "யாரது துப்புறது?" என்று அதட்டல் போட்டு இவளைத் தட்டிக்கொடுத்தாள் – நீ மட்டும் கல்யாணம் செய்து கொண்டுவிடு, இந்தத் தொல்லை யேதும் உனக்கு இராது என்று சொல்பவளைப் போல.

திருச்சி நிறுத்தத்தை எட்டியதும் இவள் கட்டணக் கழிப்பிடம் போய் உள் தலைப்பை வெளியில் வைத்துப் புடவையை மாற்றிக் கட்டிக்கொண்டாள் பயணத்தின் சின்னங்களை மறைக்க. தற்போதைய ஒற்றை இருக்கை அமர்வு காலைப் பயணத்தின் துயர் நீக்கும் முயற்சிதான்.

பயணிகள் ஏறத் துவங்கியிருந்தனர். ஓட்டுநர் வந்து அமர்ந்தார். வண்டி நிரம்பிவிட்டது. கிளப்பச் சில வினாடிகள் இருந்தபோது ஒருவர் அவள் பக்கத்தில் வந்து, "அம்மா" என்றழைத்தார் கனிவாக. "என்ன மகனே?" என்று கேட்பது போல் திரும்பினாள்.

“நீங்க இப்பிடி லேடீஸ் பக்கம் வந்திடறீங்களா?” என்று மூன்றுபேர்கள் அமரும் இருக்கையின் முனையைக் காட்டினார். அவர் ஒரு பெரிய தவறைச் செய்துகொண்டிருந்தார். இவள் வியூகத்தினுள் நுழைய முயற்சி செய்துகொண்டிருந்தார். இவள் தயாராக இருந்தாள்.

“முடியாதுங்க” என்றாள் தீர்மானமாக. அவர் சற்று திகைத்து, “லேடீஸ் இதுல உட்காரக் கூடாதும்மா” என்றார்.

“ஏன் அப்பிடி ஏதாவது ரூல் இருக்குதா?” என்று கேட்டாள் இவள்.

“ரூலு எல்லாம் இல்ல. நான் இப்பிடி உட்கார்ந்திட்டு டிரைவர் அண்ணாச்சிகிட்டப் பேசிட்டே போவேன்.”

“நான்கூட டிரைவர் அண்ணாச்சிகிட்டப் பேசிட்டே தான் போகப் போறேன்” என்றாள் இவள்.

ஓட்டுநர் சற்று திடுக்கிட்டு இவளைப் பார்த்தார்.

“ஒத்தையில போறீங்களா?” என்று கேட்டார் முதலில் கூப்பிட்டவர்.

அவள் தலையசைத்துவிட்டுத் தலையைத் திருப்பிக் கொண்டாள். “விடுய்யா” என்றுவிட்டு ஓட்டுநர் வண்டியைக் கிளப்பினார். அவர் நண்பர் பேருந்து முழுவதும் இந்த ‘அக்கிரம’த்தைச் சொல்பவர்போல் பார்த்தார்.

இரண்டு நிறுத்தங்களுக்குப்பின் ஒரு வயதான பெண்மணியும் ஒரு பத்து வயதுச் சிறுவனும் ஏறினர். மூவர் – இருக்கையின் முனையில் அந்தப் பெண்மணி உட்கார்ந்துகொண்டாள். பையன் இவள் இருக்கை யின் முதுகைப் பிடித்தபடி நின்றான். சற்றுத் திரும்பிப் பார்த்தாள். காக்கி அரை நிஜார் போட்டிருந்தான். பலமுறை தோய்க்கப்பட்ட, இஸ்திரி இல்லாத பழுப்புநிற டி – ஷர்ட்டின் முன்பக்கம் ஓர் அமெரிக்கப் பல்கலைக் கழகத்தின் பெயர் இருந்தது. அதற்காகவே அவன் அதை ஆசையாக வாங்கியிருக்கலாம். எதிரே இருந்த கண்ணாடி வழியே வண்டி போகும் வீதியைப் பார்த்தபடி நின்றிருந்தான். தலையைப் படிய வாரியிருந்தான். நீள் இமைகளோடு கூடிய கரிய, துளைக்கும் கண்கள். தன் இருக்கையில் சற்று நகர்ந்து, பின்பு அவனைப் பார்த்து, “தம்பி, உக்கார்றியா?” என்று கேட்டாள்.

ஒரு வினாடி தயங்கிவிட்டு வந்து உட்கார்ந்தான். வண்டி ஓடிக் கொண்டிருந்தது. தந்திக் கம்பியில் கறுப்பு வாலும், மஞ்சள் மார்பும், கூர் அலகுமாய் ஒரு பொடிப் பறவை கண்ணைத் தொட்டுப்போயிற்று. அவளும் பையனும் சேர்ந்து அதைப் பார்த்தனர். பார்த்துவிட்டு அவன் இவளைப் பார்த்து முறுவலித்தான். இவளும் புன்னகைத்தாள்.

"அது பேரு என்ன?" என்று கேட்டான்.

அதன் பெயர் தெரியவில்லை என்றும், எல்லா இந்தியப் பறவைகளைப் பற்றியும் கூறும் புத்தகம் ஒன்று உண்டென்றும் அவள் அவனிடம் சொன்னாள். அதில் ஒவ்வொரு இடத்தைச் சேர்ந்த பறவைகளைப் பற்றியும் விளக்கங்கள் உண்டு என்று கூறினாள். ஸலீம் அலி பற்றிக் கூறினாள். தொலைநோக்குக் கண்ணாடி மூலம் பலமணி நேரம் பறவைகளைப் பார்ப்பது அவருக்குப் பிடித்த வேலை என்று விளக்கினாள்.

"அந்தப் பொஸ்தகம் கிடைக்குமா?"

"உம். உன் ஸ்கூல் லைப்ரரில இருக்கும். பாரு."

"எங்க ஸ்கூல்ல வேடந்தாங்கல் கூட்டிட்டுப் போனாங்க. அங்க ரஷ்யாவிலேந்து கூடப் பறவைக வந்திச்சு. அவ்வளவு தூரம் எப்பிடி வருதுன்னு ஆச்சரியமா இருந்திச்சு."

"அப்பிடியா?"

" நான் எங்க அப்பாவோட, வயல்ல காவலுக்குப் படுப்பேன் செல சமயம். அப்ப ராத்திரி ரெண்டு ரெண்டரை மணிக்குக் கண் முழிப்பு வந்திச்சின்னு வெச்சுக்குங்க, மேல பாத்தா, வெள்ளை வேளேர்னுட்டு ஏழெட்டுப் பறவைக கூட்டமா, மொள்ளப் பறந்து போறதைப் பார்க்கலாம். செல சமயம் கனால பாத்தேன்னு நெனச்சுக்குவேன்."

"அப்பிடியா?"

சிறிது மௌனத்திற்குப் பின், "நான் ஒரு அணிலு வளத்தேன்" என்றான், அவனுடைய ரகசியம் ஒன்றை அவளிடம் பகிர்ந்து கொள்பவன் போல்.

"எப்ப?"

"நான் நாலாவது படிக்கச் சொல்ல. அது பப்பாளி மரத்துக் கீள விளுந்து கெடந்துச்சு. நான் எடுத்து, அப்பா கடிகாரம் வாங்கிட்டு வந்த அட்டைப் பெட்டில சின்னத் துணி போட்டு அதை வெச்சேன். பஞ்ச பால்ல முக்கி அதுக்குப் பால் குடுத்தாங்க அம்மா. அப்புறமா இங்கி ஊத்தற பில்டரு இல்ல, அதால பாலு குடுத்தேன். பாலு குடிச்சிட்டு என் கை மேலெல்லாம் ஓடிச்சு."

"ம்."

"அது செத்துடிச்சு" என்றான் குரலடைக்க.

"எப்பிடி?"

"தெரியல."

“நீ அந்தப் பெட்டில தொளை போட்டியா?”

“போடாம? இல்லாட்டி அது எப்படி மூச்சு விடும்?”

“பின்ன எப்பிடிச் செத்துப்போச்சு?”

“தெரியல.”

பேசிக்கொண்டிருந்தபோதே, “நிறுத்து வண்டியை, நிறுத்துங்க வண்டியை” என்ற கூக்குரல் வெளியே இருந்து கேட்டது. ஒரு கிராமத்தினர் கூட்டமாக நின்றுகொண் டிருந்தனர். சிலர் கையில் கற்கள். “எறிடா கல்லை” என்ற கத்தல் எழுந்தது. கற்களைப் பிடித்த கைகள் ஓங்கின.

இவள் சட்டென்று பையனை அணைத்துகொண்டு, குனிந்து கொண்டாள்.

ஓட்டுநர் பதட்டத்துடன் வண்டியை நிறுத்தினார். இறங்கினார்.

“என்னய்யா பஸ்ஸு ஓட்டறீங்க? போற வளில எங்க ஊர்க்காரரை பஸ்ஸால அடிச்சுப் போட்டுட்டு ஓடிட்டு, தப்பிச்சுக்கலாம்னுட்டு பாக்கறியா? விட்டுடுவமா நாங்க?”

“கொளுத்துடா பஸ்ஸை.”

கூக்குரலும், கூப்பாடும் சற்று மட்டுப்பட்டதும், ஓட்டுநர் அவர்கள் குறிப்பிடும் வண்டி இதுவல்ல என்று விளக்கி, பிறகு இன்னும் சிலர் வந்து சமாதானம் செய்துவைத்த பின்னர், வண்டி கிளம்பியது.

பையனின் உடம்பு லேசாக நடுங்கியபடி இருந்தது. அவன் தோள்மேல் இவள் போட்டிருந்த கையின்மேல் கழுத்தைச் சற்றுச் சாய்த்துக் கொண்டான். சிறிது நேரம் பொறுத்துத் தலையைப் பின்னால் சாய்த்தபடி உறங்கிப்போனான். முகத்தில் பய ரேகைகள் இருந்தன.

அவன்மேல் பார்வையை ஓட்டிவிட்டு வலதுபுறம் திரும்பியதும் ஆரஞ்சு வண்ணத்தில், மிதந்தபடி சூரியன் மறைந்துகொண்டிருந்தது. தண்ணென்ற நெருப்பு வட்டம்.

“தம்பி” என்று அவனை எழுப்பினாள்.

அவன் திடுக்கிட்டு விழித்ததும், “அங்க பாரு” என்று சூரிய அஸ்தமனத்தைக் காட்டினாள்.

அவன் கண்களை விரித்தபடி பார்த்தான். கர்னாடகத்தில் ஆகும்பே எனும் இடத்தில், அவள் சிறு வயதில் பார்த்திருந்த ஒரு விசேஷ சூரிய அஸ்தமனம் பற்றிச் சொன்னாள். மறையும்

✧ 18 ✧ அம்பை

போது, சூரியன் அங்கு சதுரமாகவும், நீள் சதுரமாகவும், மதுக்கிண்ணம் போலவும் பல வடிவங்கள் கொள்வதுபோல் கண்ணுக்குத் தோன்றுவதைச் சொன்னாள்.

"நிசமாவா?" என்று வியந்தான் பையன்.

வண்டி நிலையத்துக்குள் நுழைந்து நின்றது. பையனுடன் வந்த முதியவள் அவன் கையைப் பற்றிக்கொண்டு இறங்கினாள். இவளும் இறங்கினாள். பையன் தன்னுடன் வந்த கிழவியின் கரத்தைப் பற்றிக் கொண்டு, பேருந்து நிலையத்தின் வெளி வாயிலை நோக்கி நடக்கத் தொடங்கினான்.

வாயிலை எட்டியதும் திரும்பி இவள் பக்கம் பார்த்தான். அந்தியிருட்டில் அவன் கண்கள் ஒளிர்ந்தன.

'நிகழ்', அக்டோபர் 1995

பயணம் – 2

கருக்கலிலேயே எழுந்து போனால்தான் மாலைக்குள் திரும்ப முடியும் என்று சிவப்பிரகாசம் சொல்லியிருந்தார். தயாராகி, பேனா, குறிப்புகள், காகிதம் எல்லாம் பையில் இருக்கிறதா என்று உறுதி செய்துகொண்டு, அறையைப் பூட்டிவிட்டு ஓட்டல் வெளியே வந்தால் தினகரன் நின்றுகொண்டிருந்தான். ஒரு நிமிடம் அவனை அடையாளம் தெரியவில்லை. வழக்கம்போல மடித்துக் கட்டிய வேட்டி. அரைக்கைச் சட்டை.

"என்ன சௌக்கியமா?" என்றான்.

"நான் வந்திருக்கிறது எப்படித் தெரியும்?"

"சிவப்பிரகாசம் சொன்னாரு. பஸ்ஸுல பேசிட்டே போலா மேன்னுட்டு வந்தேன்."

"ரொம்பக் காலையில எழுந்திருக்கீங்களே? களைச்சுடப் போறீங்க."

"அதெல்லாம் ஒன்னுமில்ல. பழக்கம்தான்" என்றான்.

சில நிமிடங்களில் விடிந்துவிடும். பேருந்து நிறுத்தத்தை எட்டியதும் நேரே டீக்கடைப் பக்கம் நடக்க ஆரம்பித்தான். அவள் பழக்கத்தை அவன் மறக்கவில்லை. டீக்கடைக்காரன் இவளைப் பார்த்ததும், மேல்தட்டுக் கூடையிலிருந்து இஞ்சியை எடுத்தான். ஒரு சிறு இஞ்சித் துண்டைத் தோல் சீவி நசுக்கிவிட்டுக் கொதிக்கும் தண்ணீரில் போட்டான்.

தினகரன் இவளைப் பார்த்துப் புன்னகைத்தான்.

"டெல்லிப் பழக்கம் எல்லாம் விடமாட்டீக போல."

இருவரும் டீக்கடை வெளியே போடப்பட்ட மர பெஞ்சில் அமர்ந்தனர்.

"எனக்குக் காப்பியே குடுங்க அண்ணாச்சி. காலேல இஞ்சி சுரசமெல்லாம் சாப்பிட முடியாது" என்றான்.

"இந்த எடக்குதானே வேணாங்கறது" என்றாள்.

சிரித்தான்.

அவனுக்குக் காப்பியும் இவளுக்கு டீயும் வந்தது. நிறுத்தத்தில் நடமாட்டம் இல்லை அந்த வேளையில். சூரியன் இன்னும் முழுதாக மேலே எழவில்லை. விடியலின் மங்கிய ஒளியில் அந்த நிறுத்தத்தின் பேருந்துகள் ஓட்டுக்குள் அடங்கிய ஆமைகள்போல நின்றிருந்தன.

இஞ்சி போட்ட டீயை அருந்தியபடி மௌனமாக இருந்தாள்.

"லிஸ்ஸிகூட மஸாலா டீ போடுவா. குஜராத்திக்காரங்க சாப்பிடு வாகளே அது மாதிரி. அவங்கப்பா ஒரு வருஷம் பரோடால இருந்தாரு."

"எந்த லிஸ்ஸி?"

"எங்க தூரத்து ஒறவு."

"ஓ."

அவள் போக வேண்டிய இடத்துக்கான முதல் பேருந்து வந்ததும் ஏறிக்கொண்டனர். தினகரன் களைத்திருந்தான் போலும். பேருந்து ஓட ஆரம்பித்த சில நிமிடங்களிலேயே இருக்கையின் பின் உள்ள உலோகத் தண்டில் தலையைச் சாய்த்துச் சிறிது வாய் திறந்து உறங்கிப்போனான்.

வேலை தொடர்பாக அவள் மேற்கொண்ட பல பயணங் களில் தினகரன் அவளுடன் இருந்தான். வர முடியுமா என்று இவள் கேட்டவுடன் துண்டையும் சோப்பையும் எடுத்துக் கொண்டு ஆற்றில் குளிக்கக் கிளம்பிவிடுவான். தாமிரவருணி ஆற்று விசேஷக் குளியலுக்குப் பின்தான் அவனால் தன்னைச் சுற்றியுள்ள உலகத்தை மகிழ்ச்சியுடன் காண ஆரம்பிக்க முடியும். அதுவரை படுக்கையில் புரண்டபடி அல்லது சுவரில் சாய்ந்த படி உற்சாகமின்றி இருப்பான். அவன் நடத்தும் சிறிய புத்தகக் கடையைப் பெரும்பாலும் நடுப் பகலுக்கு மேல்தான் திறப்பான். ஒரு நாளுக்கு இரு புத்தகங்கள் விற்று விட்டால் மகிழ்ச்சி கரை புரண்டோடும். "படிக்கிற பழக்கம் இன்னும் போகல" என்று சந்தோஷப்பட்டுக்கொள்வான்.

பல முறை ஏதாவது ஒரு சிற்றூருக்கு வெளியே, அமைதி யாக நீண்டு கிடக்கும் வீதியில், இரவு வேளையில், ஒரு பேருந்தை எதிர்பார்த்து அவளுடன் நின்றிருக்கிறான். விளக்கு

கள் இல்லாத, இருபுறமும் மரங்கள் உள்ள, நீண்டு கொண்டே போகும் வீதியில் பேருந்தை எதிர்பார்த்து நின்றிருந்தபோது பல விஷயங்களைப் பேசியதுண்டு. ஜனநடமாட்டம் இல்லை என்ற தைரியத்தில் பட்டுக்கோட்டை கல்யாணசுந்தரம் பாடல்களை உரக்கப் பாடிய துண்டு. "இரை போடும் மனிதருக்கே இரையாகும் வெள்ளாடே" என்று இருட்டைத் துளைத்துக் கொண்டு குரல் எழுப்பியதுண்டு. சில சமயம் அந்த வழியாகப் போகும் சைக்கிள்காரரோ, கட்டை வண்டிக்காரரோ இவர்களது இரைச்சலைக் கேட்டு இவர்களை முறைத்துப் பார்த்ததுண்டு. டெல்லியில் உள்ள அவளும், தாமிரவருணிக் கரையில் உள்ள தானும் இப்படி ஒரு யாருமில்லாப் பிரதேசத்தில் பட்டுக் கோட்டையாரை எப்படி நினைக்க முடியும் என்று வியப்பான்.

"எப்படி நீங்க இப்படி ஆயிட்டீக?" என்பான்.

"இப்படினா எப்படி? ஏதோ எனக்கு ஒட்டுவாரொட்டி வியாதி இருக்கிறாப்பல இல்ல பேசறீங்க?"

"அப்படி இல்ல வந்து..."

"பின்ன எப்படி? எனக்குத் தெரிஞ்ச ஒருத்தர் தஞ்சாவூர் மண்ணுல பிறந்தாத்தான் எதுக்கும் ரசனை வரும்பாரு. நீங்க என்னடான்னா தாமிரவருணில முங்கினாத்தான் ரசனை இருக்கும்கற மாதிரி சொல்லறீங்க. இப்படி அவர் ஒரு மண்ணு நீங்க ஒரு மண்ணுனு ஆளுக்கு ஒரு மண்ணு பிரிச்சுகிட்டா, ஊரெல்லாம் சுத்துற என்ன மாதிரி இருக்கறவங்க புறம்போக்குல நிக்க வேண்டியதுதானா?"

"யப்பா, இப்படிக் கோவிக்கிறீகளே?"

தினகரன் ஏதோ வேலையாய் டெல்லி வந்திருந்தபோது இவள் வீட்டில் தங்கியிருக்க வந்தான். இவளும், இன்னொரு பெண்ணுமாய் ஒரு பெரிய வீட்டின் பின்பகுதியில் குடியிருந்தனர். காலையில் ஆறரை மணிக்குக் கல்லூரியில் காலை முதல் வகுப்பு எடுக்க ஓட வேண்டும். நிறைய ரொட்டி, வெண்ணெய், பழங்கள் எல்லாம் வாங்கி வைத்து, "தினகரன், நான் சாயங்காலம்தான் வருவேன். ரொட்டி, பழம் எல்லாம் இருக்கு" என்றதும், "ரொட்டியா?" என்று திகைத்தான். இட்லி, தோசை, பொங்கல் நினைவு வந்து அலைக்கழித்தது போலும்.

"மதியத்துக்குச் சோறு?" என்றான்.

"சோறு வடிச்சுவெச்சிருக்கிறேன். நீங்க தயிர் ஊத்திச் சாப்பிடுங்க."

"நானேவா?"

அம்பை

"இல்லல்ல. ஒரு மணியானதும் இந்தச் சன்னல் வழியா ஒரு தேவதை வந்து சோத்தைப் பிசைஞ்சி உங்க தட்டுல போடுவா. பாட்டிலைத் தொறந்து ஊறுகாய் வெப்பா. கை கழுவத் தண்ணி தருவா. தட்டை எடுத்துக் கழுவி வெச்சுடுவா. சாப்பிட்ட இடத்தைத் தொடைப்பா."

"கேலி பேசுறீகளா?"

"பின்ன?"

இரண்டொரு நாட்கள் பேயறைந்தவன் போல் வளைய வந்தான். பின்பு கரோல்பாகில் தென்னிந்தியர்கள் வழக்கமாகத் தங்கும் விடுதி ஒன்றில் தங்க இடம் தேடிக் கொண்டான். எட்டு பத்து இட்லிகள், தோசைகள், வடைகள் எல்லாம் உள்ளே போன பின்பு, சோறும், ரசமும், பொரியலும், முட்டை யும், கோழியும், மீனும், சாம்பாருமாய்ச் சாப்பிட்ட பின்னர் தான் இறந்தபின் உயிர்ப்பிக்கப்பட்டவன் போல் ஒளிர்ந்தான்.

அப்போது ஒரு வார இதழில் ஒரு பிரபல எழுத்தாளர் பயணக் கட்டுரை ஒன்று எழுதிக் கொண்டிருந்தார். அவர் உலகத்தின் எந்தக் கோடிக்குப் போனாலும் ஒரு தமிழ்க் குடும்பத்தினர் இவரை அழைத்து, விருந்தோம்பல் செய்து, மல்லிகைப்பூ போன்ற இட்லிகளை இவர் முன்வைத்து விடுவார் கள். அந்த அன்பில் திக்குமுக்காடி இவருக்குப் புல்லரித்துவிடும். தினகரனுக்கு அவர் உறவா என்று இவள் பரிகசித்தாள் அவனை.

தாமிரவருணி மண்காரர்களுக்கு வயணமாகச் சாப்பிட வேண்டும் என்றான் அவன். தான் இப்படி இருப்பதற்கான முழுப் பொறுப்பையும் அறுபத்து நாலு வகைப் பச்சடிகளைப் பற்றி அறிந்திருந்த தன் தாத்தாவின் மேல் போட்டான்.

"சாப்பாட்டுல ஒரு கல் உப்புக் கொறஞ்சா அவருக்குத் தெரிஞ்சுடுங்க. அப்படி ஒரு நாக்கு. அவரு காய்கறி வாங்கிட்டு வந்தாருன்னா எதெதை எப்படிச் சமைக்கணுமின்னிட்டு சொல்லிப் போடுவாரு. ரசனை உள்ளவரு. பாண்டிச்சேரில அவர் தம்பி வீட்டுக்குப் போன வருக்கு மீன் ருசி கண்டுட்டுது. ஒரு நாள் பூண்டும், மஞ்சளும், மிளகாத்தூளும், இஞ்சியும் போட்டு அரைச்சுத் தடவி மொள்ள மொள்ளத் திருப்பித் திருப்பிப் போட்டுப் பொரிச்ச மீனைச் சாப்பிட்டுட்டுக் கை கழுவிட்டு, "அப்பனே முருகா"ன்னாரு. அவ்வளவுதான். உசிரு பிரிஞ்சிட்டு. 'யாருக்கு நான் இனிமே ஆக்கிப்போடுவேன்'ன் னுட்டு எங்க பாட்டி அப்படியே குன்னிப் போயிட்டாக..."

"அப்புறம் வயணமாச் சாப்பிடப் பேரன் நீங்க வந்தீங் களாக்கும்?"

"இத பாருங்க, சாப்பாட்டு விஷயத்துல கேலி பேசாதீக" என்று முறைத்துக்கொண்டான்.

இவ்வளவு பழகியும் தினகரன் என்ற தனிமனிதன் யார் என்று தெரியவில்லை. பேருந்துப் பயணங்களும், நீண்ட நடைகளும், பட்டுக்கோட்டையார் பாட்டுகளும் மட்டுமே பிரதானமாகத் தெரிந்தன.

திருவனந்தபுரத்தை எட்டும்வரை தினகரன் கண் திறக்கவில்லை. இவள் வந்த வேலை முடிவதற்குள் மாலையாகி விட்டது. கட்டணக் கழிப்பிடம் எங்காவது உண்டா என்று இவள் தேட முற்பட்டபோது,

"லிஸ்ஸி வீடு இங்கிட்டுத்தான் இருக்கு. வாங்களேன்" என்றான்.

"சொல்லாம கொள்ளாம... எப்படி? தூரத்து உறவுன்னு சொன்னீங்க?" என்றாள்.

"இல்லல்ல. போலாம். அது தப்பா நெனக்காது" என்றான்.

ஓர் ஆட்டோ பிடித்து லிஸ்ஸி வீட்டுக்குச் சென்றனர். இவர்களைக் கண்டதும் லிஸ்ஸியின் முகம் மலர்ந்தது.

"வாங்க, வாங்க, எனக்கு உங்களைத் தெரியும்" என்று வரவேற்றாள்.

சின்ன வரவேற்பறையில் சுவரில் ஏசுவின் படம் ஒன்று தொங்கியது. அதன் முன்சுவரில் பதித்திருந்த சின்ன மரத் தட்டில் இரு மின்சார மெழுகுவர்த்திகள். ஒரு முக்காலியில் அவளும் அவள் கணவனுமாய் நிற்கும் திருமணப் புகைப்படம். ஒரு குழந்தையின் இரண்டு மூன்று புகைப்படங்கள். குழந்தையின் முகம் எங்கோ பார்த்த முகமாகப் பட்டது.

லிஸ்ஸி இரண்டு கண்ணாடித் தம்ளர்களில் தண்ணீர் கொண்டு வந்தாள்.

"லிஸ்ஸி, முதல்ல எனக்கு பாத்ரூம் போகணும்" என்றதும், அதற்கு வழியைக் காட்டினாள். திரும்பிவந்ததும்,

"என்ன பலகாரம் செய்யட்டும்?" என்றாள்.

"கிளம்பணுமே லிஸ்ஸி. அப்புறம் நேரமாயிடும்" என்றாள்.

"ஐயோ யேசுவே! இவ்வளவு தூரம் வந்திட்டு எதுவும் சாப்புடாமப் போவாகளா?" என்றாள்.

"எனக்கும் வயத்தைப் பசிக்கி" என்றான் தினகரன்.

“இதோ இப்ப வாரேன்” என்று உள்ளே ஓடினாள் லிஸ்ஸி. இவளும் அவள் பின்னால் சென்று, “உங்க ஹஸ்பெண்ட் ஆபீஸ் விட்டுவர நேரமில்லையா லிஸ்ஸி?” என்று வினவினாள்.

“இல்லக்கா. அவரு ஊர்ல இல்ல. அவரு மெடிகல் ஸேல்ஸ் மென். மாசத்துல இருபது நாள் வெளிலதான் இருப்பாக.”

“ஏதாவது உதவி செய்யவா?” என்றதும்,

“வேணாம்கா. தோசைக்கு மாவாட்டி இருக்கு. சுட்டுடறேன்” என்றாள்.

சமையலறை மூலையில் இரு அலங்காரப் பிடிகள் கொண்ட ஒரு பெரிய பித்தளை அண்டா இருந்தது. இவள் அதன் பிடியைத் தொட்டுப் பார்த்தாள்.

தோசை சுட்டவாறே திரும்பி இவளைப் பார்த்து, “அது தினகரன் அம்மாது. சின்னப் புள்ளைலேந்து எனக்கு அவங்க வீட்டுல எல்லாரை யும் பழக்கம்” என்றாள்.

இவர்கள் தோசை சாப்பிட்டதும், லிஸ்ஸி மஸாலா டீ போட்டுத் தந்தாள்.

“கிளம்பலாமா தினகரன்?” என்று இவள் கேட்டதும்,

“இருங்கக்கா. பையன் வரட்டும்” என்றாள்.

பத்து நிமிடங்களில் நான்கு வயதுச் சிறுவன் ஒருவன் சிறு சைக்கிளைத் தள்ளியபடி வந்தான். இவளைப் பார்த்ததும் தயங்கி நின்றான்.

“இங்க வா” என்றான் தினகரன்.

சிறுவன் தினகரன் அருகில் வந்து அவன் மடியில் முகம் புதைத்துக் கொண்டான். தினகரன் அவன் தலையைத் தடவி, “இந்த ஆன்ட்டி கிட்ட உன் பேரச் சொல்லு” என்றான்.

தலையைத் தூக்கி, “ரவிகுமார்” என்றான்.

பின்பு தினகரனின் இடுப்பைச் சுற்றிக் கைகளைப் போட்டு அணைத்தபடி அண்ணாந்து அவனைப் பார்த்துச் சிரித்தான்.

தினகரன் முகத்தில் அதீத அன்புடன் கூடிய புன்னகை ஒன்று தோன்றியது. பையனின் முகத்தைத் தடவினான். பையன் எம்பி அவன் மடியில் ஏறி அவன் முகத்துடன் தன் முகத்தைப் பதித்துக் கொண்டான்.

சிறிது நேரம் சென்று கிளம்ப முற்பட்டதும், லிஸ்ஸி உள்ளே சென்று ஒரு வட்ட டப்பாவில், அன்று புதிதாகச் செய்தது என்று தெரிவிப்பது போல் மணம் வீசிய கேக் வைத்துக்

கொண்டுவந்தாள். இரு சிறு துண்டுகளை வெட்டி, பையன் கையில் தந்து இவள் வாயிலும், தினகரன் வாயிலும் போட வைத்தாள். டப்பாவை மூடி, தினகரன் கையில் தந்தாள்.

பேருந்தில் வரும் வழியில் தினகரன் கண்களை மூடியபடி வந்தான். வெளியே இருட்டியிருந்தது. விரையும் பேருந்தின் சன்னலூடே மரங்கள் கரிய நிழலுருவமாய்த் தெரிந்தன. திடீரென்று சில சமயம் மரங்களினூடே ஆந்தையின் ஒளிரும் கண்கள் பளிச்சிட்டுப் போயிற்று. தெருவில் நடந்து போகும் ஒருவனின் வேட்டி அல்லது தலை முண்டாசின் வெள்ளையோ, ஏதாவது சரிகைப் புடவையின் மினு மினுப்போ கடந்து போயிற்று சில சமயம்.

தினகரனின் கண்கள் மூடியபடி இருந்தன. வட்டப் பெட்டியைக் கையினின்றும் நழுவி விடாதபடி பிடித்துக் கொண்டிருந்தான்.

நிறுத்தத்தில் வண்டி நின்றதும் கண் விழித்தான். ஓட்டல் வாயிலில் இவளை விட்டுவிட்டுப் போகும்போது இவளை நேராகப் பார்த்துச் சிறிது வெட்கத்துடன் சிரித்தான்.

'மஞ்சரி', ஜனவரி 1997

ஒருவர் மற்றொருவர்

மலையின் குறுகலான, கோணலான பாதையில் கட கடத்தபடி போய்க்கொண்டிருந்தது அந்தச் சிறிய பேருந்து. சமதளப் பகுதியிலிருந்து மலைமேல் கொண்டு வரப்படும் காய்கறி மூட்டைகள் வண்டி முழுவதும். முட்டைக்கோஸும், கொத்தமல்லியும், சுரைக்காயும், தக்காளியும், காரட்டும், வெங்காயமும், இஞ்சியும் கலந்த ஒரு மணம் வீசியது வண்டியில். இன்னும் கொஞ்சம் போனால் சூரிய அஸ்தமன நேரம். வண்டிக்குள் பரவிய மங்கலான, சிவப்புக் கலந்த ஒளியில் வண்டிக்குள் இருந்த நபர்கள் காய்கறி மூட்டைகளுடன் கலந்து தெரிந்தார்கள். சிவப்புத் தக்காளி வெளியே தெரிந்த மூட்டையின் பின்னால் வெள்ளை வெளேரென்ற முகமும் செம்பட்டைத் தலையுமாய் ஒரு குழந்தை உறங்கிக் கொண்டிருந்தது. வெள்ளை முண்டாசுடன் வெங்காயப் பையை நெஞ்சுவரை உயர்த்தி அணைத்தபடி ஓர் உருவம். கடும் பச்சை முக்காட்டுடன், பச்சை, சிவப்பு, மஞ்சள் வளையல்களணிந்த கையைச் சுரைக்காய் மூட்டை மேல் வைத்தபடி ஒரு பெண். யாரோ ஒருவர் வெகு சிரத்தையுடன் வரைந்த ஓவியங்கள் போல் அந்த வண்டியிலுள்ளவர்கள் தெரிந்தார்கள்.

மேத்யூ நாதனின் ஓவியங்களில் இவர்களில் எத்தனை பேர்கள் வண்ணக் கீற்றுக்களாகவும், மிதக்கும் கண்களாகவும், விரிக்கப்பட்ட முக்காடாகவும், எழிற் பூச்சு எதுவுமில்லாத வெறும் நிர்வாண உருவங்களாகவும் இருந்தனர் என்று அவர்களைப் பார்த்தபடி நினைத்தார் அருளன். அவர் பக்கத்தில் சுருக்கங்கள் ஏறிய அவர் கையைப் பற்றியபடி அமர்ந்திருந்த சிறுவன் வீரு, அவர் எண்ண ஓட்டங்களை உணர்ந்தவன்போல் அண்ணாந்து அவரைப்

பார்த்தான். அவர் நீண்ட வெண்தாடி அவன் நெற்றியில் பட்டது. சணல் கயிற்றினால் கட்டப்பட்ட, முற்றிலும் நரைத்த அவர் முடிமேல் வீருவின் கண்கள் ஓடின. சாதாரணமாக அவர் வெண்முடி தோளில் புரண்டுகொண்டிருக்கும். காற்றில் அலைந்தபடி. ஆனால் அன்று ஒரு விசேஷ தினம். புரளும் முடி சணல் கயிற்றினால் கட்டப்படும் தினம். மேத்யூ நாதனின் உடல், வான் நோக்கி எழுந்த தேவதாரு மரம் ஒன்றின் கீழ் புதைக்கப்பட்ட தினம். அண்ணாந்து பார்த்த வீருவைப் பார்த்து மெலிதாகப் புன்னகைத்தார். வீரு அவர் மேல் மேலும் ஒண்டிக்கொண்டு அமர்ந்தான்.

வீரு அங்குள்ள உருளைக்கிழங்குப் பண்ணை ஒன்றில் வேலை செய்பவன். மற்ற நேரம் இவர்கள் இருவரின் பிள்ளை யாய், உற்ற உறவாய் இவர்கள் வீட்டில் வளைய வருபவன். ஒவ்வொரு வெள்ளிக் கிழமையும் கீழே போய் ஓவியம் தீட்டுவதற்கான வண்ணக் குழாய்கள் வாங்கி வருவது போல் அன்றும் சென்றனர் இருவரும். நாதன் இல்லாவிட்டாலும் அந்த வெள்ளிக் கிழமைச் சடங்கைச் செய்தனர் இருவரும். அத்துடன் வீரு ஓவியம் பழக இரு சிறு ஓவியக் கித்தான்களும், காகிதங்களும். வீருவின் மடியில் அவை பத்திரமாக அமர்ந் திருந்தன.

இப்படி ஒரு பேருந்தில் அமர்ந்துதான் நாதனும் அவரும் இந்த மலைக் கிராமத்தில் குடிபுக வந்தனர் நாற்பது ஆண்டு களுக்கு முன். அதற்கு ஒரு வாரம் முன்புதான் ஒரு பார்ட்டியில் அவர்கள் சந்தித் திருந்தனர். எத்தனையோ ஆண்டுகளுக்கு முன் சிப்பாயாக இருந்த அருளனின் தந்தை இந்த மலையின் மடியில் குடிபுகுந்தார். எப்போதாவது காலை வேளையில் மலைகளைப் பார்த்தபடி "வடக்கில் இமயமலை பாப்பா – தெற்கில் வாழும் குமரி முனை பாப்பா" என்று, கர்ஜிப்பதுபோல் அவர் பாடியது கனவுபோல் நினைவிருந்தது. குமரி முனை எனும்போது குரல் கொக்கியில் சிக்கிக்கொண்டதுபோல் பிசிறடிக்கும். அவர் ஊருக்கும் அவருக்கும் உள்ள உறவு பற்றி அருளனுக்கு அவ்வளவுதான் தெரியும். பெற்றோர் காலத்துக்குப் பிறகு அருளன் எழுத்திலும் இசையிலும் ஈடுபட்டபடி மலையின் கீழ் உள்ள அந்த நகரத்தில் பல ஆண்டுகளாக வாழ்ந்தார். வெயில் காலத்தில் மலைப் பகுதிகளில் இளைப்பாற வரும் பலர் அவருக்கு நண்பர்கள். அப்படி வருபவர்கள் தந்த ஒரு பார்ட்டிதான் அது. மேத்யூ நாதன் பெண்களும் ஆண்களும் சூழ அமர்ந்தபடி சிரித்துப் பேசிக்கொண்டிருந்தார். இந்தியத் தந்தையும் வெளிநாட்டுத் தாயும் உருவாக்கிய ஓவியன் என்று அவரைப் பற்றிச் சமீபத்தில்தான் பத்திரிகையில் வந்திருந்தது. "உங்கள் வேர்களைத் தேடி வந்திருக்கிறீர்களா?"

என்று பத்திரிகை நிருபர் கேட்ட கேள்விக்கு, "குறிப்பிட்ட வேர்களைத்தான் நான் தேடுகிறேன் என்பது என் தேடலைக் குறுக்கிவிடும். என் போன்றவர்களின் வேர்கள் உலகெங்கும் உள்ளது. விமானம் மாறுவதற்குமுன் பலமணி நேரங்களைச் செலவிட்ட விமான நிலையங்கள் எல்லாம் எங்களுக்குச் சத்திரங்கள். என் தந்தை இந்தியாவை விட்டு வெளிநாடு சென்றது இருபதாம் நூற்றாண்டின் ஆரம்ப ஆண்டுகளில். முதலாவது உலக யுத்தத்திற்குப் பிறகு. அப்போது அவர் தன் புதுச்சேரி வீட்டுத் தோட்டத்திலிருந்து இரண்டு கைப்பிடி மண்ணை ஒரு பொட்டலம் கட்டிக்கொண்டு போனாராம். அவர் பாரீஸ் போய் சேர்ந்ததும் ஒரு சிறு தொட்டியில் அதைப் போட்டு ஒரு செடியை நட்டாராம். இந்த உலகில் அவர் தங்கிய இடங்களிலெல்லாம் அந்தத் தொட்டி மண்ணின் இரண்டு கைப்பிடி உண்டு. வேறு எத்தனையோ மண் அதில் கலந்துவிட்டாலும் அதில் தன் நாட்டு மண் இருப்பதாக அவர் நம்பினார். அந்த மண்ணில் நட்ட செடியின் வேர்கள் பாரீஸில், ஆழமாக, உறுதியாக என் வீட்டுத் தோட்டத்தில் உள்ளன. என் தேடல் வேர்கள் சம்பந்தப்பட்டது அல்ல" என்று சொல்லியிருந்தார். வேர்களைத் தேடுவது என்பது ஓர் உணர்ச்சிபூர்வத் தேவையாக உணரப்படாத காலம் அது. அலெக்ஸ் ஹேலி ஆப்பிரிக்க வேர்களைப் பற்றி எழுத இன்னும் பல ஆண்டுகள் இருந்தன. இன்னமும் தனி நபர்கள் உடைபடாத, பின்னமாகிவிடாத, முற்றிலும் சிதைபடாத காலகட்டம். இரண்டாம் உலகப் போரின் கொடூரங் களினின்று உயிர்த்தெழுந்து, உலகெங்கும் வேர்களைப் பதிக்க யூதர்கள் முயன்றுகொண்டிருந்த இரண்டாவது தசாப்தம். கொள்கைகளுக்காகவும், மனிதத்துவத்துக்காகவும் சொந்த நாட்டையே துறக்க முயன்ற பலர் உருவாகி வந்த நேரம். பூகோள வரைபடங்களால் குறுக்கப்படாமல் உலகப் பிரஜை களாக வாழ்வது சாத்தியம் என்று சிலர் நம்பின நாட்கள். அதனால் வேர்கள் பற்றி மேத்யூ நாதன் கூறியது யாரையும் உறுத்தவில்லை. அடுத்து அவர் கூறியது அறிவுஜீவிகள் வட்டத் தில் சில அதிர்ச்சி அலைகளை எழுப்பியிருந்தது.

"ஒரு வேளை நீங்கள் ஒரு துணைவியைத் தேடி வந்திருக் கிறீர்களோ இந்தியாவுக்கு?" என்று நிருபர் கேட்டதும்,

"இல்லை. துணைவியைத் தேடி இல்லை. பெண்களிடம் எனக்கு நாட்டமில்லை" என்று சாதாரணமாகச் சொல்லி யிருந்தார்.

அந்தப் பார்ட்டிக்கு அவர் அழைக்கப்பட்டது கூட ஓர் அபூர்வ ஜந்துபோல் அவரைப் பார்க்கத்தான் என்று அருளன்

கணித்திருந்தார். அது வெளிப்படையாக விவாதிக்கப்படாத ஒன்று. இத்தகைய எண்ணங்கள் கொண்டவர்கள் அப்போது பொந்துக்குள் ஆந்தைகள். பார்ட்டியில் அன்று உரையாடல் பலவகைகளில் நீண்டு இறப்பு பற்றிய கருத்துக்களில் வந்து நின்றது. திடீர்ச் சாவு, நோய்ச் சாவு, விபத்துச் சாவு என்று பலதும் பேசப்பட்டது.

“நான் தனியாகச் சாக விரும்பவில்லை. என் அருகில் யாராவது இருக்க வேண்டும்” என்றார் மேத்யூ நாதன்.

“அருகில் யார் இருந்தாலும் சாவது நீங்கள் மட்டுமாகத் தான் இருக்க முடியும்” என்றார் அருளன்.

உட்கார்ந்தபடியே பக்கவாட்டில் நின்றிருந்த அருளனை அண்ணாந்து பார்த்தார் மேத்யூ நாதன். மெத்தென்ற பார்வை யுடைய நீலக் கண்கள்.

“நீங்கள் எப்படிச் சாக விரும்புகிறீர்கள்?” என்றார்.

“ஒரு பறவையைப் போல. கவனிப்பாரின்றி. பேணுகை யின்றி. திடீரென்று. திட்டமேதும் இன்றி. நினைப்பாரின்றி.”

“அப்படியா பறவைகள் சாகின்றன?”

“அப்படித்தான் இருக்க வேண்டும். வேறு எப்படி என்று தெரியவில்லை”.

பார்ட்டி முடிந்ததும் அருளன், மேத்யூவைத் தன் வீட்டுக்கு அழைத்தார். ஓவியம்பற்றியும், கவிதைபற்றியும் பேச்சுத் தொடர்ந்தது. மேத்யூவின் நீலக் கண்கள், மெல்லிய நீண்ட விரல்கள், மென்மையான முகம் இவற்றில் அருளன் அமிழ்ந்து போனார். அருளனின் கருமை நிறமும், கூரிய கண்களும், சுருண்ட நீள் முடியும் தன்னைப் பிணைத்துப் போட்டதாக நாதன் பின்னர் பலமுறை கூறினார். வெகு விரைவில் இணைந்து வாழ முடிவெடுத்தனர். கரடு முரடான மலைப் பாதைகளில் பல மைல்கள் பேருந்தில் சென்று, நடந்து, மோட்டார் பைக்கில் கடந்து, அவர்கள் வாழ ஒரு சிறு மலைக் கிராமத்தைத் தேர்ந்தெடுத்தனர். அது அவர்கள் ‘ஒளிந்து வாழும் இடம்’ என்று சிலர் இடக்காக விமர்சித்தாலும் நாதன் அதைப் பொருட்படுத்தவில்லை. அருளனும். “இது எங்கள் கூடு” என்பார் நாதன் நண்பர்களிடம்.

ஓவியம் தீட்டியபடி, எழுதியபடி, மலைப் பிரதேச மரங்கள் வெட்டப்படுவதை எதிர்த்து இயக்கத்தை நடத்தியபடி, வீரு போன்ற சிறுவர், சிறுமியருக்கு ஓவியம், எழுத்து பயிற்றுவித்த படி கழிந்த ஆண்டுகள் எத்தனை என்று கணக்கெடுப்பதற்குள் மேத்யூ நோய் வாய்ப்பட்டார்.

அந்தக் கடைசி மாத ஓவியங்கள் மிகவும் மாறுபட்டவை. சுவரில் மாட்டினால் பஞ்சுபோல் பறந்து போய்விடும் என்று தோன்றும்படி அவை அமைந்திருந்தன. "பாரம் இல்லை. பாரம் தேவையில்லை" என்று ஒரு முறை மேத்யூ அவற்றைப் பார்த்துக் கூறினார். அதன்பின் வீருவை வரைந்தார். தினம் மாலை வீரு வந்து ஓவியம் தீட்ட அவரெதிரே அவர் விரும்பிய படி நின்றான். ஓவியத்தில் வீரு பக்கவாட்டில் படுத்திருந்தான். நிர்வாணமாய். சிரித்தபடி. வெள்ளைச் சிரிப்பு. அவன் உடல் தளர் நிலையில் எந்தவித இறுக்கமும் இல்லாமல் தோன்றியது. அவன் ஆணுறுப்பு ஒரு இளம் மொட்டு சாய்ந்திருப்பது போல் ஓய்வு நிலையில் இருந்தது. ஒரு கந்தர்வனைப் போல் தரையிலிருந்து எழும்பி மேலே போகக்கூடிய கனமற்ற தன்மை அந்த உடலில் இருப்பதுபோல் பட்டது.

படுக்கையிலேயே மேத்யூ நாதன் கிடந்த நாட்கள் வெகு சிலவே தான். அவர் உடலை நிதம் துடைத்தது ஒரு பழகிய கவிதைபோல் நினைவில் இருந்தது.

ஐரோப்பிய ரத்தம் கலந்ததால் சுருக்கங்கள் அதிகமாக ஏறிய வெளுத்த உடல். பச்சை நரம்புகள் புடைத்த மெலிந்த கைகள். பறவைக் குஞ்சின் மெலிந்த கழுத்துபோல் சதைப் பற்றற்ற கழுத்து. எலும்பு துருத்திய கன்னங்கள். நீல நிறக் கண்கள். தென்னை இலையின் உலர் சருகுபோல் ஈரம் போன உதடுகள். மேடிட்ட நெற்றியின் முடிவில் முற்றிலும் நரைத்த, இளமையின் தங்க நிறச் சாயைகளுடன் முதுகுவரை வந்த மென்கூந்தல். ரோமமற்றக் குறுகிய மார்பு. எப்போதுமே தளர்ந்த ஆடைகள் அணிந்ததால் எந்தவித வரிகளின் வடுக்களும் இல்லாத இடை. வற்றிய நீர்வீழ்ச்சிபோல் இறங்கிய தொடைகளும், கால்களும். வாடி, உலர்ந்துபோன பழம் போல் லேசாகக் கிடந்த மென்சிவப்பு ஆணுறுப்பு. ஒரு முறை, வெந்நீரில் துணியை நனைத்து ஒவ்வொரு அங்கமாய் உடம்பைத் துடைத்தபோது, மேத்யூ அவர் கைகளைப் பற்றி, "அருள், சாவு மிகவும் வினோத மானது இல்லையா?" என்று விட்டு அவர் அகங்கையைத் தன் உலர்ந்த உதடுகளில் வைத்துக் கொண்டார். "அருள், என்னை மன்னித்துவிடு. இதை நான் தனியாகச் செய்ய வேண்டியிருக்கிறது" என்றார்.

கண்களில் நீர் நிரம்ப, அருளன் அவரைத் தட்டித்தந்தார். இரவு தூக்கத்திலிருந்து திடீரென்று விழிப்பு வந்தபோது மேத்யூ அவரைப் பார்த்தபடி அமர்ந்திருந்தார்.

"காலடியில் தரை மெல்ல நழுவுவது போல் ஓர் உணர்வு அது அருள். கித்தானின் மேல் முனை வரை வண்ணக் கீற்றை இழுத்து, கித்தானின் பக்கவாட்டில், அதன் சதுர முனைகளைத்

தாண்டி, வண்ணத்தை ஒழுக விடுவது போல, அதன் போக்கில் வழிய விடுவது போல..." என்றார். தொடர்ந்து, "என்னை ஒரு தேவதாரு மரத்தின் கீழே புதைப்பாயா?" என்றார்.

"சரி மேத்யூ."

பிறகு வெகு நேரம் பேசாமல் மௌனமாக இருந்தனர்.

பேருந்து ஓடிக்கொண்டிருந்தது.

புலர்காலை நேர ஒளியைப் பூசிக்கொண்டிருக்கும் ஓவியத்தை நினைவூட்டுவது போல் மேத்யூ இறந்தார். கண் விழித்துப் பார்த்தபோது மேத்யூவின் வெண்முடி தலையணையில் பரவிக் கிடக்க, கண்கள் மூடி உறங்குபவர்போல் கிடந்தார். தலை சற்றே அதிகம் சாய்ந்திருந்தது. அதீத அமைதியில் இருந்தது முகம்.

அருளன் அருகில் போய் தளர்ந்த கைகளால் அவர் தலையைக் கோதி விட்டார்.

"ஸாஹேப், ஸாஹேப்" என்று பொங்கிப்பொங்கி மூச்சு முட்ட அழுதான் வீரு.

ஓவியங்களையெல்லாம் ஓர் ஓவியக் காட்சியகத்துக்குப் பதினைந்து நாட்களுக்கு முன் அனுப்பியாகிவிட்டது. வீருவை வரைந்த ஓவியம் மட்டும் பெரிதாக எதிரில். அவர்கள் இருவரின் கனவுபோல்.

வானைத் தொட்டுவிடுவதுபோல் உயர்ந்து நிற்கும், காற்றில் பறப்பதுபோல் விஷ் விஷ் என்ற ஒலியுடன் ஊசலாடும் கிளைகள் கொண்ட தேவதாரு மரத்தின் கீழ் வீரு குழி வெட்டினான். வெள்ளைத் துணி போர்த்திய உடல் அதில் இறக்கப்பட்டது. பின்னணியில் யாரோ பெண்கள் அழுதார்கள். உடலை இட்டு, மண்ணை மூடி, சமனப்படுத்தியதும், எங்கிருந்தோ ஒரு பெண் குழந்தை தவழ்ந்து வந்து அதில் புரண்டது.

சன்னல் வெளியே அஸ்தமனம்.

இமாலய மலைகளின் பனி முகடுகள் உலையில் இட்ட தகடுகள் போல ஒளிர்ந்தன. பள்ளத்தாக்கில் உள்ள வீடுகளின் புகைபோக்கி களிலிருந்து புகை எழும்புவது ஒரு சாம்பல் வண்ணக் கீற்றுப்போல் தெரிந்தது.

பேருந்து சில பயணிகளை இறக்க நின்றது. அருளன் சட்டென்று எழுந்தார். அவர் திடீரென்று எழுந்ததால் சற்றே உலுக்கப்பட்ட வீருவும் எழுந்தான். அது அவர்கள் வழக்கமாக இறங்கும் இடமல்ல. அருளன் வண்டியை விட்டு இறங்கினார்.

வீருவும் இறங்கி கித்தான் களுடனும், வண்ணக் குழாய்களடங்கிய பையுடனும் அவரருகில் நின்றான். மலைப்பாதையின் விளிம்பில் நின்றபடி அருளன் மலைகளைப் பார்த்தபடி நின்றார். வெளேரென்ற வேட்டியும், குர்தாவும் அணிந்திருந்தார். வெண்முடி மகுடம் போல் பிரகாசித்தது. வீருவின் தலையை ஒரு முறை தடவிவிட்டு, விளிம்பினின்றும் நழுவி விழ ஆரம்பித்தார். எதையோ பற்றிக்கொள்ள முயல்பவர்போல் இரு கரங்களையும் விரித்தார். வேட்டியும், குர்தாவும் காற்றில் அலைபோல் எழும்பின. அந்த அஸ்தமன வெளிச்சத்தில் ஒரு ராட்சத வெண் பறவை தன் இலக்கை நோக்கி நிதான மாகப் பறப்பதுபோல் அவர் மெல்லக் கீழ்நோக்கி விழுந்து கொண்டிருந்தார். பிறகு ஒரு பாறையில் மோதி விழுந்தார். வாயடைத்துப் போன வீரு, "ஸாஹேப்" என்று கூவ முற்பட்ட போது, அவர் வெள்ளை உடையில் சிவப்பு வண்ணம் முரட்டுத் தூரிகையால் நிதானமின்றித் தீட்டப்பட்டதுபோல் பரவியது.

'சதங்கை', ஜுலை – செப்டம்பர் 1997

ஒட்டக சவாரி

முதலில் அது கண்ணில் பட்டது ஒரு நிழலுருவ மாகத்தான். ஜூஹூ – வில்லேபார்லே பகுதியையும் வர்ஸோவையும் இணைக்கும் லிங்க் ரோட் என்று அழைக்கப்பட்ட தெருவில். ஒரு பின்னிரவு நேரத்தில். வெறும் பணம் முதலீடு செய்வதற்கென்றே எழுப்பப் பட்ட, யாரும் குடிவராத பிரம்மாண்டக் கட்டடங்கள், சில வெற்று மனைகளை ஒட்டி எழுப்பப்பட்டக் குடிசை கள், அரைகுறை வீடுகள், கார் பட்டறைகள், காட்டுச் செடிகள் மண்டிய, கட்டணம் இல்லாக் கழிப்பிடங்கள், இவை சூழ்ந்த செப்பனிடப்படாத தெரு அது. மங்கலாக எரியும் தெரு விளக்குகள். பின்னிரவு நேரங்களிலும், விடிகாலை சமயங்களிலும் கவனமாக இராவிட்டால், இயற்கை உபாதைகளைத் தீர்க்க, ஒரு குவளையுடன் தெரு ஓரத்தில் அமர்ந்திருக்கும் யார் மீதாவது மோத நேரிடலாம். பலமுறை நேரிட்டிருக்கிறது. வேகமாகத் திரும்பிய மாருதி கார் ஒன்று ஒரு சிறு பையனை மோதிவிட்டுச் சென்றது ஒருமுறை. மல்லாந்து விழுந்த பையன் கையில் இந்தியச் சந்தை தாராளமயமாக்கப் பட்டதின் சின்னமாய் ஒரு புது மாதிரி பிளாஸ்டிக் குவளையும், அவன் அணிந்த சட்டையில் ஒரு கையால் விளக்கை உயரே பிடித்த அமெரிக்க நாட்டுச் சுதந்திர தேவியின் படமும் இருந்தன. அவன் குண்டியில் பீ ஒட்டிக்கொண்டிருந்தது.

லிங்க் தெருவில் நுழைந்தவுடன் இதெல்லாம் நினைவுக்கு வரும். வாகனத்தின் வேகம் மட்டுப்படும். அதைப் பார்த்த அந்த இரவிலும், வீடு திரும்ப நேரமாகி விட்டது என்றாலும், தெருவில் நுழைந்ததும் கைனடிக் ஹோண்டாவின் வேகத்தைக் குறைத்தாகிவிட்டது. அதன் பின்பு, நடுவில் வரிசையாக நின்ற உயர் கம்ப

விளக்குகளுடன் நீண்டு கிடந்த தெருவில் பார்வையை ஓட்டியபோதுதான் அது தூரத்தே தெருவின் ஒரு முனையி லிருந்து இன்னொரு முனையை நோக்கிப் போய்க்கொண் டிருந்தது. அதிகப்படியாக நீண்ட கால்களும், கழுத்தும், கோணாமாணாவென்று இசைவு இல்லாமல் அசைய, தீட்டிக் கலைத்த கோட்டுச் சித்திரம் போல், கடற்கரையை ஒட்டிய வெற்று மனைப் பகுதியிலிருந்து திடீரென்று பிரவேசித்துத் தெருவைக் கடக்க ஆரம்பித்தது. வண்டி அதனருகே வந்தபோது, தெரு விளக்கின் ஒளி அதன் மேல் விழும் இடத்தில் நின்று கொண்டிருந்தது. நீண்ட கழுத்தின் மேலே இருந்த தலையை அது மெள்ளத் திருப்பியபோது இருபுறமும் அறுபட்ட, ரத்தம் உறைந்து கறுத்த அதன் மூக்கு தெரிந்தது. ஜுஹு கடற்கரையில் குழந்தைகளையும் பெரியவர்களையும் உல்லாச சவாரி ஏற்றிக் கொண்டு போகும் ஒட்டகங்களில் ஒன்றாக இருக்க வேண்டும். கடற்கரையில் ஓடவிடப்படும் ஒட்டகங்கள். தடித்த கயிறு மூக்கினுள் நுழைக்கப்பட்டு இழுபடும் ஒட்டகங்கள். கயிறு படப்படப் புண்ணாகிப் பின் மூக்கு அறுபடும் ஒட்டகங்கள். விநாயக சதுர்த்தியின் போது, பிள்ளையாரைத் கடலில் போடும் 'விஸர்ஜன்' வைபவத்தன்று, பட்டுத் துணிகள் முதுகில் விரிக்கப்பட்டு, தங்க முலாம் பூசிய கவசங்கள் முகத்தை மறைக்க, ஆரஞ்சு வண்ணக் கொடிகளை உயர்த்தியபடிக் கோஷமிடும் பக்தர்களை முதுகில் தாங்கியபடி, சினிமாப் பாடல்களின் அலறல், லாரி, கார், பஸ்களின் ஓசைகளுக்கு நடுவே, பல வடிவப் பிள்ளையார்கள் பின்னே வர, ஊர்வலத்தின் முன்னால் நகர்வலம் செல்லும் ஒட்டகங்கள்.

அலைகள்போல் உயர்ந்தெழும்பும் மணல் பரவிய, எல்லையே காண முடியாதபடி விரிந்திருக்கும் பாலைவனத்தில், கால்களை ஊன்றி நிதானமாக, அல்லது மணலை உதைத்த படி வேகமாக, நீண்ட பயணங்களுக்குத் தயாராயுள்ள ஒட்டகங் கள். வறண்ட மணலில் காலூன்றி அமர்ந்து, ஆழ்ந்த பச்சை, நீலம் அல்லது மஞ்சள் வண்ணங்களில் தலைப்பாகை கட்டிக் கொண்டு வரும் எஜமானனை முதுகில் ஏற்றிச் சுமக்கும் ஒட்டகங்கள். சில சமயம் அரக்கு, பழுத்த சிவப்பு அல்லது ரோஜா வண்ணங்களில் தங்கப் பொட்டுகள் தைத்த பாவாடை யும், முதுகுப்புறம் திறந்து, முன்னால் மட்டும் மறைக்கும் ரவிக்கையும், சரிகை தைத்த முக்காடும் அணிந்த அவன் புது மனைவியை, அல்லது சில மாலை வேளைகளில், சூரிய கிரணங்களின் ஒளி அதீதமாகத் தாக்கியதால் செம்பட்டைக் கூந்தலையுடைய, ஒட்டகப் பால் குடித்து வளரும் குழந்தை களை, சாவதானமாக ஏற்றிக்கொண்டு எந்த நிர்ப்பந்தமும் இல்லாமல் மணலில் கால் புதைய நடக்கும் ஒட்டகங்கள்.

ஒரு ராம்சிங்கோ, லகன்சிங்கோ பம்பாயில் பிழைப்பதற்காக இட்டு வரும் ஒட்டகங்கள். மூன்று, நான்கு ஆண்டுகளுக்குப் பிறகு, அவை தளர்ந்து போனபின் துரத்திவிடப்படும். திடீரென்று தார்த் தெருக்களில் இலக்கின்றி நடக்க ஆரம்பிக்கும். நீண்ட பயணம் மேற்கொள்ளப்போவதுபோல் நடந்தவாறே இருக்கும். லாரி மோதியோ, பட்டினியாலோ இறக்கும்.

வறண்ட பெருத்த கண்களும், அறுபட்ட மூக்கும் அதன் அடிப் பகுதியில் உறைந்த ரத்தமுமாய், தெரு விளக்கின் ஒளி அதன் மேல் பட அது நின்றுகொண்டு அவளைப் பார்ப்பது போல் பட்டது. கடற்கரை மணலில் உலவ மறுத்து, முரண்டு பிடித்த சண்டி ஒட்டகமோ இது? தன் காமத்தைத் தைரியமாக வெளிப்படுத்தியதால் ஒரு காவிய நாயகனால் மூக்கறுபட்ட சூர்ப்பனகைபோல் நின்றுகொண்டிருந்தது. துளை போடவும், கயிறு மாட்டவும் எவ்வளவு வாகான அங்கம் மூக்கு! ஒரு வாய்வழிக் கதை சொல்வார்களே, அதுபோல. ஒரு கானகத்தில், சுதந்திரமாக, யாருக்கும் கட்டுப்படாமல் ஒருத்தி ஆனந்தமாக அலைந்துகொண்டிருந்தாள். அதன்பின் ஒருவன் – கதை சொல்லும் போது அவனை மாவீரன், மகா பராக்கிரமசாலி என்று வர்ணிப்பார்கள் – ஒரு வளையத்தை அவள் மூக்கில் மாட்டி, அவளை அடக்கி இழுத்து வந்தான். சிறிது காலம் சென்றபின் அவள் அந்த வளையத்தையே நகையாக அணிந்து கொண்டாள். தெருவின் ஏற்ற இறக்கங்கள், குழிகள் இவற்றைச் சமாளித்தவாறே மெதுவாக அதைக் கடந்தபின் அவளின் ஒரு கை மேலெழும்பி, விரல்கள் அவள் மூக்கை நெருடின. ஒரே ஒரு விநாடி. அவளுக்கும் ஒரு மூக்குத்தி இருந்தது. வைரக் கற்கள் பதித்த எட்டுக்கல் பேசரி. சிங்கப்பூரில் பிறந்து வளர்ந்த பிறகு அவளுக்குத் தமிழ்நாட்டு மாப்பிள்ளையை அப்பா தேடி நிச்சயித்தபோது, கல்யாணத்திற்கு ஒரு வாரம் முன்னால் மூக்கிற்கு வைரத்தில் ஏதாவது செய்துபோட வேண்டும் என்ற வேண்டுகோள்போல் வந்த மிரட்டலுக்குப் பின் அவசரமாகச் செய்தது. "மூக்கிற்கு என்றுதானே அப்பா சொல்கிறார்கள்? பேசாமல் அவர் மூக்கிற்கே செய்துவிடுங்கள்" என்று இவள் சொன்னதும் அப்பா முறைத்தார். தமிழ் நாட்டில் அவளுக்கு முதலில் ஏற்பட்ட ஊசிக்குத்து மூக்கில்தான். கறுத்த அழகான மூக்கில் வைரம் எப்படி ஒளிர்கிறது பார் என்றார்கள்.

அதைப் பார்த்தபின் ஜீவகாருண்ய சங்கத்துக்குப் பலமுறை தொலைபேசியில் தகவல் சொல்லியாகிவிட்டது அதைக் காப்பாற்றும் படி. அதன்பின் அது கண்களில் படவில்லை. திடீரென்று ஒரு நாள் அந்திவேளையில் அதை எதிர்கொள்ள நேர்ந்தது. தெருவில் நுழைந்ததும் கூட்டம் கண்ணில் பட்டது.

வண்டியை நிறுத்தி எட்டிப் பார்த்தபோது புதர்ச் செடிகளுக்கு இடையே அது உட்கார்ந்திருந்தது. அதன் தோல் எல்லாம் சுருங்கி, கருமை ஏறி உரித்து எடுத்துவிடலாம் போல, எலும்பில் ஒட்டாமல் தொங்கியது. உடலுக்குள் என்ன வேதனையோ சில வினாடிகளுக்கு ஒரு முறை உடம்பைச் சிலிர்த்துக் கொண்டு அகோரமாகக் கனைத்தது. நெருப்பணைக்கும் படையினருக்கும், ஜீவகாருண்ய சங்கத்துக்கும் தொலைபேசியில் தகவல் அனுப்பி யாகிவிட்டது என்று சிலர் பேசிக்கொண்டார்கள். ஒரு பக்கெட்டில் தண்ணீரை அதன்முன் வைத்தும் அது குடிக்க மறுத்தது. பேரீச்சம் பழங்களை வாயருகில் கொண்டு போனபோது தீனமாக ஓர் ஒலியை எழுப்பியது. அவள் கூட்டத்தில் உள்ளவர்களில் தெரிந்த முகங்கள் உள்ளனவா என்று பார்க்க முற்பட்டபோது, சற்றுத் தூரத்தே யமுனா வருவது தெரிந்தது.

நான்கு தெருக்கள் பிரியும் தெரு முனைகளில் போக்கு வரத்து அடையாள விளக்குகள் எரியும் இடத்தில் வாகனங்கள் பச்சை விளக்குக்காகக் காத்திருக்கும்போது சொத்துசொத்தென்று கையைத் தட்டிக்கொண்டு வரும் அலிகளில் ஒருத்தி யமுனா. அவர்கள் காருக்குள் கையை விட்டுக் குழந்தைகளை ஆசீர்வதிப்பார்கள். தனியாகப் போகும் ஆண் ஓட்டுநரின் கன்னத்தை நிமிண்டிக் கண்ணடிப்பார்கள். பணம் கொடுக்காவிட்டால் சாபமிட்டு, அலிகளின் சாபம் பலிக்கும் என்று பயமுறுத்துவார்கள். கல்யாணம் ஆகும், குழந்தை பிறக்கும், குடும்பம் தழைக்கும் என்று ஆசீர்வதிப்பார்கள். இவள் ஒரு முறை சிவப்பு விளக்கு மாற வண்டியை நிறுத்தியபோது, பக்கத்தில் சொத்துசொத்தென்று கையடி கேட்டது. திரும்பா மலேயே மராட்டியில், பணம் தரமுடியாமைக்கு மன்னிக்கும் படிக் கேட்டுக் கொண்டாள் பம்பாய் வழக்கப்படி.

"யக்கா, என்னயக்கா இப்படிச் சொல்லுறியே?" என்ற குரல் கேட்டதும் திரும்பிப் பார்த்தாள்.

"தமிழா நீ?"

"ஆமாயக்கா . . . யமுனான்னு பேரு. காசு குடேன் ராசாத்தி."

"எந்த ஊரு நீ?"

"ஏதோ ஒரு ஊருக்கா. இங்க வந்து லோல் படறேன். எட்டணா தாயேன்."

"வேலை பண்ணக் கூடாதா?"

"வேலை பண்ணறோம் யக்கா. பாய் பின்னுறோம். மூங்கில் நாற்காலி, கூடை முடையறோம். போறலியே."

ஐந்து ரூபாய் தந்ததும் நெற்றியை வழித்து விரல்களைச் சொடக்கினாள்.

ஒரு நாள் மாலை இவளை நிறுத்தி வண்டியை ஓரம் கட்ட வைத்தாள். சோளக் கொண்டைகளை நெருப்பில் வாட்டிக் கொண்டிருந்த பையனின் கன்னத்தில் இடித்து, “இந்தாய்யா ஆறுமுகம், எனக்கும் எங்கக்காவுக்கும் நல்லதா ரெண்டு எடுத்து வாட்டித்தா” என்றாள்.

“யமுனா, என்ன இது? நான் காசு தரேன்” என்றதும், அந்தப் பையன் தடுத்து, “வேணாங்க. இது எங்க ஊருதான். அதும் வீட்டுல எல்லாரும் எங்களுக்குப் பழக்கம்தான். தறி போடுற குடும்பம்” என்றான். சோளத்தை நெருப்பில் வாட்ட ஆரம்பித்தான்.

“ஆமாக்கா. சின்னப் புள்ளயில நாங்கூட நெஞ்சிருக்கேன். எங்க அப்பாருகூட. ஒரு வாட்டி ஸ்பெஸல் ஆர்டர் வந்து ஒரு புடவையும், பாவாடைத் துணியும் நெஞ்சோம். நாந்தான் பாவாடை நெஞ்சேன். இப்பக்கூட நெனப்பிருக்கு. கிளிப் பச்சையில கருநீலக் கலர்ல கரை வெச்சது. சாதாரணமா கிளிப்பச்சைக்குக் குங்குமச் செவப்புக் கரைதான். ஆனா எங்கப்பாரு நெய்யறதே தனிதான். மாங்கா புட்டா சரிகையில கோக்கலாமின்னிட்டு நான் சொன்னப்போ நச்சத்திரம் கோருன்னாரு. கருநீலத்துக்கு அதான் எடுப்பா இருக்கு மின்னாரு . . .”

ஆறுமுகம் சோளக் கொண்டைகளை வாட்டி எலுமிச்சம் பழத்தைப் பிழிந்து தடவி, உப்பு மிளகாய்த்தூள் தூவித் தந்தான். சாப்பிட்டு முடித்ததும், “கிளம்புக்கா. நேரமாயிடும்” என்று வண்டியில் உட்கார வைத்து வழியனுப்பினாள். இவள் வண்டியைக் கிளப்பியதும், சொத்து சொத்தென்று கை தட்டியபடி போய்விட்டாள்.

அதன்பின் எப்போதாவது கணநேரச் சந்திப்புகள். குசல விசாரிப்புகள். வாகனத்தில் விரையும்போது “யக்கா, தமிழ்க்கார யக்கா” என்று தெருவின் ஒரு பக்கத்திலிருந்து குரல் எழும். திரும்பிப்பார்த்தால் யமுனா உற்சாகமாகக் கையை அசைத்துக் கொண்டிருப்பாள்.

கால்களை அகட்டிஅகட்டி வைத்து நடந்தபடி வந்து கொண்டிருந்தாள் யமுனா. கூட்டத்தைப் பார்த்ததும் நின்று ஓட்டகத்தைப் பார்த்தாள். “யம்மா” என்றாள். இவள் வண்டியைப் பார்த்ததும், இவளைத் தேடி, இவளைப் பார்த்ததும், “இந்தக் கோராமையைப் பாருக்கா” என்றாள்.

அடுத்த விநாடி மழைத் துளிகள் சொட்ட ஆரம்பித்தன. மழைத் துளிகள் உடலில் பட்டதும் ஒட்டகம் உடலைச் சிலிர்த்துக்கொண்டது. ஒரு பெருந்துளி அதன் மூக்கில் விழுந்து வாய்ப்புறம் வழிந்தது. கேவுவதுபோல் ஓர் ஒலியை எழுப்பிவிட்டுப் பொத்தென்று ஒருபுறம் சாய்ந்தது ஒட்டகம். கால்களால் மலமும் குப்பையும் கிடந்த தரையை உதைத்தது ஒரு முறை. கண்களை முழுவதும் திறந்து, அண்ணாந்து வானைப் பார்த்துப் பின்பு மெல்ல மூடிக்கொண்டது. உடம்பு ஒரு பெரும் சிலிர்ப்புக்குப் பின் அடங்கியது.

"போய்விட்டது", "பாவம்" என்று கூறியபடி கூட்டத்தினர் நகர ஆரம்பித்தனர்.

"எங்கயிருந்தோ இங்க கூட்டிட்டு வந்திட்டுக் கொன்னு போட்டிட்டீங்களேடா கம்மனாட்டிப் பயலுவளா..." என்று அலிகளுக்குரிய கரகரத்த குரலில், சொற்களை நீட்டிநீட்டி உச்சரித்து ஒப்பாரி வைப்பதுபோல் ஓலமிட்டாள் யமுனா. பெருந்துளிகளாகப் பொழிய ஆரம்பித்திருந்த மழை, நடை பாதையில் பிளாஸ்டிக் விரிப்புகளாலான கூரையுடன் கூடிய புரைகளுக்குள்ளே இரவு உணவுக்கான மசாலா கல்லில் அரைபடும் ஓசை, பூண்டு, வெங்காயம், மல்லி, மிளகாய் எல்லாம் மசிந்த மணம், வாகனங்கள் விரையும் ஓசை, சற்று தூரத்தே உயரப் பொங்கிப் பாறைகளில் வேகத்துடன் மோதிய கடல் அலைகளின் ஆரவாரம் எல்லாவற்றையும் மீறித் துளைத்த படிக் கிளம்பிய அந்த ஓலம், வானத்தில் திரண்டிருந்த கருமேகங்களிடம் 'இந்தச் சேதியைச் செல்லுமிடமெல்லாம் பறைசாற்றுங்கள்' என்று முறையிடுவதுபோல், மெல்லமெல்ல மேலெழும்பிக் காற்றில் கலந்துபோனது.

'சதங்கை', ஜூலை – செப்டம்பர் 1995

திக்கு

அந்தப் புறநகர்ப் பகுதியின் தெருமுனையில்தான் முதலில் வில்லேந்தி, குறிபார்த்தபடி, ராமனின் ஒரு பிரம்மாண்ட அட்டை உருவம் எழுப்பப்பட்டது. 'ராமன் மேல் ஆணை! கோயிலை அங்கேயே கட்டுவோம்' என்ற வாசகங்களுடன். அந்தப் புறநகர்ப் பகுதியில் கடவுள் களின் நடமாட்டம் அதிகம். இரவில் சுத்தமாக இருக்கும் நடைபாதையைப் பார்த்துவிட்டுப் படுத்து, விடிந்த பிறகு சன்னல் வெளியே பார்த்தால், குளியலறையில் இருக்கும் பளிங்கு அல்லது மணிஓடுகள் போல் ஓடுகள் வேய்ந்த ஒரு சிறு சாயிபாபா கோயில் எழுப்பப்பட் டிருக்கும். ஓர் ஆரஞ்சு வண்ணக் கொடி பறந்து கொண் டிருக்கும் அதன் உச்சியில். இரண்டு நாட்களில் ஒரு மணியும், ஓர் உண்டியலும் அதில் வந்துவிடும். பிறகு ஒரு பூசாரி வருவார். சில சமயம் கோயிலின் கடவுள் செய்யும் அற்புதங்கள் பற்றிய கதைகளும் பரவத் தொடங்கும். கோயில் எழுப்பப்பட்ட உடனேயே அலுவலகத்திற்கு விரைந்து கொண்டிருப்பவர்கள் அரை விநாடி செருப்பைக் கழற்றிவிட்டு நின்று, கன்னத்தில் போட்டுக்கொள்ளத் தொடங்கி விடுவார்கள். பேருந்தில் விரைபவர்கள் ஆரஞ்சு வண்ணக் கொடியைக் கண்டதும் கோயில் அருகில் இருக்கும் என்று கன்னத்தில் போட்டுக் கொள்வார்கள். சில கோயில்களின் பக்கத்திலேயே, நிரம்பி வழிந்து, தெருவெல்லாம் குப்பை சிதறியபடி அழுகல் நாற்றமும் சில சமயம் ஏதாவது பிராணி ஒன்று செத்த வாடையும் வீசியபடி குப்பைத் தொட்டி இருக்கும். கன்னத்தில் போட்டுக்கொண்ட உடனேயே மூக்கைப் பிடித்துக்கொண்டுவிடலாம். கோயிலை ஒப்புக்கொண்ட அதே ஏற்புடன் குப்பைத் தொட்டியை யும் ஒப்புக் கொண்டனர். இத்தகைய மனோபாவத்துக்கு

கீதை, புராணங்களிலிருந்தெல்லாம் மேற்கோள்கள் காட்டினர் சிலர். கன்னத்தையும் மூக்கையும் அருகருகே படைத்த கடவுளின் அற்புதச் செயலை வியந்தனர் சிலர்.

தெரு முனையில், நிமிர்ந்து பார்க்கும்படி எழும்பிய ராமனின் உருவம் பற்றி யாருக்கும் ஆட்சேபணை இருக்க வில்லை. ராமனுடன் அவளுக்கு அதிகம் பரிச்சயம் இல்லை. சிறு வயதில் கெட்ட சொப்பனம் வந்து விழித்தால் 'ராம ராம' என்று சொல்லிவிட்டுத் தூங்கச் சொல்வாள் அம்மா. வீட்டில் ரவிவர்மா வரைந்த ராம பட்டாபிஷேகப் படம் பூசை அறையில் இருந்தது. வளரவளர, ராமனைச் சில விஷயங் களில் பிடிக்காமல்போயிற்று. மூலமான விஷ்ணு உருவத்தில் ஆதிசேஷன்மேல் படுத்துக்கொண்டு லக்ஷ்மியைப் பாதத்தருகே வைத்திருப்பது கடுப்பை உண்டாக்கியது. சிவனைப் பிடித்தது. கஞ்சா பிடித்தபடி, அங்கும் இங்கும் அலைந்து, தாண்டவம் ஆடும் சிவனின் அலட்சியமும், எதிர்ப்புக் குணமும் பிடித்தது. 'சம்பூர்ண ராமாயணம்' படம் பார்த்த பின் என். டி. ராமராவாகி விட்டார் ராமன் அவளைப் பொறுத்தவரை. அதுவும் 'கா கமககரீ ரிகரிரிஸா ரிகரிரிஸாரிஸா நிதபதஸா' என்று காம் போதி ராகத்தை விளக்கியபடி ராவணனாக டி. கே. பகவதி பாடிக் கேட்டபின், ராவணன் பக்கம் மனம் சாய ஆரம்பித்தது. திலங் ராகத்தில் 'இன்று போய் நாளை வாராய் என எனை ஒரு மனிதனும் புகலுவதோ?' என்று சோகம் பொங்க சி.எஸ். ஐயராமன் குரலில் டி. கே. பகவதி படத்தில் பாடும்போது அழுதிருக்கிறாள்.

அவள் மனத்தில் இது பற்றி எல்லாம் இருந்த எண்ணங் களின் பிரதிபலிப்பாகத்தான் அப்போது அவள் கல்லூரிப் பத்திரிகைக்கு அந்தக் கதையை எழுதினாள். 'லக்ஷ்மிக்கும் ஓர் ஆதிசேஷன்' என்று தலைப்பு. கதை இப்படிப் போயிற்று.

> பாற்கடல் விரிந்து கிடந்தது. நீலம் சிறிது ஊடுருவி யிருந்தது. சிவன் விழுங்கும் முன் ஒரு சிறு துளிகள் கடலில் விழுந்தனவோ என்னவோ தெரியவில்லை. வெள்ளையும் கடும் நீலமும் கலந்தபின் வரும் மென் நீலம். லக்ஷ்மிக்கு அந்த மென்நீலம் மிகவும் பிடிக்கும். அதை விஷ்ணுவிடம் பலமுறை கூறியிருக்கிறாள். 'நானும் நீலவண்ணனாக இருந்தவன்தானே?' என்று சிரிப்பான் விஷ்ணு. அது என்னவோ மற்றவர்கள் கூறுவதால் தானும் நீலவண்ணன் என்று சொல்லிக்கொள்கிறான். பார்க்கப் போனால் நல்ல கறுப்பு கண்ணன். அதைக் கவிதை நோக்கில் நீலம் என்று சொற்களோடு விளையாடு பவர்கள் சொன்னால் நம்ப வேண்டுமா என்ன?

எவ்வளவு அழகு அந்தக் கறுப்பு! பளபளவென்று கருந் தந்தத்தில் எண்ணெயைப் பூசினாற்போல்! கரும் வண்ணன். இந்த நீலம் வேறு. இது கனவின் நீலம். பிடிபடாத நீலம். புதிரான நீலம்.

திரும்பிப்பார்த்தபோது வலது புறம் திரும்பி விஷ்ணு படுத்தாகி விட்டது. ஒரு சோர்வு கப்பியது அவளை. சில நினைவுகளை அவளால் துறக்க முடியவில்லை. அவள் மனத்தின் ஒரு மூலையில் வீணையில் காம்போதி ஒலித்தது. உருகி வரும் காம்போதி, அசோகவனத்தில் அரக்கிகளிடையே தளர்ந்து கிடந்தபோது சிறிது உயிரூட்டிய காம்போதி. அத்தனை ஆண்டுகள் வனத்தில் இருந்துவிட்டுப் பாதங்கள் வெடித்து, கைகள் சொர சொரத்துப் போய், சருமம் வறண்டுபோன பின்னும் அவளுக்காக ஒருவன் வாசித்த காம்போதி.

அரக்கனாம். யமுனை நதிக்கரையில் ஒரு கர்ப்பிணிப் பெண்ணைத் தனியாக நிறுத்திவிட்டவர்கள் மனிதர்களா என்ன? கண்களில் நீர் பெருகியது.

'லக்ஷ்மி . . .'

திரும்பிப் பார்த்தாள். ஆதிசேஷன்தான் கூப்பிட்டான்.

'ம்' என்றாள்.

'என்ன ஆயிற்று உனக்கு?'

'இல்லை, இவன் எப்படி இப்படித் தூங்குகிறான்? ஆதி, ஞாபகம் இருக்கிறதா, நான் தனியாக நின்றேன் ஆதி! என் முன்னே நதி மௌனமாக ஓடிக்கொண் டிருந்தது. அதைக் கடக்கப் படகோடு குகன் இல்லை. ஒரு சிறு பாலம் போட அனுமன் இல்லை. ஓர் அணில் கூட இல்லை. ஆதி, எனக்கு ஏன் இந்தத் தனிமை? நானும் மீனாக நீந்தியிருக்கிறேன். ஆமையாகக் கனத்த ஓட்டோடு நடந்திருக்கிறேன். காட்டுப்பன்றியாக அலைந்திருக்கிறேன். என் அவதாரங்களைப் பற்றி யாருக்குத் தெரியும்? அவை இவனுடையதோடு ஒட்ட வைத்தவை. வால் மாதிரி. வண்ணம் சேர்க்க. பரவசப் படுத்த. கிளுகிளுப்பூட்ட.'

'நீ பேசுவது ஒரு பெண் தெய்வம் சொல்வது மாதிரி இல்லையே?'

'பெண்ணாவது தெய்வமாவது ஆதி! என் எண்ணப்படி எது நடக்கிறது? பாத்திமாவுடன் பேசியபடி பாலை வனத்தைச் சுற்றி வர ஆசை. மேரி கையிலிருந்து

குழந்தையை வாங்கி என் இடுப்பில் வைத்துக்கொண்டு பெதலஹெம் மற்றும் சுற்றுப்புறப் பிரதேசங்களைப் பார்த்து வர ஆசை. இப்படி இவன் காலடியில் உட்கார்ந்திருப்பதில் என்ன சுகம்? அக்கடா என்று படுக்க ஒரு பாம்புப் படுக்கை உண்டா எனக்கு?'

ஆதியின் மனம் இதைக் கேட்டு உருகியது. இன்னொரு பாம்புப் படுக்கையை உண்டாக்கினான். விஷ்ணு கண்விழித்தபோது பக்கத்தில் இன்னொரு பாம்புப் படுக்கையில் லக்ஷ்மி உடலை ஒடுக்காமல், தாராளமாகப் படுத்தபடி தூங்கிக்கொண்டிருந்தாள்.

கல்லூரிப் பத்திரிகையின் பொறுப்பாசிரியர் கதையை ஏற்கவில்லை. கதை மற்றக் காகிதங்களோடு புதைபட்டுப் போயிற்று. லக்ஷ்மி பாம்புப் படுக்கையில் படுப்பதுபோல் எழுதியது போக, இவளே ஏதோ பாம்புப் படுக்கையில் மிதந்தபடி உலகத்தைப் பார்ப்பது போல் ஓர் எண்ணம் இவளுக்கு ஏற்பட்டுவிட்டிருந்தது. அதனால் நடைபாதைக் கடவுள்களை அவள் அதிகம் பொருட்படுத்துவதில்லை. ஆனால் கடவுள்கள் இவள் நடைமுறை வாழ்க்கையில் குறுக்கிட ஆரம்பித்தபோது தான் பாம்புப் படுக்கையிலிருந்து இறங்காமல் முடியாது என்று தெரிந்தது. உடற்பயிற்சிக்காகத் தினம் காலை நாற்பது நிமிடங்கள் விறுவிறுவென்று நடக்க வேண்டும் என்று தீர்மானித்தவுடன், அதற்காகத் தேவைப்படுவதெல்லாம் விளையாட்டு வீராங்கனைகள் அணியும் புது மோஸ்தர் காலணிகள் என்று அவள் நினைத்துவிட்டாள். தெருவில் இறங்கியபோது தான் விரையும் வாகனங்களிலிருந்து ஒண்டிக்கொள்ள வேண்டுமானால் தெருவின் இருபக்கமும் இடம் இருந்தது, ஆனால் விறுவிறுவென்று நடக்க நடைபாதை என்ற ஒன்று இல்லை என்பது புரிந்தது. அதி விரைவாக வரும் ஓரடுக்கு, ஈரடுக்குப் பேருந்துகள், பாரம் ஏற்றி வரும் லாரிகள், பணக்கார அப்பாக்களின் குழந்தைகள் விமானமென்று நினைத்து ஓட்டும் மாருதிகள், ஹோண்டாக்கள் இவற்றின் நடுவே தெருவில் நடக்க முடியாது என்று தீர்மானித்து, சற்றுத் தள்ளி உள்ள கடற்கரையில் நடப்பதை வழக்கமாக்கிக் கொண்டிருந்தாள் அவள். கடற்கரையின் ஒரு மூலையில் குடிசைப் பகுதி இருந்தது. கடற்கரை அவர்களின் கட்டணமில்லாக் கழிப்பிடம். கடற்கரையை எட்டியதும் சற்றுத் தொலைவில் இடது பக்கமும், வலது பக்கமும் பலர் மலம் கழிக்க அமர்ந்திருப்பது தெரியும். இரண்டு குழுக்களுக்கும் இடையே உள்ள ஒரு மைல் இடைவெளியில்தான் காலைநேர வேக நடை.

உச்சாணியில் நிறுத்தப்பட்ட ராமனின் உருவம் ஈரடுக்குப் பேருந்தின் மேல்பகுதியில் அமர்ந்து போகும்போது கண்ணை வந்து குத்தியது என்பது தவிர வேறு வகையில் அவளைப் பாதிக்கவில்லை. நாடெங்கும் பரவிவரும் ராமவெறிக் கடலின் ஓர் அலை இது என்று அதை ஒதுக்கிவிட்டாள். காலை வேளை விறுவிறு நடை தொடர்ந்தது. காலையில் பக்கத்தில் உள்ள மசூதியிலிருந்து காலைத் தொழுகையின் ஓசை கேட்டதும் எழுந்துவிடுவாள். கட்டிடத்தை விட்டு வெளியே வந்து நூறடி நடந்து சீக்கிய குருத்வாரத்தைத் தாண்டும்போது பீடத்தில் வைத்த குருக்ரந்த்ஸாகிபின் முன் வெண்தாடியுடன் கண்மூடி ஒரு பெரியவர் அமர்ந்திருப்பது கண்ணில் படும். இன்னும் பத்தடி நடந்து வலதுபுறம் திரும்பினால் கடற்கரையை நோக்கிச் செல்லும் சாலை.

டிசம்பர் ஆறாம் தேதி பாபர் மசூதி இடிப்புக்குப்பின் இவள் நடையின் இயல்பே மாறிவிட்டது. சமய நல்லிணக்க ஊர்வலத்தில் இனச் சண்டைகளில் பாதிக்கப்பட்ட பகுதி களில் இருபது கிலோ மீட்டர் நடை, புறநகர்ப் பகுதி அமைதி காக்க பத்து கிலோ மீட்டர் நடை என்று பலவகை நடைகள். புறநகர்ப் பகுதி அமைதி ஊர்வல நடையின் முடிவில் ஒரு பள்ளியின் பெரிய மைதானத்தில் விருந்து ஏற்பாடு செய்யப் பட்டிருந்தது. ஓர் உயர் போலீஸ் அதிகாரியும் வந்திருந்தார். சமய நல்லிணக்கத்துக்காக இந்துக்கள், முஸ்லிம்கள் எல்லோரும் கலந்து உறவாடி, உணவு உண்ண வேண்டும் என்றார். வேறு எதுவும் தேவையில்லை என்றார். இவ்வளவுதானா சமய நல்லிணக்கம் என்று எல்லோரும் வியந்து பூரித்தனர். விருந்து நன்றாக இருந்தது. நன்றாகச் சாப்பிட்டனர். பேசவும், தீர்மானங்கள் நிறைவேற்றவும் ஒரு மைக் கொண்டுவரப்பட்டது. பலர் பேசினர். அந்தப் புறநகர்ப் பகுதியில் மரங்கள் நட அவர் கம்பெனி உதவும் என்றார் ஒருவர். குடிசைப் பகுதிகளில் கட்டணக் கழிப்பிடங்கள் கட்டி கடற்கரையைச் சுத்தப்படுத்த வேண்டும் என்றார் ஒருவர். பூசை மலர்களும், தேங்காய்களும், பிரசாதங்களும் பிளாஸ்டிக் பைகளில் கட்டப்பட்டுக் கடலில் எறியப்படுவது கடலை மாசுபடுத்தும் என்று பேச ஒருவர் முற்பட்டபோது அதுபற்றிக் குறிப்பிட வேண்டாம் என்று கூறினர். நட்புடன் பழகிய போலீஸ் அதிகாரியிடம் இவள், திடீர்க் கோயில்கள், ஆரஞ்சுக் கொடிகள் இவை பெருகும் வேகம் பற்றியும், சூளுரைகளோடு எழுப்பப் பட்டுள்ள ராமனின் உருவப் படங்கள் பற்றியும் சற்று ஆவேசத்துடனும் கவலை யுடனும் பேசியிருந்தாள். மைக் இவளருகில் வந்ததும், பக்கத்தி லிருந்த நண்பர் ஒருவர் ‘சுற்றுச்சூழல்பற்றி மட்டும் பேசினால் போதும்’ என்று கிசுகிசுத்தார் செவியருகே. மனத்தில் ஒருமுகப்

படுத்திய எண்ணங்கள் சிதறிப்போக, 'குப்பைத் தொட்டிகள் சுத்தமாக இருக்க வேண்டும்' என்றாள் சற்றுப் பலகீனமான குரலில். உடனே ஒருவர், 'பெண்கள் இந்த வேலைக்கு முன்வர வேண்டும்' என்றார். குப்பையில் ஆண் குப்பை, பெண் குப்பை என்றில்லாததால் எல்லோரும் சுத்தப் படுத்தும் பொறுப்பை ஏற்க வேண்டும் என்று இவள் சொன்னாள் சற்றுச் சூடாக. 'ஓ பெண்ணியவாதி, நமக்கிடையே ஒரு பெண்ணியவாதி' என்று முழக்கமிட்டு, 'மன்னிக்க வேண்டும் மேடம்' என்று நாடக பாணி வணக்கத்துடன் அவர் கூறியதும் எல்லோரும் சிரித்தனர். அந்தப் பகுதியின் மிக முக்கியத் தேவை ஓர் ஆம்புலன்ஸ்தான் என்று தீர்மானம் நிறைவேற்றப்பட்டு அதற்கான பணம் பரபரவென்று வசூலிக்கப்பட்டது. அடுத்த வாரமே காலரா தடுப்பு ஊசி போடும் உடனடி ஏற்பாடுகளைச் செய்ய வேண்டும் என்ற ஆக்கப்பூர்வமான தீர்மானத்துடன் சமய நல்லிணக்கக் கூட்டம் முடிவடைந்திருந்தது.

சில நாட்களுக்குப்பின் காலை நடையை அவள் மீண்டும் துவங்கினாள். பலர் காலை வேளையில் மெல்லவும் வேகமாக வும், நடந்தபடியோ ஓடியபடியோ இருப்பர். எதிர்ப்படுபவர் களைத் தலையசைத்தோ முறுவலித்தோ, நமஸ்தே, குட் மார்னிங் என்று கூறியோ, வடக்கே பல காலம் இருந்தவராக இருந்தால் 'ஜெய்ராம்ஜிகி' என்று கூறியோ முகமன் கூறுவது வழக்கம். முகமன் கூறும் விதம் மாறிவிட்டதுபோல் அவளுக்குப்பட்டது. வினயமான 'ஜெய்ராம்ஜிகி'குப் பதிலாக 'ஜெய் ஸ்ரீராம்' என்று முழக்கமிடுவதுபோல் சிலர் கூறினர். கடற்கரையை எட்டியதும் ஒரு குழு அமர்ந்து, 'ஹரிபோல் ஹரிபோல் ஹரிஹரிபோல் முகுந்த மாதவ கோவிந்தபோல்' என்று பஜனை செய்துகொண்டிருந்தது. இரண்டொரு நாட்களுக்குப் பின் இன்னொரு குழு சற்றுத் தள்ளி அமர்ந்து கிறிஸ்தவப் பாடல்களைப் பாடியபடி இருந்தது. ஒரு வாரத்துக்குப் பின் ஐந்தாறு முஸ்லிம் இளைஞர்கள் ஏதோ பாடியபடி நடந்து கொண்டிருந்தனர். எல்லோரையும் விட்டு விலகி நடந்தால் மலம் கழிப்பவர்கள் அருகே செல்ல வேண்டி வந்தது.

சற்றுத் தொலைவில் தென்னை மரங்கள் அடர்ந்த, சிறு தெருக்கள் உடைய குடியிருப்புப்பகுதி இருப்பது அவள் நினைவுக்கு வந்தது. அங்கு வாகனத் தொல்லையும் இருக்காது. இரண்டு நாட்கள் அங்கு போய் நிம்மதியாக நடந்தபின் மூன்றாம் நாள் இன்னும் சரியாக விடியாத அரையிருட்டில் ஒரு நாய் உறுமியபடி வந்ததும் இவள் தடுமாறி விழுந்தாள். 'ஏ, காலூ, காலூ' என்று கூவியபடி ஒருவர் வந்தார். எழ முயன்றுகொண்டிருந்த இவளைப் பார்த்து, 'இந்தத் தெருவின்

நாய் இது. நீங்கள் இந்தப் பக்கம் புதிதாக நடக்க வருகிறீர்களோ?' என்று கேட்டார்.

'ஆமாம். பாபர் மசூதி இடிக்கப்பட்ட சில நாட்களுக்குப் பிறகுதான் வர ஆரம்பித்திருக்கிறேன்' என்று மெல்லிய குரலில் கூறியபடி எழுந்து நின்றாள்.

'அதுதானே பார்த்தேன். இங்கே வழக்கமாக நடப்பவர்களை இந்த நாய் ஒன்றும் செய்யாது' என்றுவிட்டு 'காலூ, நோ' என்று நாயை எச்சரித்துவிட்டு மேலே நடக்க ஆரம்பித்தார்.

அரையிருட்டில் பிடிபடாத அவர் முகம் அவர் பேசிவிட்டு நகர்ந்ததும் சட்டென்று ஞாபகத்துக்கு வந்தது. சுற்றுச்சூழலை வலியுறுத்திப் பேசி, காலரா தடுப்பு ஊசி போடும் உடனடி நடவடிக்கை எடுக்கும் தீர்மானத்தை முன்மொழிந்தவர் அவர்.

செல்ல உறுமலா, முரட்டு உறுமலா என்று கணிக்க முடியாதபடி மெல்ல உறுமியவாறு, சற்றுத் தள்ளி நின்று கொண்டு, நாய் அவளைப் பார்த்தது.

'சதங்கை', ஏப்ரல் – ஜூன் 1996

மினுங்கு

மத்ரீதின் ரெடீரோ பூங்காவில் பெருச்சாளி உயரமுள்ள அணில்கள் ஓடின. சாம்பல் நிறத்தில், ராமர் தொட்டுத் தடவியதால் மூன்று கோடுகளை முதுகில் பூசிக்கொண்டுள்ளது என்று கருதப்படும் சிறு சுண்டெலி அணில்கள் இல்லை. கடும் பழுப்பு நிறத்தில் முதுகில் கோடில்லா, தடித்த புசுபுசுவென்ற வாலுள்ள அணில்கள். சிறிதும் பயப்படாமல், எதிரே வால் தூக்கி நின்று வெறிக்கும் அணில்கள். அணில்கள் வழி விட்டபின் சற்றுத் தூரம் நடந்து போனால் மூலை யில் ரோஜாத் தோட்டம் என்று வழிகாட்டினார்கள்.

அது ரோஜாப் பூக்கும் காலம் இல்லை. அதற்கு இன்னும் ஒரு மாதம் இருந்தது. ரோஜாவுக்காகக் காத்திருந்த தோட்டத்தின் பக்கம் நடக்க முற்பட்ட போது ஒரு சொட்டு மழைநீர் கன்னத்தில் பட்டுத் தெறித்தது. உடம்பு சிலிர்த்தது. எதிரே ஒரு கொட்டையை ஆராய்ந்தவாறிருந்த அணிலும் திடுக்கிட்டுத் துள்ளியது. அணிலைப் பார்த்துச் சிரித்தபோது சிறுசிறு ஊசிகளாய் மழை இறங்கியது. வருடும் மழை. ஒவ்வொரு அடிக்கும் ஒரு மழைச்சரம் தலையிலும், காதிலும், கண்ணிலும், கையிலும் தொட்டுப் போயிற்று. கீழே கிடந்த கொட்டை களை நோட்டமிட்டுத் துள்ளியபடி அணிலும் இவள் வழியில்.

எந்த இடத்துக்குப் போனாலும் அந்த இடத்துக்கு உகந்த காலம் என்று நினைக்கப்படும் காலத்திற்கு முன்பு போய்விடுகிறாள். அல்லது காலம் கடந்து. சில சமயம், பூக்க நினைக்கும் மரம், செடிகளையும், சிலசமயம், பூத்து ஓய்ந்தவற்றையும், சில சமயம், பேய் மழை அல்லது காற்றில் வீழ்ந்தவற்றையும் காண

நேரிடுகிறது. "சரியான காலத்தில் வந்திருந்தால் பனியில் விளையாடி இருக்கலாம். பனிபொம்மை செய்திருக்கலாம்" என்றோ, "இந்தப் பூவைப் பார்த்திருக்கலாம்; இந்த மரத்தின் இலைகள் வண்ணம் தோய்ந்து இருப்பதைப் பார்க்கலாம்" என்றோ அபிப்பிராயங்கள் வந்த வண்ணம் இருக்கும். இப்படிச் சொல்லிக்கொண்டிருக்கும்போதே சில சமயம் தூறல் போட ஆரம்பிக்கும். "அட, இது என்ன அகால மழை!" என்று வியந்து போவார்கள். அகால மழை இவளுக்குப் புதிதல்ல. தான்சேன் தீபக் ராகம் பாடியதும் நெருப்பு உண்டான கதை, தீக்ஷிதர் 'வர்ஷய' என்றதும் மழை கொட்டிய கதை, ரிஷ்ய சிருங்கர் கதை, குறள் பெண் பெய் என்றதும் பெய்யும் மழைக்கதை இவற்றைக் கேட்டவாறு வளர்ந்தவள். ஒரு பெண்ணின் வாழ்வில் திருப்பம் ஏற்படும்போது இயற்கைக்கு வெறிபிடித்து மழை கொட்டும் சினிமா பிம்பங்களின் சுமை வேறு. வெள்ளப் பெருக்கும் பஞ்சமும் தொடர்ந்து இருக்கும் நாட்டுக்காரியான அவளுக்கு அகாலமான, அசாதாரணமான எதையும் ஏற்றுக்கொள்ள முடிந்தது. அவளுக்குத் தேவைப்பட்ட தெல்லாம் சிறு அற்புதங்களே. குழாயைத் திறந்தவுடன் தண்ணீர் கொட்டும் அற்புதம். மின்சாரப் பித்தானைத் தட்டியதும் விளக்கு எரியும் அற்புதம். பேருந்து நிலையத்திற்குச் சென்றதும் பேருந்து வரும் அற்புதம். மின்சார வண்டி நேரத்தில் வரும் அற்புதம். உட்கார இடம் கிடைக்கும் அற்புதம். ஒரு ரூபாய் நாணயத்தைப் போட்டதும் தொலைபேசி இயங்கும் அற்புதம். அரிசியில் கல் இல்லா அற்புதம். பாலில் தண்ணீர் கலக்காத அற்புதம்.

இன்னும் பூக்காத ரோஜாத் தோட்டமும், எதிர்பாராத மழையும் அவள் ஏற்றுக்கொள்ளக் கூடியதாகவே பட்டது. தொடர்ந்து மழைச் சரங்கள். பக்கத்தில் அணில் துள்ளல். துள்ளித்துள்ளி எட்டப் போய் நின்றுகொண்டு, இவளுக்கு வழி காட்டுவதற்குக் காத்திருப்பதுபோல் நிற்கும். இடையில் அவசர கதியில் மரம் ஏறல், இறங்கல். இவள் அருகில் போனதும் வாலை உயர்த்தி ஒரு துள்ளல்.

விசாலமான பூங்கா. குழந்தைகளுடன் பெற்றோர்; சைக்கிள் ஓட்டியபடி விரையும் சிறுமிகள், சிறுவர்கள்; ஞாயிற்றுக்கிழமைக் கான சிறு விளையாட்டுகளிலும், நாடகங்களிலும் பங்கேற்பவ ரின் ஆரவாரங்கள்; எதிர்பாரா மழையை ஏற்கும் கூச்சல்கள், இவை தூரத்தில் கேட்டன. ஏற்ற இறக்கங்களுடன். ரோஜாத் தோட்டத்திற்குச் செல்லும் பாதையில் இவள் மற்றும் ஓர் உற்சாக வெறி கூடிய குண்டு அணில். சற்றுத் தூரத்தில், ரோஜாத் தோட்டத்துக்கான, கொடிகள் படர்ந்த நுழைவு வளைவு.

மழைச் சரங்களை ஏற்றபடி வளைவின் அருகே வந்து, பின்பு வளைவின்கீழ் நின்றபடி தோட்டத்தை நோட்ட மிட்டாள். நெடுந்தூரம் வரை இன்னும் பூக்காத ரோஜாச் செடிகள், புதர்கள். ஒருபுறம் பதியன்கள். வளைவுகளின் மேல் ஏற்றப்பட்ட கொடிகள். ரோஜா வாசனையை எதிர்பார்த்து அலையும் மாருதம் பட்டதும் உஸ்ஸென்ற சிறு ஒலியுடன் அசையும் இலைகள்.

வளைவின் ஒதுக்கத்திலிருந்து விலகி உள்ளே நடக்க ஆரம்பித்ததும் மீண்டும் மழையின் தொடல். அணில் துள்ளிப் போய்விட்டது எங்கோ. ரோஜா இலைகளைத் தொட்டபடி நடையைத் தொடர்ந்தாள். ரோஜாத் தோட்டத்தின் சிறு பாதைகளில் நுழைந்துபோனதும் அமர்வதற்கான சிமெண்டு பெஞ்சு கண்ணில்பட்டது. அந்தப் பெஞ்சில் அமர்ந்தாள். சுற்றிலும் சுவர்போல உயர்ந்தெழும்பிய ரோஜாப் புதர்கள். மழை கொட்டியபடி. முகமெல்லாம் துடைக்காத மழைநீர். தண்ணென்ற ஈரம் உடம்பில்.

வாலை உயர்த்தித் துள்ளியபடி திடீரென்று அணில் வந்தது. ஒரு துள்ளுத் துள்ளி பெஞ்சின் முனையில் அமர்ந்தது. அதே அணிலா வேறு ஒன்றா? அதே நிறம். தடித்த வால். இவளிடம் ஏன் வந்தது? தெரிந்துகொள்ள வேண்டிய அவசியம் என்ன? பருத்த வாலைத் தூக்கியபடி ஓர் அணில் அவள் அருகில். அவ்வளவுதான். அதற்கு மேல் எந்த ஆழத்துக்கும் போக வேண்டாம். வேரைக் கிளப்ப வேண்டாம். எல்லாம் கண்ணெதிரே நிதர்சனம். பீன்ஸ் கொடியைப் பற்றிக்கொண்டு ஏறிப்போன ஜாக் மாதிரி எல்லாவற்றையும் கொடியாக்கி ஏறினால் முடிவில் ஓர் அரக்கன் இருக்கலாம். இது. இப்போது. இந்த அணில். இவள். இவ்வளவுதான் நிஜம். மழை நிஜம். தண்மை நிஜம்.

தற்செயலாகப் பார்வை சற்றுத் தூரத்தே இன்னொரு பெஞ்சில் அமர்ந்திருந்த இருவர் மேல் பட்டது. பக்கவாட்டில் அமர்ந்து ஒருவரை ஒருவர் பார்த்தபடி ஓர் இளம் பெண்ணும், ஆணும். இருவர் கைகளும் இணைந்திருந்தன. அமர்ந்திருந்தார் கள் அசையாமல். பார்வையைப் பிணைத்தபடி. மழை அவர்களை நனைத்தது. தலைகளில் பட்டு முகங்களில் வழிந்தது. இருவரின் கூந்தலும் மழையில் நனைந்து முகங்களில் ஒட்டிக்கொண் டிருந்தது. அவளுடையது கருத்த, கனத்த கூந்தல். அதன்மேல் மழைத்துளி முத்துகள். அவனுடையது தேன்நிற, பிடரி தொட்ட, இறகு போன்ற மென்கூந்தல். சிறு பூக்கள் போட்ட மெல்லிய உடை ஈரமாகிப்போய் அவள் தேகத்தில். முரட்டுத்

துணியில் கால் சராயும், பளீரிடும் மஞ்சள் பூக்கள் பெய்த சட்டையும் ஈர இறுக்கமாய் அவன் உடலில். அவர்கள் ரோஜாத் தோட்டத்தில் இருந்தனர். இருக்கவுமில்லை.

மெல்ல, மிக மெல்ல, அவள் கை உயர்ந்து அவன் கன்னத்தைத் தொட்ட கூந்தலை ஒதுக்கியது ஒருபுறம். அவள் கை பட்டதும் அவன் ஒரு கணம் மலைத்துத் துவண்டு, பின் தன் முகத்தால் அவள் கையைத் தன் கழுத்தில் அழுத்தினான். தலையைச் சாய்த்தபடி அவளை நோக்கினான். அவள் புன்னகைத்தாள். பிறகு இன்னொரு கையை அவன் தோளில் வைத்தாள். அவசரமின்றி, பதட்டமின்றி, ஆவேசமின்றி அவர்கள் செயல்பட்டனர். வெகு காலம் இதற்காகக் காத்திருந்தது போலவும், இன்னும் வெகு காலம் அவர்கள்முன் இருப்பது போலவும் பொறுமை. மழையும், ரோஜாச் செடிகளின் இலை களைத் தொட்ட காற்றும் அவர்களை இயக்கியது போல் மழைக்கும் காற்றுக்கும் ஈடுகொடுத்தபடி அசைந்தார்கள். ரோஜாப் புதர்கள் புடைசூழ.

அவர்களை நோக்கக்கூடிய தூரத்தில் எதிரே அவளும், வியப்பில் விரிவதுபோல் பெரிய கண்களுடன் அணிலும்.

திக்குகள் எட்டும் சிதறி தக்கத் தீம்தரிகிட தீம்தரிகிட தீம்தரிகிட என்றொரு லயகதி மனத்தில் ஓடியது. ஒரு வேக மின்னலாய்.

மழை வலுக்கத் தொடங்கியது. அவள் எழுந்தாள். அணில் தரையில் விரைவாகத் துள்ளி ஓடி ஒரு மரத்தில் ஏறிக்கொண்டது. மழையைத் தன்னுடலில் ஏற்றுக்கொண்டபடி நடந்துபோய் ரோஜாப் புதர்களின் முடிவில் நின்று அவள் திரும்பிப் பார்த்தபோது, அவளும் அவனும் இறுகப் பிணைந்திருந்தனர். மழையைப் பொருட்படுத்தாமல் வந்த சூரிய ஒளிக்கதிர் ஒன்று அவர்கள்மேல் பட, அவர்கள் மேனிமேல் இருந்த மழைத் துளிகள் திடீரென்று ஒளிர்ந்தன.

'எக்ஸில்', ஜூலை – ஆகஸ்ட் 1998

ஆரம்பக் காலக் கவிதைகள்

ஞானம் பெற எல்லா முயற்சிகளையும் அவள் மேற்கொண்டாயிற்று. மூன்று நாட்கள் தொடர்ந்து அழுதால் கடவுளைக் காணலாம் என்று ராமகிருஷ்ண பரமஹம்ஸர் சொல்லியிருக்கிறார் என்பதால் மூன்று நாட்கள் தொடர்ந்து அழ வசதிப்படாவிட்டாலும் (ஒவ்வொரு வருக்கும் தனி அறை இல்லாத வீட்டில், காலையில் எழுந்ததிலிருந்து இரவு தூங்கும்வரை அம்மாவின் கட்டளைகளோ அப்பாவின் குரலோ துரத்தும் வீட்டில், தொடர்ந்து எதைத்தான் செய்ய முடியும்?) விட்டு விட்டு ஆறு நாட்கள் அழுதும் எந்தக் கடவுளும் தரிசனம் தரவில்லை. அதில் ஏமாற்றம்தான். ஞானத்தைத் தேடி அலையும் ஒரு பதினாறு வயதுப் பெண் வேறு என்னதான் செய்ய முடியும் என்று தெரிய வில்லை. எதுவும் தெளிவாகப் புரியவில்லை. அவள் ஒரு பாவமும் செய்யவில்லை என்றுதான் அவள் நம்பினாள். ஆனால் சில விஷயங்கள் பாவத்தில் சேர்த்தியா என்று தெரியவில்லை. சின்ன வயதில் ஒரு முறை அக்காள் பத்மாவுக்கும் இவளுக்கும் ஆளுக்கொரு தர்பூசணிப் பழத்துண்டு தந்தபோது இவள் தன்னுடையதை உடனே தின்னவில்லை. பத்மா முடிக்கும் வரை காத்திருந்துவிட்டுப் பிறகு தன் பழத்துண்டை நக்க ஆரம்பித்தாள். "ஏய், எனக்குக் கொஞ்சம் தாடீ" என்று பத்மா கெஞ்சியபோது, பழரசம் முகவாயில் ஒழுக, "மாட்டேன்" என்று மறுத்தாள். ஒருமுறை அம்மாவை மனத்திற்குள் "சனியனே" என்று திட்டியிருக்கிறாள். எப்போது பார்த்தாலும், முடி சீவிக்கொள்ள, பாட, பால் குடிக்க, சாப்பிட, தூங்க, எண்ணெய் தேய்த்துக் கொள்ள என்று கண்டித்தவாறிருக்கும் அம்மா 'பட்'டென்று இறந்து, அம்மா இல்லாத அனாதையாகத்

தன்னைக் கற்பனை செய்திருக்கிறாள். ஒரு 'கெட்ட' புத்தகத்தைக் கூட அவள் மூன்று முறை வாசித்துப் பிறகு குளியலறை வெந்நீர் அடுப்பில் போட்டு எரித்துவிட்டாள். இதை எல்லாம் எந்தக் கணக்கில் சேர்ப்பார்கள் என்று தெரியவில்லை. சேர்ப்பவர்கள் யார் என்றும் தெரியவில்லை. ராஜா காலத்து உடையணிந்த சித்ரகுப்தர் இந்தக் கணக்கெல்லாம் வைத்துக் கொள்கிறார் என்றால் மாறி வரும் காலம் பற்றி அவருக்கு எடுத்துச்சொல்ல – அதுவும் பெண்கள் வெகுவாக மாறி விட்டதை விளக்க – யாராவது நம்பகமான நபர் உண்டா போன்ற கேள்விகள் அடிக்கடி மனத்தில் எழுந்தன.

இவ்வாறு ஞானத்தைத் தேடி அலைந்து, தானும் தன் மூலம் உலகமும் உய்வதற்கான முயற்சிகளை அவள் மேற் கொண்டிருந்த போதுதான் அந்தப் பெரிய அளவு நீல டயரி வீட்டுக்கு வந்தது. இவர்கள் குடும்ப டாக்டருக்கு யாரோ தந்து, அவர் இவர்கள் வீட்டுக்கு அனுப்பிவைத்தது. குழந்தை களுக்கான பால் பவுடர் தயாரிக்கும் நெஸ்லே கம்பெனியாரின் டயரி. அன்னை மற்றும் மகவுப் புகைப்படங்களுடன் தாய்மை மருத்துவ வல்லுநருக்கான குறிப்புகளுடன் கூடிய டயரி அது. யாக்கை நிலையாமை பற்றிய சிந்தனைகளில் அவள் மூழ்கி யிருந்த வேளையில், யாக்கை உருவாவதுடன் சம்பந்தப்பட்ட டயரி தன் வீடு தேடி வந்தது இறைவன் தன் மனோபலத்தைச் சோதிக்கச் செய்யும் முயற்சி என்று அவள் திடமாக நம்பினாள். "ஒரு பக்தருக்குச் சூலை நோய், எனக்கு தாய்மை மருத்துவ வல்லுநரின் டயரியா? ஹூம்!" என்றவாறு இறைவனின் சோதனைகளை எண்ணி வியந்தாள். பூசை அறைக்குச் சென்று ரவிவர்மாவின் கடவுள் ஓவியங்களை நேர் கொண்ட பார்வையுடன் நோக்கி ஒரு ஞானப் புன்முறுவல் பூத்தாள். நடிகை மதுபாலாவின் கோணல் புன்சிரிப்பிலிருந்து இவள் தன் ஞானப் புன்முறுவலைக் கடன் வாங்கியிருந்தாள். இந்தப் புன்முறுவல் அவள் முகத்தில் தோன்றும்போது முகத்தில் ஒளி கூடுகிறது என்று அவளுக்குத் தோன்றியது. ஆனால் சில காரணங்களினால் அதை மற்றவர்முன் செய்வதைத் தவிர்த்தாள். "என்ன, பல்வலியா?" என்று அம்மா ஒரு முறை கேட்டுவிட்டது ஒரு காரணமாக இருக்கலாம். ஞான வேட்கை இல்லாதவர்களுக்கு இந்தப் புன்முறுவலை இனம் காணும் பக்குவம் ஏது?

அந்த டயரியின் நீல நிறம் அவளை மிகவும் ஈர்த்தது. நீலம் அவளுக்குப் பிடிக்கும். காரணம் வான் நீலம். கடல் நீலம். பண்ருட்டியிலிருந்து வந்த இரண்டடி உயர, குழலூதும் கண்ணன் பொம்மையும் நீலம். அவளிடம் ஒரு நீலப் பட்டுப் பாவாடையும் இருந்தது. ஆனால் உலக வாழ்க்கையுடன்

இணைந்த ஒன்றாக அது இருந்ததால் நீலம் பிடிப்பதற்கான காரணங்களின் கணக்கில் அவள் அதைச் சேர்ப்பதில்லை. நீல டயரி யாராலும் உபயோகப்படுத்தப்படாமல் கிடந்ததால் அதை அவள் தன் உபயோகத்துக்கு எடுத்துக்கொண்டாள்.

அதை எதிரில் வைத்துக்கொண்டு, அதன் வழுவழுப்பான வெற்றுப் பக்கங்களைப் புரட்டியபோது, அவளுக்கு முன் பல பக்தர்கள் செய்ததைத் தானும் செய்யவேண்டும் என்ற அவா எழுந்தது. பக்திக் கவிதைகளை எழுதும் அவா. இரண்டொரு நாட்களுக்குப் பின் சிறிது முயற்சிசெய்து 'கடவுள் எங்கே?' என்று தலைப்பிட்டு ஒரு கவிதை எழுதினாள். "எங்கே இறை எனக் கேட்காதே பேதையே, ஆங்கே உன் உள்ளத்தே உறைவான் இறைவன்!" என்று ஆச்சரியக் குறியுடன் முடிந்தது கவிதை. தன்னைக் கைவிடக் கூடாது என்றும் தன்னை ஆட்கொள்ள வேண்டும் என்றும் இறைஞ்சல் தொனியில் சில கவிதைகளை எழுதினாள். தேவாரம், திருவாசகம், திருப் புகழ் போல் கவிதைகள் அமையவில்லை என்று தோன்றியது. அது குறித்துச் சிறிது வருத்தமாகவும் இருந்தது. சற்றுக் கோப மாகவும் இருந்தது. ஞானத் தேடலில் இவர்கள் எங்கெல்லாம் அலைந்திருக்கிறார்கள் காடு, மேடு, கழனி என்று இரவு பகல் பாராமல்? திருட்டு, விபத்துகள் என்றிருக்கும் நகரத்தில் வாழும் பதினாறு வயதுப் பெண் எப்படி அதுபோல் அலைய முடியும்? வீட்டுத் தோட்டத்தை வேண்டுமானால் அவள் சுற்றிவரலாம். மற்றபடி அதிக தூரம் செல்ல அனுமதியும் கிடையாது. தோழிகளுடன் 'பாசமலர்' படம் பார்க்கப் போனதற்கே காலம் கெட்டுக் கிடக்கிறதென்றும், இப்படி இவள் போவதில் தனக்கு உடன்பாடில்லை என்றும் அம்மா கடிந்துகொண்டாள். மேலும், அந்த பக்தர்களுக்கு எல்லாக் கட்டங்களிலும் இறைவன் துணை நின்றிருக்கிறார். நரியைப் பரியாக்கி, பரியை நரியாக்கி, பிட்டுக்கு மண்சுமந்து என்று அநேக வழிகளில் ஒத்துழைத்திருக்கிறார். இவளைப் பொறுத்த வரையில் அநியாயமாக நடந்து கொள்கிறார் இறைவன் என்று தோன்றியது. ஒரே ஒரு அற்புதத்தைக்கூட இவளுக்காகச் செய்ய வில்லை. ஒன்றுமில்லை. ஒரு ரயில் இத்தனை வேகத்தில் இந்தப் பக்கத்திலிருந்து வருகிறது, இன்னொரு ரயில் வேறு வேகத்தில் எதிர்ப்புறத்திலிருந்து வருகிறது, கடக்க வேண்டிய தூரம் இவ்வளவு, இரண்டு ரயில் வண்டிகளும் எந்தக் கட்டத் தில் சந்தித்துக்கொள்ளும்; அல்லது ஒரு தொட்டியில் ஓட்டை உள்ளது. அதில் விழும் நீரின் வேகம் இத்தனை, ஓட்டை வழியாக நீர் வெளியேறும் வேகம் இத்தனை, தொட்டி நிரம்ப எவ்வளவு நேரமாகும் போன்ற கணக்குகளுக்கு விடைகள் கிடைக்கும் சிறு அற்புதம்கூடவா செய்யக் கூடாது? அது

மட்டுமல்ல. கீழே விடப்பட்ட குழந்தை பாலுக்கு அழுகிறது என்று ஞானப் பாலூட்டி, அந்தக் குழந்தையை அற்புதமான கவிதைகள் எழுதவைத்தபோது, சுதந்திரம் அடைந்த ஒரு நாட்டில் கோயமுத்தூர் என்ற ஊரின் கொசுக்கடி பிடுங்கும் ஆஸ்பத்திரி ஒன்றில் பிறந்ததற்காக இவளுக்கு ஞானப்பால் மறுக்கப்பட வேண்டுமா என்ன?

ஒரே ஒரு முறை மட்டும் அவள் வாழ்வில் ஓர் அற்புதம் நிகழ்ந்தது என்பதை இவ்வாறு நினைக்கும்போது அவள் நினைவு படுத்திக்கொள்வாள். அவள் தந்தை பெண்களுக்கு கணக்கு, விஞ்ஞானம் இரண்டும் வராது என்று திடமாக நம்பினார். இதை எப்படி அவள் மனத்தினுள் ஊன்றினார் என்று தெரியவில்லை. அவளுக்குக் கணக்கு வரவில்லை. ஒருமுறை இடைப் பரீட்சையில் சிக்கலான பின்னக் கணக்கு ஒன்று தரப்பட்டது. வகுப்பில் கணக்கில் நூற்றுக்கு நூறு மதிப்பெண்கள் வாங்கும் ஸ்டெல்லாவுக்குக்கூட அது போட வரவில்லை. எல்லோருக்கும் பூஜ்யம் போட்டுவிட்டு, கணக்கு டீச்சர் கணக்கைப் பலகையில் போட முற்பட்டபோது, தற்செயலாக இவள் தன் விடைத்தாளைத் திறந்து பார்த்தாள். அந்த பின்னக் கணக்கை இவள் சரியாகப் போட்டிருந்தாள்! ஒரு முறைக்கு இரு முறை சரிபார்த்த கணக்கு டீச்சரே வியந்து போனாள். அதைச் சிவனின் சிறு அற்புதமாகவே இவள் கண்டாள். "பின்னக் கணக்கைப் போட்டுவிட்டாய். நாளைக்கு விஞ்ஞான விடைத்தாள் வருகிறது. எப்படிச் செய்கிறாய் என்று பார்க்கலாம்" என்று சிவனைக் கடிந்துகொண்டாள் செல்லமாக. அந்த முறை சிவன் விஞ்ஞானத்தில் தேறவில்லை.

"வாரணமாயிரம் சூழ வலம் வந்து..." பாடலை அந்தச் சமயத்தில் பாட்டு டீச்சர் அவளுக்கும் பத்மா அக்காவுக்கும் கற்றுக் கொடுத்துக்கொண்டிருந்தார். ஒருத்தி கடவுளையே மணம்புரிய நினைப்பது இவளுக்கு சுவாரசியமான ஒன்றாக இருந்தது. அக்கமகா தேவியின் கதையையும் அப்போது கன்னட வகுப்பில் சொல்லித் தந்திருந்தார்கள். மகாதேவி அக்காவும் சிவனுக்காக எல்லாவற்றையும் துறந்தவள். இப்படிக் கடவுளையே கணவனாக வரிப்பதில் சில நடைமுறைச் சிக்கல்கள் இருப்பதாக இவளுக்குப்பட்டது. முதலாவது, சிலைகளாக இருக்கும்போதும், ரவிவர்மா படங்களிலும் அழகாகக் காணப்படுபவர்கள் நிஜமாகவே தரிசனம் தர வரும்போது எப்படி இருப்பார்களோ என்ற பயம் இருந்தது. இரண்டாவது, அப்போது ராமனாகவும், கிருஷ்ணனாகவும் கடவுள் வேடத்தில் நடித்துவந்தது என்.டி. ராமராவ்தான். சிவனை மனத்தால் வரித்துவிட்டு நாளைக்கு அவர் என்.டி.ராமராவ் உருவில் கதவைத் தட்டினால் என்ன செய்வது என்ற குழப்பம் ஏற்பட்டது. சரி. அவ்வையாராக

மாறி "பாலும் தெளிதேனும் . . ." என்று கே.பி. சுந்தராம்பாள் குரலில் பாடலாம் என்றால் ஒரேயடியாக முதுமை வேண்டுவது பற்றிச் சற்றுத் தயக்கம் ஏற்பட்டது. மனத்தின் மூலையில் நீலப் பட்டுப் பாவாடை விரிந்து தொல்லை தந்தது. வரும் தீபாவளிக்குக் கிளிப் பச்சை நிறத்தில் ஒரு பட்டுப் பாவாடை வாங்கித்தரவேண்டும் என்று ஓர் ஒப்பந்தம் வேறு அம்மாவுடன் இருந்தது.

ஆனால் இதற்காகவெல்லாம் அவள் ஞான வழியை முற்றிலும் துறக்கத் தயாராகவில்லை. கல்கியின் 'சிவகாமியின் சபதம்' வீட்டில் பைண்டு செய்யப்பட்டு இருந்தது. அதன் முடிவு அவளை வெகுவாகப் பாதித்தது. சிதம்பரம் சென்று, சிவன் முன் நடனமாடி, சிவனை மணப்பதுபோல் ஒரு கவிதை எழுதினாள். 'சத்தியம்' என்று அதற்குத் தலைப்பிட்டாள்.

சலங்கை ஒலியின் மந்திரங்கள்
சலியாமல் அவையில் முழங்கிட
அசுரனைக் கொன்று ஆடுமுந்தன்
அடைக்கலமாய் நான் வருவேன்

என்று எழுதி முடித்தபோது, கண்களில் நீர் சுரந்தது.

கவிதைகளையும், தன் இறை உணர்வையும் அவள் இருவருடன் தான் பகிர்ந்துகொண்டாள். ஒன்று, மிக்கி; அவர்கள் வீட்டுக் கறுப்பு நாய். இரண்டாவது கெம்பம்மா. கெம்பம்மா பக்கத்து வீட்டில் நடந்துகொண்டிருந்த கைவேலைக் குடிசைத் தொழிலில் வேலை செய்பவள். போக்கிடம் இல்லை என்று இவர்கள் வீட்டின் பின்புறம், தோட்டத்தில் காலியாகக் கிடந்த மோட்டார் ஷெட்டில் அவளுடைய ஒரு தகரப் பெட்டியுடன் வாழ வந்தவள். அம்மாவுக்குக் கூடமாட வேலை செய்து உதவுவாள். மிக்கி இவள் தோழன். இவள் கவிதைகளைப் படித்துக் காட்டும்போது முன்னங்கால்களில் முகம் பதித்து, காதுகள் இரண்டும் தொங்க, படுத்தவாறு கேட்கும். சில சமயம் இவள் தொடைமேல் முகத்தை வைத்துப் படுத்தபடி கண்மூடியவாறு கேட்கும். இவள் குரல் தழுதழுத்தால் தலையை உயர்த்திப் பார்க்கும். இவள் கட்டிலின் கீழ்தான் அதன் குடியிருப்பு.

கெம்பம்மாவுக்கு இவள் தன் கவிதைகளைக் கன்னடத்தில் விளக்குவாள். பொறுமையுடன் கேட்டு, "சன்னாகிதே" என்று நற்சான்றிதழ் வழங்குவாள். புரந்தரதாசரின் தேவர் நாமா பாடல்களை எளிதான வழிமுறையில் பாடுவாள்.

பிறகுதான் அது நடந்தது. அந்த இரவு நிகழ்வு. ஒரு நாள் இரவு பதினோரு மணிக்கு, "ஏ ஸ்ளே முண்டே . . ."

என்றொரு அலறல் கேட்டது பின்பக்கம். அடுத்த ஐந்தாவது நிமிடம், இன்னும் அடைக்கப் படாமல் இருந்த பின்கதவைப் படீரென்று தள்ளித் திறந்து, புயல் போல் பாய்ந்து உள்ளே புகுந்து, இவள் கட்டிலின் கீழே தஞ்சம் புகுந்தாள் கெம்பம்மா.

அப்பாவும் அம்மாவும் பின்புறக் கதவருகே சென்ற போது, குடி போதையில் ஒருவன் நின்றுகொண்டிருந்தான். "லே கெம்பம்மா, ஹொரகே பாரே" (ஏ கெம்பம்மா, வெளியே வா) என்று கூச்சலிட்டான். "நான் உன் புருஷன். வா வெளில" என்று கன்னடத்தில் சத்தம் போட்டான்.

அவனை வெளியேற்ற முயன்ற அப்பாவைக் கோபமாகப் பார்த்து, "ஒரு பெண்டாட்டி போறாதா உனக்கு? என் பெண்டாட்டியும் கேக்குதா?" என்று கூவினான்.

கட்டிலடியே கெம்பம்மா கோழிக்குஞ்சு போல் ஒண்டிக் கொண்டு இருந்தாள். அவள் உடல் நடுங்கிக்கொண்டு இருந்தது. அவள் புருஷன் அப்பாவை விரசமாகப் பேசியதும், கட்டி லடியேயிருந்து வெளியே வந்து, அவனை நோக்கிக் கால்கள் தொய்ய நடந்து, சற்றே நடுங்கும் குரலில், "குடிச்சிட்டு வந்து கண்டதையும் பேசாதே" என்றாள் கன்னடத்தில்.

அதற்குப் பதிலாக அவள் அடிவயிற்றில் ஓர் உதை விழுந்தது. "அம்மா" என்று அலறியபடி அவள் உட்கார்ந்ததும், முதுகில் ஒரு குத்து.

"தேவா, காப்பாடு . . ." என்று கடவுளை விளித்தாள் கெம்பம்மா. பிறகு ஒருமையில் கடவுளை அழைத்தது தவறு என்று எண்ணியோ என்னவோ, "தேவரே, காப்பாடீ . . ." என்று குரல் கொடுத்தாள்.

பின்பக்கத்துப் படிக்கட்டில் அவளைத் தள்ளி, அவள் கூந்தலைப் பிடித்து இழுத்தபடி படிகளில் உருட்டினான். படிகளின் கீழே போனதும் புல்வெளியில் தள்ளி, பளிச்சென்று அவள் இரு கால்களையும் பிரித்து, நடுப்பகுதியில் ஓங்கி ஒரு உதை விட்டான்.

"ஹா . . ." என்றலறினாள் கெம்பம்மா. கவிழ்ந்துகொண்டாள். அன்று பௌர்ணமி. பின்பக்கத் தோட்டம் முழுவதும் அரளி, துளசி, வாழை, அவரை, புடலை, பலா என்று விரிந்து கிடந்தது. எல்லாவற்றின் மேலும் நிலா ஒளி சிதறிக் கிடந்தது. புல்வெளி யில் குறுகிப் குப்புறக் கிடந்த கெம்பம்மா அந்த ஒளியில் வேட்டையாடப்பட்ட மிருகம்போல் கிடந்தாள். நொடிக்கொரு முறை, "தேவரே . . . தேவரே . . ." என்று கதறினாள். அவள் விலாவில் ஒரு மிதி மிதித்து அவன் அழுத்தியதும், முதல் முறையாக, "மிக்கீ . . ." என்று கூவினாள்.

உள்ளேயிருந்து மிக்கி மின்னல் வேகத்தில் பாய்ந்து வந்தது. உயரே, உயரே எம்பி, துள்ளித்துள்ளிப் பாய்ந்து வந்து, பின் பக்கத்துப் படிகளை ஒரே தாவில் கடந்து, உறுமியபடியே கெம்பம்மாவின் புருஷனின் குரல்வளையைக் கவ்வ முற்பட்டது. பீதியில் அங்கும் இங்கும் ஓடிய அவன், பின்பக்கத்து வேலியைத் தாண்டி ஓடிப்போனான்.

கெம்பம்மா புல்வெளியில் குப்புறப் படுத்து விம்மியபடி கிடந்தாள். மிக்கி அவளருகில் வந்து அவள் தலையை நக்கித் தந்தபடி நின்றது. அப்பாவும் அம்மாவும் பேச்சே எழாமல், உறைந்துபோய் நின்றனர். எல்லாம் பத்து நிமிடங்களில் நடந்து முடிந்துவிட்டது.

பத்மா அக்காவும் இவளும் சற்றுப் பின்னால் தள்ளி நின்று கொண்டிருந்தனர்.

அம்மா இவள் பக்கம் திரும்பிப் பார்த்தபோது, இவள் தன்னை வேறு யாரோ போல் உணர்ந்தாள்.

இவளை நோக்கி, "நீ ஏன் இங்க வந்தே? இதெல்லாம் பார்த்து பயந்துடுவ" என்றாள் அம்மா மெல்லிய குரலில்.

அவள் பதில் கூறாமல் பின்பக்கத்துத் தோட்டத்தைப் பார்த்தபடி அசையாமல் நின்றாள்.

◯

சில காலம் தனிமை, ஏக்கம், கனவு, ஊமை என்று தலைப்பு களிட்டு, 'சாகும்வரை தனிமை, உடல் வேகும்வரை தனிமை' என்ற ரீதியில் சில கவிதைகளை எழுதினாள். அதன் பிறகு, நீல டயரியில் எந்தக் கவிதையும் பதிவுசெய்யப்படவில்லை.

'கிழக்கும் மேற்கும்', 1997

பிளாஸ்டிக் டப்பாவில் பராசக்தி முதலியோர் . . .

சன்னல் படிக்கல்லில் நெய் ஊற்றிய சோற்றைப் போட்டு, கரண்டியால் ஒரு தட்டுத் தட்டி, "கிருஷ்ணா ரா" என்று அம்மா, காக்கைகளைத் தெலுங்கில் விளித்தாள். தெலுங்கில் என்ன விசேஷம் என்பது இதுவரை புலப் படாத மர்மம். தனத்தின் அப்பாவுக்கு அஸ்ஸாம், அகமதா பாத், ஒரிஸ்ஸா, பெங்களூர் என்று பல மாநிலங்களுக்கு மாற்றலில் போகவேண்டி வந்தபோதும் அம்மாவின் காக்கை மொழி மாறவில்லை. அஸ்ஸாமில்கூட அம்மா "கிருஷ்ணா ரா" என்றதும் காக்கைகள் பறந்தோடி வந்தன. காக்கைகளுக்குள் மொழி ஒருமைப்பாடு உண்டு போலும். இந்த மொழிச் சமிக்ஞையை அம்மா அவளைச் சுற்றிய சகலருக்கும் போதித்திருந்தாள். தனத்தின் தம்பி தினகர னின் அமெரிக்க மனைவியின் முதல் கணவனின் குழந்தை கூட இந்தியா வந்தால் காக்கையை "கிருஷ்ணா ரா" என்று கூப்பிட்டது. இப்படியாகச் சன்னல் படிக்கல்லை ஓர் ஆதாரமாக வைத்து, மாநில பேதம் இல்லாமல் காக்கைகள் உள்ள உலகில் எந்தவித எல்லைப் போராட்டமும் இல்லாமல் அம்மா தனக்கொரு இடம் தேடிக் கொண்டாள்.

சன்னல் படிக்கல், ஒரு சொட்டு நெய், ஒரு கரண்டி சோறு என்ற சின்னச் சமாசாரங்கள் அடங்கிய இடமானாலும் அதோடு நின்று விடும் இடம் மட்டும் இல்லை அது என்று தனத்துக்குப் படும், சில சமயம். சன்னல் வெளியே உள்ள அனைத்து விஷயங்களையும் அந்தப் படிக்கல்மேல் விழும் கரண்டியின் டொக்டொக் ஈர்த்துக் கொள்கிறது என்று நினைப்பாள். ஒரு குறிப்பிட்ட தூல உரு இல்லாத, பரந்து விரியும் இடம் அது என்று தோன்றும்.

தனத்தின் அக்கா பாரதியின் திருமண வாழ்க்கை அமெரிக்காவில் போய் விவாகரத்தில் முடிந்தது. அவள் நொறுங்கிப்போனாள். பீதியும், பயமும், அவமான உணர்ச்சியும் அவளைக் கவ்விக்கொண்டு, மிகவும் அலைபட்டாள். காலடி எடுத்து வைக்கும்போதெல்லாம் பாதத்தின் அடியே ஸ்திரமான தரை இல்லாததுபோல் உணர்ந்தாள். அப்பாவின் வேண்டுகோளை ஏற்று அம்மா விமானமேறி பாரதியிடம் போனாள். பத்து நாட்களில் பாரதியிடமிருந்து ஒரு நீண்ட கடிதம் வந்தது.

"தனம், அம்மா வந்து சேர்ந்தாள். அம்மா வந்த இரண்டாம் நாளே அம்மா பயணித்த உள்ளூர் விமானக் கம்பெனிக்காரர்கள் அம்மாவுக்கு நாரத்தங்காய் ஊறுகாய் செய்ய காண்ட்ராக்ட் தருகிறேன் என்று தொலைபேசியில் பிடுங்கி எடுத்து விட்டார்கள். அம்மா பரிசோதனையின் போது காண்பித்திருக்கிறாள் போலும். அவர்கள் சோதனைக்காக ருசிபார்த்திருக்கிறார்கள். இது போதாது என்று நான்காவது நாளே நான் வேலையை விட்டு வீடு வரும்போது பார்த்தால் அம்மா இரண்டு கிலோ பாலில் பால்கோவா கிளறி இறக்கியிருக்கிறாள். என்னவென்று கேட்டால் பக்கத்தில் உள்ள வீடுகளில் இரண்டு மூன்று பிள்ளைத்தாச்சிகளைப் பார்த்தாளாம். அவர்களுக்கு இது உடம்புக்கு நல்லதாம். என்னையும் இழுத்துக் கொண்டுபோய் அவர்களுக்கு மில்க் – ஸ்வீட் என்று விளக்கி, அதில் குங்குமப்பூ இருப்பதைக் கூறி, (அம்மா ஒரு சின்ன டப்பியில் உயர் ரக குங்குமப்பூ எடுத்து வந்திருக்கிறாள். குங்குமப்பூ எடுத்து வர வேண்டும் என்று ஏன் தோன்றியது என்பதை இதுவரை அவள் விளக்கவில்லை. நாரத்தங்காய் ஊறுகாய் பற்றிய கேள்விகளுக்கு விடை வராதது போலவே இதுவும்) குங்குமப்பூ சேயுக்கும் தாயுக்கும் செய்யும் அற்புதங்களை என்னை விட்டு விளக்கவைத்து ... அம்மாவை யாராவது பிரசவம் பார்க்கக் கூப்பிட்டு விடுவார்களோ என்று பயப்படுகிறேன்.

"இங்கு நல்ல வெய்யில். அம்மாவின் கைகள் வடகம் இடப் பரபரப்பதை என்னால் உணர முடிகிறது. உனக்கு நினைவிருக்கிறதா, பெங்களூரில் அம்மா வெய்யிலுக்கு ஒரு தொப்பியை மாட்டிக் கொண்டு வடகம் பிழிவாளே? காகங்களைப் பயமுறுத்த, விரித்த குடையைக் கல்லைக் கட்டிப் பக்கத்தில் வைத்து நம் இருவரையும் காவலுக்கு வைத்து விடுவாளே? நாம் இருவரும், சுதந்திரப் போராட்ட நாட்களில் 'வள்ளி திருமணம்' நாடகத்தில் நடித்த ஆயலோட்டும் வள்ளியும், அவள் தோழிகளுமாய் நம்மைக் கற்பனை செய்துகொண்டு,

"வெள்ளை வெள்ளைக் கொக்குகளா" பாடுவோமே, நினைவுக்கு வருகிறதா? நாம் போராட்டத்தைக் கண்டோமா, ஆலோலம் தான் என்னவென்று தெரியுமா! அம்மா கற்றுக்கொடுத்த பாட்டுதானே? "இந்தியாவைக் கொள்ளையிட எங்கிருந்தோ இங்கு வந்து குந்தித் தின்னும் குருவிகளா..." என்று பாடும் போது நமக்கு என்னமாய்க் கோபம் வரும்! இப்போதும் அம்மா வடகம் இட்டால் உலக வங்கியையும், அனைத்துலக நிதி ஸ்தாபனத்தையும் நினைத்து இதைப் பாடலாம் என்று தோன்றுகிறது!

"இங்குள்ள சன்னலில் படிக்கல் இல்லை. பூந்தொட்டிகள் வைக்க ஒரு மரத்தால் ஆன இணைப்பை நான் போட்டிருக்கிறேன். அதில் சோற்றைப் போட்டு அம்மா "கிருஷ்ணா ரா" என்று கூப்பிடுகிறாள் தினம். காகங்கள் இங்கு ஏது? இரண்டாம் நாளே அணில்கள் வர ஆரம்பித்தன. இப்போது நிதம் கரண்டிச் சத்தம் கேட்டதும் வருகின்றன பெருச்சாளி அளவுள்ள அணில்கள். அம்மாவின் தோழர்கள். அவற்றிலும் இரு பிள்ளைத்தாச்சிகளை அம்மா அடையாளம் கண்டுகொண் டிருக்கிறாள். அவற்றிற்குச் சோற்றில் ஏதாவது லேகியம் கலந்து ஊட்டுவாளோ என்னவோ யாருக்குத் தெரியும்? நினைத்துப் பார்த்தால் அம்மாவின் இந்தக் காகங்களையும் அணில்களையும் அழைக்கும் சங்கேத மொழி வானத்தையும், பூமியையும் பிணைக்கும் மொழி என்று தோன்றுகிறது. ஏதோ ஒரு வகையில் நாம் உதிர்ந்து போய்விடாமல் இருக்க ஒரு வஜ்ரம் போல் இது இருக்கிறது. அம்மா என்னிடம் குமாரசாமி பற்றி ஒரு வார்த்தை கேட்கவில்லை. விவாகரத்து பற்றியும் பேசவில்லை. அவள் பாட்டுக்கு நெய் மணக்கக் கடுகு தாளிக் கிறாள். நான் சன்னல் வெளியே பார்த்துக் கொண்டிருந்தால் மிக்ஸரில் துவையல் அரைக்க வா என்று நச்சிப் பிடுங்குகிறாள். அல்லது வாழைப் பூவைப் பொடிப் பொடியாக நறுக்கி மோரில் போட்டு வெங்காயம், சீரகம், இஞ்சி, தேங்காய் அரைத்துப் போட்டுப் பொரியல் செய்தால் உடம்புக்கு நல்லது என்ற விவரத்தை எனக்கு விளக்குகிறாள். வாழைப்பூ கிடைக்காத இந்த ஊரில் எனக்கு எந்த வகையில் இந்த விவரம் உதவப் போகிறது? இருந்தாலும் கோயமுத்தூரில் பாட்டி வீட்டுக் கொல்லைப்புறம் மனத்தில் விரிகிறது தனு. எத்தனை வாழை மரங்கள்! வாயில்புறம் விசிறி வாழை. அந்தத் திண்ணையில் உட்கார்ந்து கொண்டு நாம் எடுத்துக்கொண்ட புகைப்படம் ஞாபகம் இருக்கிறதா? அதில் நோஞ்சலாக, தலையைப் படிய வாரி, நார் ரிப்பன் முடிந்த பின்னலை முன்னே விட்டு, பல்லெல்லாம் தெரிய இளித்த என் முகம் எனக்கு நினைவுக்கு வருகிறது. தாத்தா வீட்டை விற்கும் முன்பு நாம் இருவருமாய்

ஒரு யூகலிப்டஸ் நாற்று வாங்கி நட்டோமே, அதை இப்போதுள்ளவர்கள் வெட்டாமல் வைத்திருக்கிறார்களா என்ற நினைப்பு அடிக்கடி வருகிறது.

"என்னைப் பார்த்துக்கொள்ள வரச் சொன்னால், இப்படிப் புயல் வேகத்தில் வேலைகளை உருவாக்கிக்கொள்வாள் என்று நான் நினைக்கவில்லை. இங்கு இந்தியப் பொருள்கள் விற்கும் தெருவில் ஒரு தமிழர் கடை இருக்கிறது. அந்தக் கடைக்காரரிடம் அம்மா தமிழக அரசியல் பற்றி இருமுறை பேசியாகிவிட்டது. என் தினப்படி வேலைக்கான ஒழுங்குமுறையையே தகர்க்கப் பார்க்கிறாள். என்னைச் சிடுசிடுக்கவைக்கிறாள். "அம்மா, ஆளை விடேன்" என்று அலறவைக்கிறாள். இருந்தாலும், சொன்னால் நம்பமாட்டாய். இந்தப் பத்து நாட்களில் எனக்கு ஒரு கிலோ எடை கூடிவிட்டது.

"நேற்று முன்தினம் வேலையை விட்டு வீடு வரும்போது அம்மா, "திக்குத் தெரியாத காட்டில்" பாடிக்கொண்டிருந்தாள். "நெஞ்சிற் கனல் மணக்கும் பூக்கள் . . ." என்றெல்லாம் விவரித்து விட்டு, "கால் கை சோர்ந்து விழலானேன் . . ." என்று அவள் பாடியபோது கதவில் சாய்ந்து கொண்டு அழுதுவிட்டேன் தனு. இரட்டைப் பின்னல்களுடன் தலையைத் தலையை ஆட்டி நீ பள்ளியில் நடந்த பாரதி பாட்டுப் போட்டியில் பாடினாய் இதை. இங்கே பல்கலைக்கழகத்தில் வேலை பார்க்கும் சிவநேசம் தம்பதியர் வீட்டுக்குப் போனோம். அங்கே திருமதி திலகம் சிவநேசத்தின் தாயார், தன் இளம் பருவத் தோழி விளாத்திகுளம் செண்பகம்தான் என்பதை அம்மா அவளுடன் பேசித் தெரிந்துகொண்டாள். செண்பகம் குடும்பத்தினர் சுயமரியாதை இயக்கத்தில் மிகவும் ஈடுபாடு உடையவர்களாய் இருந்தார்களாம். அவர்கள் வீட்டில் அம்மா, திலகத்தின் அம்மாவுடன் அந்த நாட்களில் சேர்ந்து பாடிய, "ஒரு வானில் பன்னிலவாய் உயர் தமிழ்ப் பெண்க ளெல்லாம் எழுக! உங்கள் திருவான செந்தமிழின் சிறுமை யினைத் தீர்ப்பதென எழுக!" என்று பாரதிதாசன் பாட்டுப் பாடியதும் திலகம் உருகிப் போய்விட்டாள். அவள் தாய் அவள் சிறு வயதிலேயே இறந்து போய் விட்டாளாம். அவளைப் பற்றிய இந்த விவரமெல்லாம் தெரியாது தனக்கு என்று சொல்லிச்சொல்லி நெகிழ்ந்து போனாள்.

'ஆனால் எங்க அம்மாவுக்கு சாமி பக்தி எல்லாம் உண்டு' என்றேன் அவளிடம்.

'அம்மா பெரிசா பூசையெல்லாம் செய்வீங்களா?' என்று கேட்டாள் அவள்.

'ஒரு சின்ன பிளாஸ்டிக் டப்பாவில் ஏதோ நாலு சாமி கொண்டு வந்திருக்கிறதுதான்' என்றாள் அம்மா.

"அம்மாவின் பிளாஸ்டிக் டப்பாவைத் திறந்தால் ஒரு சின்ன அம்மன், சிவலிங்கம், கணபதி, முருகன், தவழும் கிருஷ்ணன் இத்யாதி கடவுள் உள்ளே. இவள் தனி மனுஷியாக வந்திருக்கிறாளா இல்லை, உலகத்தையே சுருட்டிப் பையில் போட்டுக்கொண்டு வந்திருக்கிறாளா என்று தெரியவில்லை தனு . . ."

பாரதியின் உலகில் அணில்கள், அவளைச் சுற்றியுள்ள வீட்டுக்காரர் களின் வாழ்க்கை விவரங்கள், உப்பும் புளியும் காரமும் கூடிய உணவு, அவள் மறந்தேபோயிருந்த தமிழ்ப் பாடல்கள் இவை புகுந்துகொண்டபின் அம்மா திரும்பி வந்தாள். அவள் குமாரசாமியைச் சந்தித்துப் பேசியிருந்தாள் என்ற விவரம் பின்புதான் தெரிந்தது. அவர் குடும்பத்தினர் ஒரு நாள் வெள்ளிப் பாத்திரங்கள், நகைகள் இவற்றைக் கொண்டுவந்து வைத்துவிட்டுப் போயினர். அவர்களுக்கு வகையாகச் சாப்பாடு போட்டு அனுப்பினாள்.

"ஏம்மா, இதையெல்லாம் திருப்பிக் கேட்டியா?" என்று தனம் கேட்டபோது,

"இதெல்லாம் பாரதிதுதானே? அவ ஆள வேண்டி தந்ததுதானே?" என்று கேட்டாள்.

குமாரசாமிபற்றி பின்பு யாரும் பேசவில்லை. இரண்டொரு ஆண்டுகளுக்குப்பின் பாரதி ஒரு குஜராத்திக்காரனை மணந்து கொண்டு இங்கு வந்தபோது அம்மா நகைகளை அவளிடம் தந்தாள். வெள்ளிப் பாத்திரங்களைப் பணமாக்கி இந்தியாவில் செலவிட வென்று தந்தாள்.

தனம் காக்கையைக் கூப்பிடும் அம்மாவைப் பார்த்தவாறு இருந்த போதே அம்மா வந்தாள்.

"சாப்பிட்டாச்சா தனம்?" என்றாள்.

"நான் ஓட்டல்லே தோசை சாப்பிட்டுவிட்டு வந்தேம்மா. இங்க வருவேன்னு நினைக்கலை. அதனாலதான்."

அம்மா சாப்பிட உட்கார்ந்தாள். அவள் சாப்பிட ஆரம்பித்த பின் தனம் கேட்டாள்.

"நீ என்னம்மா தீர்மானம் பண்ணினே?"

அம்மா மௌனமாக இருந்தாள். அப்பா இறந்து ஒரு மாதமாகி விட்டது. வீட்டைக் காலி செய்யும்படி வீட்டுக்காரர் வேண்டுகோள் விடுத்தவண்ணம் இருந்தார்.

"சொல்லும்மா."

"நான் என்னத்தைச் சொல்ல? உங்கப்பா இப்படிப் பண்ணிட்டுப் போயிட்டார். ஒரு வீடு கட்டலாம்னு எவ்வளவோ முட்டிக்கிட்டேன். எதுக்கு அந்த தலைவேதனை அப்படின்னு சொல்லிட்டார். என்னை இப்படி இருக்க இடமில்லாம அல்லாட விட்டுட்டு ..."

"ஏம்மா அப்படிச் சொல்லறே? என்கிட்டேயும் பாரதி கிட்டேயும் தான் நீ இருக்கணும். தினகரன்கிட்டே அப்பப்ப போகலாம்."

"அது சரிதான். நீயே ஏதோ சிரமப்பட்டுட்டு ..." என்று இழுத்தாள்.

தனத்தின் கணவன் சுதாகர் ஏதோ வியாபாரம் பண்ணப் போய் அகலக்கால் வைத்து விட்டான். அதில் பெருத்த நஷ்டமாகி, கையில் உள்ள சேமிப்பெல்லாம்கூடப் போய் விட்டது. இன்னும் தலை தூக்கியபாடில்லை. தனத்தின் வங்கி வேலை வரும்படியில் வீடு ஓடியது. அதைத்தான் அம்மா அவ்வாறு குறிப்பிட்டாள்.

"அதெல்லாம் ஒண்ணுமில்லம்மா. உன்னை நான் வச்சுக் காப்பாத்துவேன்" என்றாள் தனம்.

"நான் இல்லேன்னு இப்ப சொல்லலியே? மாட மாளிகை, கூட கோபுரமா வேணும்? ஏதோ ஒருவேளை சோறு, ஒரு வேளைக் கஞ்சி. அன்புதாண்டி முக்கியம்" என்றாள் அம்மா.

"சாமானெல்லாம் கட்ட வேண்டாமா?" என்றாள் தனம்.

"எனக்கென்னடீ சாமான்? ஒரு பிளாஸ்டிக் டப்பாவுலே நாலு சாமிய போட்டுட்டு நான் கிளம்பிடுவேன்" என்றாள் அம்மா.

அம்மாவின் சாமான்களைக் கட்ட இரண்டு நாட்கள் லீவு போட்டுவிட்டு தனம் சுதாகருடன் வந்தபோதுதான் அவளுக்குச் சில விஷயங்கள் புரிந்தன. பாரதி பிறக்கும் முன்பு ஹரித்வார் போனபோது பொறுக்கிய வழவழப்பான, வரிகள் ஓடிய, கடும் சிவப்புக் கல்லிலிருந்து, பாரதிக்கு ஒரு வயதாகும்போது எட்டணா கொடுத்து வாங்கிய வாணலி, கல்யாணமாகி முதல் முறை பிறந்தகம் சென்றபோது குமுதா என்று அவள் பெயர் பொறித்துத் தந்த சரக் குத்துவிளக்கு என்று ஒவ்வொன்றிற்கும் ஒரு கதை இருந்தது. வீட்டைச் சுற்றிசுற்றி வந்தாளே ஒழிய, எதை வைத்துக் கொள்வது எதைப் போடுவது என்று அவளால் தீர்மானிக்க முடியவில்லை. இழுப்பறைகள் உள்ள கண்ணாடி வைத்த பீரோ – பாட்டி

இறந்த பின் அம்மா எடுத்து வந்தது – பாரதியும், தனமும், தினகரனுமாகச் சேகரித்த பொம்மைகள், பைண்டு செய்த தொடர்கதைகள், பச்சை டிரங்குப் பெட்டியில் அம்மாவுக்கு வந்த கடிதங்கள், அவள் சேகரிக்கும் சித்த மருத்துவ மற்றும் சமையல் குறிப்புகள் என்று எதையுமே சுலபமாகக் கழித்துக் கட்டுவதுபோலில்லை. ஏழு கடல் தாண்டி உள்ள மரத்தி லிருக்கும் பொந்திலுள்ள சிறு பெட்டியில் உள்ள வண்டை நசுக்கினால் ஒரு ராட்சதன் உயிர் போய்விடும் என்பது போல், இவை எல்லாவற்றிலுமே அம்மாவின் உயிர் புதைந்து கிடந்தது. தனமும், சுதாகரும் மளமளவென்று சில முடிவுகளை எடுத்தனர்.

இரண்டு வீடு தள்ளி, உபயோகத்தில் இல்லாமல் இருந்த ஒரு கார் ஷெட்டை தற்காலிகமாக வாடகைக்கு எடுத்து, அம்மாவின் சாமான்களை பத்திரமாக அதில் வைத்தனர். ஏழெட்டு சாமான்களுடனும் – பிளாஸ்டிக் டப்பாவும் இதில் அடக்கம் – அவள் வீணையுடனும் அம்மா தனத்தின் வீட்டிற்கு வந்தாள். அப்பாவுக்கு ஒவ்வொரு முறை மாற்றலானபோதும் பத்திரமாகக் கட்டப்பட்ட வீணை அது. அம்மாவுக்கு ஆறு வயதில் தாத்தா ஆந்திர நாட்டில் வாங்கிய வீணை. கறுப்பு மரத்தில் கடைந்த வீணை. அதற்குப் புடவையில் உறை தைத்து அழுக்குப் படாமல் வைத்திருந்தாள். அதை மல்லாக்க வைக்க தனத்தின் வீட்டில் இடம் இல்லை. அடியில் ஒரு மரத்தாங்கி வைத்து அதை சுவரில் சாய்த்து நிற்க வைத்தனர்.

தனத்தின் நாஸ்திக வீட்டில் அம்மா பிளாஸ்டிக் டப்பாவைத் திறக்க இடம் தேடினாள். கடைசியில் ஒரு கதவின் பின்னால் புத்தகங்கள் வைக்க என்று செய்திருந்த புது ஷெல்பின் ஒரு படியில் பிளாஸ்டிக் டப்பா, அம்மன் மற்றும் சாமிகளுடன் ஏறிக்கொண்டது.

ஒரு வாரம் கழித்து ஒரு மாலை சன்னலருகே உள்ள மேசையை ஒட்டி அமர்ந்து, எதிரே உள்ள பழ மரத்தில் கிளிகள் கிளைகளில் உட்காருவதும், எழும்பிப் பறப்பதுமாய் இருப்பதைப் பார்த்தவாறு தனம், பாரதிக்கு ஒரு கடிதம் எழுதினாள்.

"பாரதி, அம்மா என் வீட்டிற்கு வந்திருக்கிறாள். ஆனால், அவள் நிம்மதியாக இல்லை. நிதம் இங்கு பரபரப்புச் சமையல் இல்லை. அடுத்து என்ன செய்வது என்று தீர்மானிக்கும் வரை சுதாகர் அநேகமாக வீட்டில்தான் இருக்கிறான். அவன் தன் சாப்பாட்டை ரொட்டி, முட்டையென்று முடித்துக்கொள் கிறான். அதிகம் போனால் அரிசியும், பருப்பும், காய்கறிகளும் சேர்த்த கிச்சடி செய்து சாப்பிட்டு விடுவான். அம்மாவுக்கு மட்டும்தான் சமையல். அவள் இரண்டொரு முறை சுதாகரைச்

சாப்பிட வற்புறுத்தியிருக்கிறாள். நான் அப்புறம் ஒரு நாள், "அம்மா, சுதாகர் தனக்கு வேண்டியதை தானே செய்துப்பான். அவனை அவன் போக்குலே விட்டுடு. ஒருத்தருக்கொருத்தர் நம்ப சுதந்திரம் தரணும்மா" என்றேன். "இதற்குப் பெயர்தானா சுதந்திரம்? எனக்குப் புரியலியே" என்று அங்கலாய்த்தாள்.

வந்த உடனேயே மழைக்காலத்துக்கு முன் ரசப் பொடி, சாம்பார் பொடி போன்றவற்றைச் செய்யத் துடித்தாள். இதோ இந்த ஒரு வாரத்தில் என் வீட்டில் எல்லாப் பொடிகளும் தயார். மழைக்காலம் வர இன்னும் மூன்று மாதங்கள் உள்ளன. நேற்று முன்தினம் போய் எலுமிச்சை வாங்கிவந்து, அரிந்து, உப்பு ஊறுகாய், கார ஊறுகாய் என்று தனித்தனியாக போட்டாகிவிட்டது. இஞ்சி முரப்பாவும், இஞ்சி ஊறுகாயும் செய்தாகிவிட்டது. நான் ஏதோ பேச்சுவாக்கில் ஏதோ கேட்டு விட்டேன் என்று வெயிலில் போய் கீரை வாங்கிவந்து ஆய்ந்து வைத்திருக்கிறாள். நாங்கள் இருவரும் வேலை அது இதென்று அதிகம் யோசிக்கிறோம் என்று செம்பருத்திப் பூ போட்ட எண்ணெய் காய்ச்சியாகிவிட்டது. ரிஷிவேலி ஸ்கூலில் படிக்கும் சந்தியா லீவில் வருவாள் என்று எண்ணெய் பட்சணங்கள் செய்து டப்பாவில் போட்டாகிவிட்டது. வீட்டில், நல்ல தண்ணீர் – அம்மா பிடித்து வைத்தது – சாதாரண தண்ணீர் – நாங்கள் பிடித்தது – கறி, முட்டை செய்த பாத்திரம், செய்யாத பாத்திரம், அம்மாவின் தட்டு, எங்கள் தட்டு என்று பல பாகப் பிரிவினைகள்.

கடவுள்கள் உள்ள பிளாஸ்டிக் டப்பா சிறியதுதான். ஆனால், மூன்றே நாட்களில் கீழே ஒரு பலகை, அதில் ஒரு பித்தளைச் செம்பு, கற்பூர ஆரத்தித் தட்டு, கோலம், ஊதுபத்தி, சந்தனம், குங்குமம், பூ என்று விஸ்தரித்துவிட்டது அம்மாவின் பூசை சமாசாரம்! கடவுள்களுக்குப் புளி போட்டுத் தேய்த்துக் குளியல், அம்மனுக்குப் பலவித பாவாடை, தாவணி, சந்தன, குங்கும அலங்காரம், பால், திராட்சைப் பிரசாதம் என்று கடவுள்களைச் சார்ந்த வேலைகள் அதிகரித்துக்கொண்டே போகின்றன. பால், திராட்சைப் பிரசாதம் தர பக்கத்து வீட்டுப் பெண் குழந்தை வேண்டியிருக்கிறது. அப்புறம் அதன் அம்மாவின் ஓரகத்திக்குக் குழந்தையே இல்லையென்று அம்மாவின் சித்த மருந்து தயாரிப்பு. எதிர் வீட்டில் லிங்கம்மாவின் கணவருக்குத் தலைவலி என்று இரவு ஒன்பது மணிக்குச் சுக்கு, மிளகு போட்ட பால் பற்று அரைப்பாள். அம்மாவின் கடவுள்கள் ஒரு சின்ன பிளாஸ்டிக் டப்பாவில் இருப்பது வாஸ்தவம்தான். அதை எடுத்துக்கொண்டு அவள் எங்கு வேண்டுமானாலும் பறப்பாள். ஆனால் திரும்பி வர, குமுதா என்று பெயர் பொறித்த பித்தளைச் சாமான்களும், தேக்குமர

பீரோவும், வலை பீரோவும், சன்னல் படிக்கல்லும், மல்லிகைப் பந்தலும், புடலைக்கொடியும் உள்ள, வீணை மல்லாக்க இருக்க ஓர் இடம் அவளுக்குத் தேவை. “மற்றுப் பற்றெனக்கின்றி நின்திருப்பாதமே மனம் பாவித்தேன்” என்று தேவாரத்தை அம்மா பாடினாலும், அம்மா பூமியுடன் பிணைந்து கிடப்பவள். அவள் பஞ்சாகப் பறந்தாலும், மீண்டும் தரையைத் தொட நினைப்பவள். என் வீட்டிலும் உன் வீட்டிலும் அவள் இருக்கலாம். ஆனால் அவள் கஷ்டப்படுவாள். இதை மறைக்க அது, அதை மறைக்க இது என்று ஆயிரம் பொய்கள் சொல்வாள். அம்மாவுக்குத் தேவை இருக்க இடம் மட்டும் இல்லை; அந்த இடம் அவள் ஆட்சியில் இருக்க வேண்டும். ஏனென்றால் அம்மா ஒரு தனி மனுஷி இல்லை; அவள் ஒரு ஸ்தாபனம். அவளுக்குத் தேவை பிளாஸ்டிக் டப்பாவை வைக்க ஒரு சிறு இடம் மட்டும் இல்லை. அவளுக்கே ஆன ஒரு ராச்சியத்தைத் தேடி அவள் பாவம் அலைகிறாள். அதை நானும் நீயும் நினைத்தால் அவளுக்குத் தரலாம். உன்னிடம் உள்ள நகைகளும், என்னிடம் உள்ள நகைகளும் அம்மா தந்தவைதான். அவற்றை விற்றுப் பணமாக்கினால் அவள் வீட்டை அவளுக்குத் தரலாம். வீட்டுக்காரர் அதை விற்க முயன்று கொண்டிருக்கிறார். தினகரன் மாதம் இத்தனை என்று அனுப்பட்டும். பள்ளிப் படிப்பை முடித்துவிட்டு இரண்டொரு மாதங்களில் சந்தியா வருகிறாள். அவள் பாட்டியுடன் இருக்க ஆவலாக இருக்கிறாள். உன் குழந்தைகளுடன் பேச இங்கிலீஷ் படிப்பு, சந்தியா கல்லூரி நாட்களில் போட்டுக் கொள்ள பூவேலை செய்த சல்வார் கமீஸ், பாட்டு வகுப்புகள், மருத்துவ முயற்சிகள், தன் வாழ்க்கைச் சரிதம் எழுதுவதற்கென யோசனைகள், ரோசாப் பதியன்கள், கீரைப் பாத்திகள் என்று பல்லாண்டுத் திட்டங்களுடன் அந்த வீட்டில் அம்மா வாழ்வாள்.”

கடிதத்தை முடித்துவிட்டு நிமிர்ந்தபோது, அம்மா சாய்வு நாற் காலியில் அமர்ந்து தெருவைப் பார்த்தவாறிருந்தாள். எழும்பி எழும்பிப் பறந்து முடித்த பச்சைக்கிளிகள் இலைகளினூடே மறைந்து அமைதியாக அமர்ந்திருந்தன.

‘இந்தியா டுடே’ இலக்கிய ஆண்டு மலர், 1994 – 95

வாகனம்

எல்லோருக்கும் அவரவர் தேவைக்கேற்ப ஒரு வாகனம் இருக்கிறது. அவரவர் தகுதியையொட்டி அமைந்த வாகனம். சிவனுக்கு நந்தி. முருகனுக்கு மயில். விஷ்ணுவுக்குக் கருடன். சனீஸ்வரனுக்குக் காகம். யமனுக்கு எருமை. அத்தனை பெரிய உடம்புடைய வினாயகருக்குக் கூட அதிகம் பயணம் செய்யாமல் அரசமரத்தடியில் அமர்ந்திருந்தால் போதும் என்றாலும் வாகனக் குறை இருக்கக்கூடாது என்று ஒரு மூஞ்சூறு வாகனம் துணைக்கு. நாயகர்களுடன் வாகனத்தில் ஒண்டிக் கொண்டுவிடும் தேவிகளுக்குக்கூட சொந்த வாகனத்தைப் பொறுத்த வரை குறை இல்லை. பாகேச் வரிக்கு அன்ன வாகனம். பத்மாசனிக்கு நாக வாகனம். மகேச்வரிக்கு ரிஷப வாகனம். மீனாட்சிக்குக் குதிரை வாகனம். இது தவிர சிலர் சும்மா இருக்கும்போது சிவப்புத் தாமரை அல்லது வெள்ளைத் தாமரையில் மிதந்தபடி இருக்கிறார்கள். சற்று உக்கிரமாகச் செயல்பட நினைக்கும் பெண் கடவுள்கள் சிங்கத்தின் மீதேறி அதன் பிடரியைப் பிடித்தபடி தங்கள் பயணத்தைத் துவக்கி விடுகிறார்கள். தேவிகள் இருக்கட்டும். அரசிளங் குமரிகள் மற்றும் ராணிகள் எத்தனை பேர் யானை யேற்றம், குதிரையேற்றம் செய்ய வில்லை? தேரோட்டியவர் கள்கூட உண்டு. காவியத்து நாயகிகள் புஷ்பக விமானத் தில் பறந்திருக்கிறார்கள். ஆங்கிலத்தில் குழந்தைகளுக் கான, தேவதைகள் வரும் புனைகதைகளில் சூனியக்காரி கள் கூடத் துடைப்பக்கட்டையில் பறந்து வருவார்கள். பாக்கியத்துக்கு ஒரு வாகனத்திற்காக ஆசைப்பட இத்தனை புராண, சரித்திர, காவியப் பின்புலம் இருந்தது. இருந்தும் வாகன யோகம் இருக்கவில்லை.

சின்னக் குழந்தையாக இருந்தபோது அவளுக்கு மூன்று சக்கர சைக்கிள், பெடல் மோட்டார் வண்டி என்று எதுவும் இருந்ததாக நினைவில்லை. பத்து மாதத்திலேயே அவள் நடக்க ஆரம்பித்து விட்டாளாம், நடைவண்டிகூட இல்லாமல். குடும்பத்துப் புகைப்பட ஆல்பத்தைப் புரட்டும்போது அவளுடைய பெரிய குடும்பத்து அத்தனை ஆண் குழந்தை களும் ஒரு மூன்று சக்கர சைக்கிளுடனோ, சின்ன மோட்டார் வண்டியில் அமர்ந்தபடியோ எடுத்துக்கொண்ட புகைப்படங்கள் இருந்தன. இவளுடையதும் இருந்தன. மரப்பாச்சி பொம்மையைக் கையில் பிடித்தபடியோ, அழகிய வேலைப்பாடு செய்த, வெல்வெட் மெத்தை பதித்த மர நாற்காலியின் கையை அல்லது நீளமான காலைப் பிடித்தபடியோ. அந்தக் குடும்பத்து அத்தனை பெண்களுக்கும், குழந்தைகள், பெரியவர்கள் என்ற பேத மில்லாமல் அந்த அலங்கார நாற்காலி துணை நின்றிருந்தது. அதன் முதுகு, கை, கால் என்று வயதுக்கேற்றபடி ஒரு பகுதி பெண்கள் சார்ந்து நிற்க உதவியிருந்தது. எதையாவது பிடித்துக் கொள்ளாமல் பெண் பிறவிகள் நிற்க முடியாது என்பதில் அவர்கள் குடும்பத்துப் புகைப்படக்காரருக்கு உறுதியான நம்பிக்கை இருந்தது என்று தெரிந்தது அவளுக்கு. ஆண்களுக்குக் குழந்தைப் பருவத்திலிருந்தே சக்கரங்கள் உள்ள வாகனங்கள் துணை நின்றன. அரை யானை கனம் கனத்த, அசைக்கவே முடியாதபடி பூமியில் அழுந்தி நின்ற தேக்கு நாற்காலிதான் பெண்களுக்கு. அம்மாவழித் தாத்தா வாங்கிய முதல் கறுப்பு ப்யூக் காரின் மேல் ஸூட் கோட்டுடன் சாய்ந்தபடி நின்றவாறே தாத்தாவின் புகைப்படம். பின்பு அதே 'போஸி'ல் மாமாக்களின் புகைப்படங்கள் இருந்தன. மூன்று சக்கர சைக்கிளிலிருந்து ப்யூக் கார் வரை ஓர் அதிகார பூர்வமான வாகன முன்னேற்றம் கண்கூடாகத் தெரிந்தது ஆண்களைப் பொறுத்தவரை.

அப்பாவின் குடும்பத்தில் சித்தப்பாவுக்கு இன்ஸ்பெக்ட ராகப் பதவி உயர்வு ஏற்பட்டபோது ஒரு மோட்டார் பைக் வந்தது பள பளத்தபடி. அதில் சித்தியை ஏற்றிக்கொண்டு சுற்றியது மட்டுமல்லாமல், அவளை அதன்மேல் அமர்த்தி, பல புகைப்படங்களையும் அவர் எடுத்தது பல விமர்சனங்களைக் கிளப்பியது குடும்பத்தில். அதன் தோல் இருக்கைமேல் அமர்ந்து விட்ட சித்தியை எப்படி மீண்டும் தூய்மைப்படுத்துவது என்பது பற்றிய சர்ச்சைகள் நீடித்தன. சாணத்தைப் போட்டு மோட்டார் பைக்கைக் கழுவுவதா, அல்லது சித்தியையே சாணத்தில் குளிப்பாட்டுவதா போன்ற பட்டிமன்றங்கள் நடந்தன. முடிவில் எல்லாவித மீறல்களுக்கும் ஏதாவது ஒரு நிவாரணச் சடங்கு வைத்திருந்த ஒரு புரோகிதரின்

யோசனைப்படி பசு மூத்திரம் ஒரு துளி கலந்த எதையோ விழுங்கி சித்தி தன்னைச் சுத்தீகரித்துக் கொண்டாள் என்று கேள்வி. ஒரு முறை அவள் சுத்தீகரிக்கப்பட்ட பின்பு எந்த விமர்சனமும் வரவில்லை. சித்தி மோட்டார் பைக்கில் சவாரிசெய்தாள் நிதமும்.

❍

கூட்டத்திலும் மழையிலும் பேருந்தை அல்லது மின் ரயிலைப் பிடித்து அலுவலகம் செல்லப் பழக்கப்பட்ட அந்த நகரத்திலிருக்கும் அத்தனை பேருடனும் அவள் கலந்து போயாயிற்று. ஆவேச மழையாக இருந்தால் குடையிருந்து ஓர் உபயோகமும் இல்லை. குடையைப் பிரித்தவுடன் அது கம்பிகளை நீட்டியபடி மடங்கி அம்பேல் சொல்லி விடும். மழைக்கோட்டும் தொப்பியும்தான் கை கொடுக்கும். ஆண்கள் தங்கள் கால்சராயை முட்டுக்கு மேல் மடக்கி விட்டுக்கொண்டு, காலணியைப் பிளாஸ்டிக் பையில் போட்டுக்கொண்டு கைப்பெட்டி சகிதம் கிளம்பிவிடுவார்கள் பேருந்து நிறுத்தத்தை நோக்கியோ, ரயிலடியை நோக்கியோ. மழைக்காலத்துக்கு என்று புடவைகள் உண்டு பெண்களிடம். பருத்தி அல்லாத, வேகமாக உலர்ந்துவிடும் செயற்கை இழைப் புடவைகள். அதுவும் முட்டுக்கு மேல் ஏறிவிடும். ஸல்வார் – கமீஸாக இருந்தால் ஸல்வார் முட்டு வரை மடக்கப்பட்டு விடும். ஆயிரக்கணக்கான, பலவித வடிவமும் வயதும் உள்ள பெண்கள் வேலைக்குப் போகும் மும்முரத்தை முகத்தில் காட்டியபடி ஒரு கூட்டமாகத் திரண்டு இப்படி வரும்போது யாருக்கும் வெறித்துப் பார்க்கவோ, கவனிக்கவோகூட நேரமிருக்காது. எதிரே நின்று வெறித்துப் பார்க்கும் அல்லது நோட்டம் விட முற்படும் வேற்றூர் ஆளை, "உனக்கு அம்மா இல்லையா. அக்கா, தங்கச்சி இல்லையா?" என்றெல்லாம் நின்று கேட்காமல், வேகமாக முன்னேறும் அந்தக் கூட்டம் தயங்காமல் வீழ்த்திவிட்டுப் போய்விடும். பாக்கியத்துக்கும் இது பழகிவிட்டது.

அவள் செல்ல வேண்டிய ஈரடுக்குப் பேருந்தை எதிர் நோக்கி நின்று, அது வந்ததும் முண்டியடித்து ஏறி, "ஓ, குடை! ஏ, மஞ்சள் புடவை! அரே கறுப்புப் பான்ட்! ஏ, நரைத்த தலை! முன்னால் போங்க, முன்னால் போங்க . . ."என்று நடத்துநரால் முன்னால் தள்ளப்படும் குறியீடுகளில் மறைந்துபோன நபர்களில் ஒருத்தியாய்ப் பயணித்து இறங்கி, பின்பு ரயிலடியில் எந்த பிளாட்பாரத்தில் வண்டி நிற்கிறது என்று பளிச்சிடும் விளக்குக் குறிகளைப் பார்த்துத் தெரிந்து கொண்டு, படிக்கட்டில் ஏறி, பாலத்தில் ஓடி, இறங்கி, விரைவு

மின்ரயிலைப் பிடித்து அமர்ந்து வெளியே பார்ப்பாள். ஒவ்வொரு நாளும்.

○

பாக்கியத்தின் அம்மாவின் காலத்திலேயே மகரிஷி கர்வே மகாராஷ்டிரத்தில் நடத்திய பள்ளியில் பெண்கள் சைக்கிள் விட ஆரம்பித்தாயிற்று. சைக்கிள் பந்தயங்களில் வேறு அவர்கள் பங்கெடுத் தார்கள். சைக்கிள் ஓட்ட மகாராஷ்டிரப் புடவைக் கட்டு வாகானது. பத்திரிகைகளில் முட்டுவரை ஸ்கர்ட் போட்ட மேல் நாட்டுப் பெண்கள் சைக்கிள் ஓட்டுவது போல் விளம்பரங்கள் வந்தபடி இருந்தன அப்போது. ஆனால் அம்மா வீட்டுப் பெண்களுக்கு வாகன யோகம் தாத்தா கோயமுத்தூர் வந்த பிறகுதான் வந்தது.

தாத்தா தேர்ந்தெடுத்த வீடு சற்றுத் தள்ளி, ஒதுக்குப்புறமாய் இருந்தது. மாமாக்கள் கல்லூரி போக, எடுபிடி வேலை செய்யப் போக என்று ஒரு 'ராலே' சைக்கிள் வந்தது வீட்டுக்கு. முன்பக்கம் பிடியிலிருந்து உட்காரும் இருக்கைவரை குறுக்குக் கம்பி போட்ட ஆண்களுக்கான சைக்கிள். சில நாட்கள்வரை மாமாக்களின் தனி உரிமையாக இருந்தது. பின்பு சுவரைப் பிடித்தபடி கமலா சித்தி அதை ஓட்டப் பழகி தங்கை ஆனந்திக் கும் தேர்ச்சி கொடுத்தபின் அது பொது வாகனமாயிற்று. புடவையுடனேயே முன்னால் காலை மடித்து அதில் ஏறி விடுவாள் கமலா சித்தி. வேகவாகினி அவள். ஒடிசல் தேகம். நீள நீளமாய்க் கால்கள். விடுமுறையில் கோயமுத்தூர் போன போது இவள் காரியரில் தொற்றிக்கொண்டு போனதுண்டு அவளுடன். நின்றபடியே மிதித்து ஓட்டி, வேகமெடுத்தபின் அமர்ந்து, மரம், செடி, வீடுகள் எல்லாம் பார்வையில் நிற்காமல் ஓடும்படி சைக்கிளை விடுவாள் கமலா சித்தி. பறக்கும் குதிரையில் போவது போல் கற்பனை ஓடும். இறக்கைகளை விரித்து வானில் பறக்கும் வெள்ளைக் குதிரை.

வேறு உலகத்துக்குப் போய்விட்டு வந்தவள்போல் ஒரு கிறக்கத் துடன் இறங்குவாள் காரியரிலிருந்து. முன்பற்கள் இரண்டும் உடையும் வரை சைக்கிள் சவாரி நீடித்தது. அதன் பின்பு தாத்தா ப்யூக் வாங்கிவிட்டார். சித்திகள் அதை ஓட்டவில்லை. ப்யூக் வாகன சவாரி எப்போதாவது கோய முத்தூர் போகும்போது கிடைத்தது. கமலா சித்தியுடன் போன சைக்கிள் சவாரியின் சுகமில்லை அதில். கையை விரித்துப் போட்டுக்கொண்டு ஓட்டுவது போன்ற கமலா சித்தியின் பராக்கிரம சாகசங்கள் மாமாக்களிடம் இல்லை கார் ஓட்டும் போது.

○

மின்ரயிலின் சன்னலூடே பார்க்கும்போது மோட்டார் சைக்கிள், ஜீப், கார் என்று விரைபவர்கள் கண்ணில் படுவார் கள். ஈரடுக்குப் பேருந்தின் மேலடுக்கிலிருந்து கீழே பார்க்கவும் அவளுக்குப் பிடிக்கும். பார வண்டி, தண்ணீர் லாரி, பேரீச்சம் பழத்துக்குத் தர வேண்டியது போல் கிடுகிடுத்துப்போன சைக்கிள், முதுகை நன்றாக வளைத்து ஓட்ட வேண்டிய பந்தய சைக்கிள், பல வண்ணங்களில், வடிவங்களில், ஒலிகளில் விரையும் கார்கள் என்று கண்ணில் படும் வாகனங்களுக்குக் குறைவே இல்லை.

அப்படி அவள் ஒரு முறை மேலடுக்கிலிருந்து பார்த்துக் கொண்டிருந்தபோதுதான் அதைப் பார்க்க நேரிட்டது. அந்த விபத்தை. ஒரு ஸ்கூட்டரில் நான்கு பேர் கொண்ட குடும்பம் போய்க்கொண் டிருந்தது. கடைத்தெருவிலிருந்து வந்திருந்தார்கள் என்று கூறுவது போல், பின்னால் அமர்ந்த மனைவியின் கையில் பெரிதாகப் புடைத் திருந்த ஒரு பிளாஸ்டிக் பை. ஸ்கூட்டர் ஓட்டும் அப்பாவின் முன்னால் நின்றபடி பையன். அப்பாவுக்கும் அம்மாவுக்கும் இடையே இடுக்கில் பெண். முகங்களில் சிரிப்புடன் ஒரு குதூகலமான குடும்பம். நொடியில், இவள் பார்த்துக்கொண்டே இருந்தபோது, ஒரு பேருந்து கட்டுக்கடங்கா வேகத்தில் வந்து ஸ்கூட்டரைத் தாக்கியது. வாகனங்கள் நிறுத்தப்படும் கிரீச் ஓசைகளும், உரத்த பேச்சுகளுக்குமிடையே கீழே ரத்தம் பூசிக் கொண்ட குடும்பம். பெண்ணின் சிறு கையில் இறுகப் பிடித்த மஞ்சள் மோட்டார் பொம்மை இருந்தது.

அந்த முனை எப்போதுமே ஒரு விபத்து முனைதான். அதற்கு முன்தினம்கூட மோட்டார் சைக்கிளில் போன ஒரு பையன் பெட்ரோல் வண்டி மோதி செத்திருந்தான். இவள் வீடு திரும்பும் வழியில் அன்று பார்த்தபோது அந்த விபத்து நடந்த இடத்தில் எண்ணெயும் கண்ணாடித் துகள் களும் சிதறி இருந்தன. சற்றுத் தொலைவில் ஒற்றைச் செருப்பு ஒன்று குப்புறக் கிடந்தது.

“விபத்துகள் அதிகமாகிவிட்டன. காலையில் போனால் மாலை திரும்புவோமா என்றிருக்கிறது” என்று சிலர் பேசிக் கொண்டனர்.

❍

இவளுடைய தம்பிக்கு ஒரு வயதாகும்போதுதான் மூன்று சக்கர சைக்கிள் வந்தது வீட்டில். கறுப்பு வண்ண சைக்கிள். அதன் பின்பு அவனுக்கு நான்கு வயதாகும்போது வீட்டுக்கு இரண்டு சக்கர சைக்கிள் வாகனம் ஒன்று வந்தது. சிவப்பு

வண்ணப் பூச்சுடன் வழுக்கும் சிவப்பு ரெக்ஸீன் இருக்கை யுடன், நான்கு வயதுப் பையன் ஓட்டுவதற்கான வாகனம். அதைத் தொட்டுத்தொட்டு ரசித்ததுடன் சரி.

அந்தக் கனவு மட்டும் அடிக்கடி வந்தது. அந்தப் பறக்கும் கனவு. சைக்கிள் பெடலில் கால் வைத்ததும் ஓர் எடையற்ற உணர்ச்சி. பிறகு சைக்கிளுடன் வானில் எம்பிஎம்பிப் பறப்பது. எடையே இல்லை. பெடல் பூவிதழ்போல்.

பார்க்கப்போனால் சின்ன வயதில் அவள் சைக்கிள் விட்டது ஒரு முறைதான். சந்தில் ஓட்டிக் காட்டுகிறேன் என்று தம்பியிடம் சவால் விட்டுவிட்டுக் குப்பைத் தொட்டி மேல் ஏறி சர்க்கஸ் செய்து, சுவரில் முட்டி, சைக்கிளுடன் சாக்கடையில் விழுந்தாள். 'மளக்' கென்று வலது முழங்கையில் சத்தம். அப்படியும் எழுந்து மீண்டும் ஓட்டினாள். வலது முழங்கை பங்கனபள்ளி மாம்பழமாகியது. "சைக்கிள் பக்கம் போனால் தெரியும்" போன்ற கூப்பாடுகளுக்குப் பிறகு, கை கால் முறிந்த பெண்ணுக்குத் திருமணமாகாது போன்ற எச்சரிக்கைகள் தொடர்ந்து, தம்பிக்கு மட்டுமே சைக்கிள் ஓட்ட அனுமதி வழங்கப்பட்டது. அவனுக்குக் கை, கால் உடைந்தால் அவனை யார் கட்டிக்கொள்வார்கள் போன்ற இவள் வாதங்கள் யார் காதிலும் விழவில்லை.

கிண்டி அருகில் குடிபோனபோது குதிரைச் சவாரி பழக வேண்டும் என்று இவள் விண்ணப்பித்தாள் பெற்றோரிடம். இவளுடைய 'விபரீத' ஆசைகளைப் பற்றிய பல கருத்து மோதல் கள் வீட்டில் நடந்தன. பின்பு குதிரையும் விலக்கப்பட்ட வாகனமாயிற்று.

டில்லியில் மேல்படிப்பு படிக்கும்போது மனத்தில், ஸ்கூட்டர் வேண்டுமென்ற வெளியிடாத ஆசை இருந்தது. தோழன் மணி வண்ணன் புத்தம்புது ஸ்கூட்டரைக் கொண்டு வந்து, "வாங்க பாக்கியம், ஒரு ரவுண்டு அடிக்கலாம். போணி பண்ணுங்க" என்றான். மறுக்காமல் அவன் பின்னால் உட்கார்ந்துகொண்டாள். அவன் ஸ்கூட்டர் ஓட்டப் பயின்று பல வருடங்கள் ஆயிற்று, ப்ரேக் விஷயத்தில் அவனுக்குப் போதிய ஞானம் இல்லை போன்ற அத்தியாவசியமான விவரங் களை மணிவண்ணன் கூற மறந்துவிட்டான். சிறு வீதிகளில் உள்ள மாடுகள், எருமைகள், நாய்கள், பன்றிகள், மணியில்லாச் சைக்கிள்கள் இவைகளைக் கடந்து பிரதான வீதியை எட்டியதும் இரு புறமும் வேகமாக ஓடும் வாகனங்கள். புது மாடு மாதிரி மணிவண்ணன் மிரண்டுபோனான். பின்னால் அவசரப் படுத்தும் பார லாரியும் எதிரே விரைந்து வரும் பேருந்தும்

அவனைக் கலவரப்படுத்த, எப்படிச் சமாளிப்பது என்று புரியாமல் ப்ரேக்கை ஓங்கி அழுத்த, இவள் தெரு ரிப்பேர் செய்யப் போட்டிருந்த சரளைக் கற்களின் மேல் தூக்கி எறியப் பட்டாள். உடலெல்லாம் சிராய்ப்புக்கள். "ஐயோ, உங்களுக்குப் பின்னால உக்காரத் தெரியலையா? நல்லா பிடிச்சுட்டு உக்காரணும். எழும்புங்க. ரவுண்டை முடிச்சிடலாம்" என்றான் மணிவண்ணன் விடாப்பிடியான வேதாளம்போல. சரளைக் கற்களை விட்டு எழுந்தபடி, கோபித்துக் கொள்ளாமல், "மணிவண்ணன், ஒரு நாளைக்கு இத்தனை விழுப்புண்கள் போதுமே?" என்றாள். இன்னமும் தோள்பட்டையிலும், முழங்கை யிலும் உள்ளங்கை அளவுக்குத் தழும்புகள் இருக்கின்றன.

❍

மின் ரயிலின் சன்னல் வழியாகவும், இரண்டடுக்குப் பேருந்தின் மேலடுக்கிலிருந்தும் பார்க்கும்போது, பச்சை, கறுப்பு, மஞ்சள், வெள்ளை என்று பல வடிவங்களில் வசீகர மாய்க் கண்ணில் மோதிச் சென்ற வாகனங்களில் உட்கார்ந்து பயணம் செய்யும்போது, அந்த நகரத்தில் அவற்றுக்கு இடமில்லை என்று தோன்றியது. காலையும், மாலையும், இரவும் எந்நேரம் அவற்றில் போனாலும் ஹாரனின் பிளிறல்களும், மராட்டி, இந்தி மற்றும் ஆங்கிலத்தின் பொறுக்கி எடுத்த, பெண்களை மையமாக்கிய கெட்டவார்த்தைகளும், பிரதான வீதிகளில் அங்குலம், அங்குலமாய் நகரும் அவஸ்தையும் கேட்டு, உணர முடிந்தது. இசை வடிவில் வந்த ஹாரன் ஒலிகள் சில சமயம் எலும்பை ஊடுருவித் தாக்கின. எதிலும் மோஸ்தரைப் பின்பற்றும் சிலர் காரைப் பின்புறமாக நகர்த்தும்போது அமெரிக்க உச்சரிப்பில் "இந்தக் கார் பின்னால் போகிறது" என்று ஆங்கிலத்தில் பதிவுசெய்த ஒலிநாடாவை இயக்கும் ஒலியை எதிர்பாராத சமயம் கேட்டபோது தூக்கிவாரிப் போட்டது. சிலர் குழந்தையின் அழுகை ஒலியை இதற்குப் பயன்படுத்தியதால் வேளை கெட்ட வேளையில், தெருவில் நடந்தபடி, நகரம் இல்லாக் கனவில் மூழ்கியிருக்கும்போது, குழந்தையின் அழுகை திடீரென்று முதுகின் பின்னால் கிளம்பித் திடுக்கிடவைத்தது.

தூரத்தில் இருந்து பார்க்கும்போது கறுப்பும் மஞ்சளும் கலந்த சமோசா மாதிரி அழகாகத் தெரிந்த ஆட்டோக்கள் பயணம் செய்ய ஏறியதும், மற்றப் பெரிய வாகனங்களின் புகை உமிழ்வில் சிக்கிக் கொண்டன. விரைவு நெடுஞ்சாலை களில் ஆட்டோவில் போய், பார லாரி, மோட்டார் வண்டி, பேருந்து இவை கக்கும் புகையைச் சுவாசித்து மீள்வது ஜீவ மரணப் போராட்டம்போல் தோன்றியது.

தெருக்களும், வீதிகளும், நெடுஞ்சாலைகளும் குருதியையும், குப்பையையும், புகையையும் அப்பிக்கொண்டு நிற்க, வாகனங் கள் அசுர கணங்களாய் அவற்றில் ஓடின.

◯

கல்பாக்கத்துக்கு அவள் தம்பியை மாற்றல் செய்தபோது, "கடலைப் பார்க்க வாயேன். இங்கே இருக்கும் மீனவர்கள் எனக்கு நல்ல நண்பர்கள். அவர்களில் ஒருவன் என் நெருங்கிய நண்பன். கவிதைத் தொகுதி ஒன்றை வெளியிட்டிருக்கிறான். கட்டுமரத்தில் ஏற்றிக்கொண்டு போய்க் கவிதை படிப்பான். சினிமாவுக்குப் பாட்டெழுத ஆசையாம். கட்டுமரத்தில் ஏறிக் கடலைப் பார்க்க வா" என்று அழைப்பு விடுத்தான். கடல் பக்கமாய் வீடு. தெருக்கள் இடையே கடற்கரை மணல் கொட்டிக் கிடந்தது.

போய்ச் சேர்ந்தவுடனேயே தம்பியும், தம்பி குழந்தைகளும், அவளுமாய்க் கடல் நோக்கி நடந்தனர். "பொம்பளங்கள கட்டு மரத்துல ஏத்தக் கூடாது" என்று தயங்கிய தம்பியின் நண்பனைக் கவிதைப் பக்கமாய்த் திசை திருப்பிக் கட்டுமரத் தில் ஏறிக் கொண்டனர். பொங்கும் அலைகளினால் ஏற்பட்டக் குமட்டலுக்குக் கடலைப் பார்க்காமல் வானைப் பார்க்கச் சொன்னான். கடலலைகள் கால்களில் முட்ட, மேலே வானைப் பார்த்தபடி, மீனவ நண்பனின் ஏலேலோ பாணிக் கவிதை களைச் செவிமடுத்தபடி கட்டுமரப் பயணம்.

வீடு திரும்பியதும் எலுமிச்சம் பழ சர்பத் குடிக்கத் தோன்றியது. "இதோ" என்று தம்பி மனைவி கதவைத் திறந்து வாயிலில் நிறுத்தி யிருந்த சைக்கிளில் ஏறி எலுமிச்சம் பழம் வாங்கச் சென்ற போதுதான் கண்ணில் சைக்கிள் பட்டது. சிறிது நேரத்துக்குப் பின் தம்பியின் பெண் அவள் தோழி யிடமிருந்து புத்தகம் வாங்கச் சைக்கிளில் போனாள்.

மாலையில், "எனக்கும் சைக்கிள் ஓட்டணும்" என்றாள் மெள்ள. தம்பி பெண்ணும், பையனும் உற்சாகமாக உடன் வந்தனர். சைக்கிளைத் தள்ளி ஏறுவது மறந்துபோயிருந்தது. ஓர் ஓரமாகச் சைக்கிளை நிறுத்திவிட்டு ஏறி, விட ஆரம்பித்ததும் தெரு குறுகிப்போவதுபோல் தோன்றியது. இரு பக்க மணலும் இவள் மேல் பாய்வதுபோல் பட்டது. வெகு தூரத்தே முள்வேலி சுற்றிக்கொண்டு நின்ற மரங்கள் தெருவின் குறுக்கே ஓடிவர முயன்றன. கால் செருப்புகள் கழன்று விழுந்தன.

"அத்தே, அத்தே! மணல் மேல ஏத்துங்க. சைக்கிள் நின்னுடும்" என்று தம்பி பையன் சைக்கிள் பின்னால் ஓடி வந்தபடி கத்தினான்.

மணல் மேல் ஏற்றி, சைக்கிளும் அவளுமாய் விழுந்தனர். வீட்டுக்குத் திரும்பியதும் தம்பி மனைவி சிராய்ப்பின் மேல் மருந்திட்டாள். "ஏங்க்கா, தேவையா இதெல்லாம்?" என்றான் தம்பி.

விடாப்பிடியாக, மறுநாள் விடிகாலை தம்பி குழந்தைகளுடன் ஓசைப்படுத்தாமல் வெளியே வந்தாள். "அத்தே, உங்களால முடியும். கமான் அத்தே. மெள்ள மிதியுங்க. திருப்புங்க" என்ற உற்சாகமூட்டும் அவர்கள் குரல்களின் துணையோடு அந்தப் பகுதியைச் சைக்கிளில் வலம் வந்தாள். ஒரு ராணி போல் உணர்ந்தாள் சில கணங்களுக்கு.

❍

திட்டமே போடாமல் ஒரு வாகனம் அவளுடையதாயிற்று. சக்கரமில்லா, சுற்றுப்புறச் சூழலை மாசுபடுத்தாத வாகனம். ஓசையின்றி, மோதலின்றி, ரத்தமின்றி இயங்கும் வாகனம். மின்னியக்க வாகனம். மூஞ்சூறு வாகனம். கணிப்பொறியை ஏந்திச் செல்லும் வாகனம். அதில் ஆரோகணித்துத் தகவல் வீதியில் பல காத தூரம் பயணம் போனாள். தகவல் வலைக் கூட்டத்தாரின் வீட்டுப் பக்கங்களை நோட்டம்விட்டாள். பல வீட்டின் கதவுகளைத் தட்டித் திறந்தாள். தனக்கென்று ஒரு வீட்டை அதில் அமைத்துக்கொண்டாள். இது தவிர, 'பூகோள நகரங்கள்' அமைப்புத் திட்டம் மூலம் உலகின் பல இடங்களுக்கு ஒரு வீட்டுப் பக்கம் அமைப்பதற்காக வலம் வந்தாள். முடிவில், சினிமா, காதல், புரட்சி இவற்றுடன் இணைந்த பாரீஸ் நகரத்தில் ஒரு வெற்றிடம் தேடிக் குடி புகுந்தாள்.

இரண்டு வீட்டின் நுழைவாயிலிலும் வீட்டிற்கு வரப்போகும் விருந்தாளிகளுக்குத் தன்னை அறிமுகப்படுத்தும் முதல் கட்டச் செயலாகத் தனக்கும் வாகனங்களுக்கும் உள்ள உறவைப் பற்றி எழுதினாள். தற்போது தன் வாகனம் என்று குறிப்பிட்டு, மின்னியக்க மூஞ்சூறின் மேல் ஆரோகணித்தவளாய்த் தன்னை வரைந்துகொண்டாள்.

பாம்பு, சிங்கம், அன்னம், குதிரை என்று வாகனம் அமைத்துக் கொண்டவர்கள் வழியில் வந்த அவளுக்கும் ஒரு வாகனம் அமைந்து போயிற்று. அரக்கர்களை அழிக்கவும், தேவர்களைச் சந்திக்கவும், மின்னியக்கத் தருணம் பார்க்க ஆரம்பித்தாள்.

'தினமணி' பொங்கல் மலர், 1997

காட்டில் ஒரு மான்

அந்த இரவுகளை மறப்பது கடினம். கதை கேட்ட இரவுகள். தங்கம் அத்தைதான் கதை சொல்வாள். காக்கா – நரி, முயல் – ஆமை கதைகள் இல்லை. அவளே இட்டுக்கட்டியவை. கவிதைத் துண்டுகள் போல சில. முடிவில்லா பாட்டுகள் போல சில. ஆரம்பம், நடு, முடிவு என்றில்லாமல் பலவாறு விரியும் கதைகள். சில சமயம், இரவுகளில் பல தோற்றங்களை மனத்தில் உண்டாக்கிவிடுவாள். அசுரர்கள், கடவுளர்கள்கூட அவள் கதைகளில் மாறிவிடுவார்கள். மந்தரையைப் பற்றி உருக்கமாகச் சொல்வாள். சூர்ப்பனகை, தாடகை எல்லோரும் அரக்கிகளாக இல்லாமல், உணர்ச்சிகளும், உத்வேகங்களும் கொண்டவர்களாக உருமாறுவார்கள். காப்பியங்களின் பக்கங்களில் ஒண்டிக்கொண்டவர் களை வெளியே கொண்டுவருவாள். சிறகொடிந்த பறவையை வருடும் இதத்தோடு அவர்களை வரைவாள் வார்த்தைகளில். இரவு நேரமா, அந்தப் பழைய வீட்டுக் கூடமா, கூடப் படுத்த சித்தி மாமா குழந்தைகளின் நெருக்கமா என்னவென்று தெரியவில்லை. அந்தக் கதைகள் வண்டின் ரீங்காரமாய் மனத்தின் ஒரு மூலையில் ஒலியுடன் சுழன்றவாறிருக்கின்றன.

தங்கம் அத்தை அந்தப் பழைய, தூண்களும் நடுக் கூடமும் உள்ள வீட்டில் பல பிம்பங்களில் தெரிகிறாள். பெரிய மரக்கதவின் மேல் சாய்ந்தவாறு. அகல் விளக்கை புடவைத் தலைப்பால் மறைத்தபடி ஏந்தி வந்து புரையில் வைத்தபடி. தன் கணவன் ஏகாம்பரத்துக்குச் சோறிட்ட வாறு. கிணற்றுச் சுவரில் ஒரு காலை வைத்து, கயிற்றை இழுத்துக்கொண்டு. செடிகளுக்கு உரமிட்டவாறு.

தங்கம் அத்தை அழகுக் கறுப்பு. நீவி விட்டாற் போல் ஒரு சுருக்கமும் இல்லாத முகம். முடியில்

நிறைய வெள்ளி. அத்தை வீட்டில் காலால் அழுத்தி இயக்கும் அந்தக் கால ஹார்மோனியம் உண்டு. அத்தைதான் வாசிப்பாள். தேவாரப் பாடல்களிலிருந்து வதனமே சந்திர பிம்பமோ, வண்ணான் வந்தானே வரை மெல்லப் பாடியவாறு வாசிப்பாள். கறுப்பு அலகுகள் போல நீள்விரல்கள் ஹார்மோனியக் கட்டை களின் மேல் கறுத்தப் பட்டாம்பூச்சிகள் மாதிரிப் பறக்கும்.

தங்கம் அத்தையைச் சுற்றி ஒரு மர்ம ஓடு இருந்தது. மற்றவர்கள் அவளைப் பார்க்கும் கனிவிலும், அவளைத் தடவித்தருவதிலும், ஈரம் கசியும் கண்களிலும் அனுதாபம் இருந்தது. ஏகாம்பர மாமாவுக்கு இன்னொரு மனைவியும் இருந்தாள். அத்தையை அவர் பூமாதிரி அணுகுவார். அவர் அத்தையை 'டீ' போட்டு விளித்து யாரும் கேட்டதில்லை. 'தங்கம்மா' என்று கூப்பிடுவார். அப்படியும் அத்தை ஒரு புகைத்திரைக்குப்பின் தூர நிற்பவள்போல் தென்பட்டாள். முத்து மாமாவின் பெண் வள்ளிதான் இந்த மர்மத்தை உடைத் தாள். அவள் கண்டுபிடித்தது புரிந்தும் புரியாமலும் இருந்தது. வள்ளியின் அம்மாவின் கூற்றுப்படி அத்தை பூக்கவே இல்லையாம்.

"அப்படீன்னா?" என்று எங்களில் பலர் கேட்டோம்.

வள்ளி தாவணி போட்டவள். "அப்படீன்னா அவங்க பெரியவளே ஆகலை" என்றாள்.

"முடியெல்லாம் நெறய வெளுத்திருக்கே?"

"அது வேற."

அதன்பின் அத்தையின் உடம்பை உற்றுக் கவனித்தோம். 'பூக்காத' உடம்பு எப்படி இருக்கும் என்று ஆராய்ந்தோம். அவள் உடம்பு எவ்வகையில் பூரணமடையவில்லை என்று தெரியவில்லை. ஈரத் துணியுடன் அத்தை குளித்துவிட்டு வரும்போது அவள் எல்லோரையும் போலத்தான் தெரிந்தாள். முடிச்சிட்டச் சிவப்பு ரவிக்கையும், பச்சைப் புடவையும், முடிந்த தலையுமாய் அவள் நிற்கும்போது அவள் தோற்றம் வித்தியாசமாகத் தெரியவில்லை. வள்ளியின் அம்மா வள்ளியிடம், "அது வெறும் பொக்கை உடம்பு" என்றிருந்தாள். பொக்கை எங்கே என்று தெரியவில்லை. பறவையின் உடைந்த சிறகுபோல், அது வெளிப்படையாகத் தெரியாத பொக்கையா என்று புரியவில்லை.

ஒரு மாலை, பட்டுப்போன ஒரு பெரிய மரத்தைத் தோட்டத்தில் வெட்டினார்கள். கோடாலியின் கடைசி வெட்டில் அது சரசரவென்று இலைகளின் ஒலியோடு மளுக்

கென்று சாய்ந்தது. குறுக்கே வெட்டியபோது உள்ளே வெறும் ஓட்டை. வள்ளி இடுப்பில் இடித்து, "அதுதான் பொக்கை" என்றாள். பிளவுபட்டு, தன்னை முழுவதுமாய் வெளிப்படுத்திக் கொண்டு, உள்ளே ஒன்றுமில்லாமல் வான் நோக்கிக் கிடந்த மரத்துடன் அத்தையின் மினுக்கும் கரிய மேனியை ஒப்பிட முடியவில்லை.

எந்த ரகசியத்தை அந்த மேனி ஒளித்திருந்தது? அவள் உடம்பு எவ்வகையில் வித்தியாசப்பட்டது? வெய்யில் காலத்தில் அத்தை, மத்தியான வேளைகளில் ரவிக்கையைக் கழற்றிவிட்டு, சாமான்கள் வைக்கும் அறையில் படுப்பாள். அவளருகில் போய்ப் படுத்து, ரவிக்கையின் இறுக்கத்தினின்றும் விடுபட்ட மார்பில் தலையை வைத்து ஒண்டிக் கொள்ளும் போது அவள் மென்மையாக அணைத்துக் கொள்வாள். மார்பு, இடை, கரங்களில் பத்திரப்பட்டுப் போகும் போது எது பொக்கை என்று புரியவில்லை. மிதமான சூட்டுடம்பு அவளுடையது. ரசங்கள் ஊறும் உடம்புடையவளாகப் பட்டாள். சாறு கனியும் பழத்தைப் போல் ஒரு ஜீவ ஊற்று ஓடியது அவள் உடம்பில். அதன் உயிர்ப்பிக்கும் துளிகள் எங்கள் மேனியில் பலமுறை சொட்டியது. தொடலில், வருடலில், எண்ணெய் தேய்க்கும்போது படும் அழுத்தத்தில், அவள் உடம்பிலிருந்து கரை புரண்டு வரும் ஆற்றைப் போல் உயிர் வேகம் தாக்கியது. அவள் கை பட்டால்தான் மாட்டுக்குப் பால் சுரந்தது. அவள் நட்ட விதைகள் முளைவிட்டன. அவளுடைய கை ராசியானது என்பாள் அம்மா. தங்கச்சி பிறந்தபோது அத்தை வந்திருந்தாள். "அக்கா, என் பக்கத்துல இருக்கா. என்னைத் தொட்டுக்கிட்டே இரு. அப்பத்தான் எனக்கு வலி தெரியாது" என்று அம்மா முனகினாள் அறையை விட்டு நாங்கள் வெளியேற்றப் பட்டபோது. கதவருகே வந்து திரும்பிப்பார்த்தபோது தங்கம் அத்தை அம்மாவின் உப்பிய வயிற்றை மெல்ல வருடியபடி இருந்தாள்.

"ஒன்றும் ஆகாது. பயப்படாதே" என்று மெல்லக் கூறினாள்.

"அடியக்கா, ஒனக்கொரு . . ." என்று முடிக்காமல் விம்மினாள் அம்மா.

"எனக்கென்ன? ராசாத்தியாட்டம். என் வீடெல்லாம் புள்ளைங்க" என்றாள் அத்தை. ஏகாம்பர மாமாவின் இளைய மனைவிக்கு ஏழு குழந்தைகள்.

"இப்படி ஒடம்பு திறக்காம . . ." என்று மேலும் விசும்பினாள் அம்மா.

“ஏன், என் ஒடம்புக்கு என்ன? வேளாவேளைக்குப் பசியில்லையா? தூக்கமில்லையா? எல்லா ஒடம்புக்கும் உள்ள சீரு இதுக்கும் இருக்குது. அடிபட்டா வலிக்குது. ரத்தம் கட்டுது. புண்ணு பழுத்தா சீ வடியுது. சோறு தின்னா செரிக்குது. வேற என்ன வேணும்?” என்றாள் அத்தை.

அம்மா அவள் கையைப் பற்றிக் கன்னத்தில் வைத்துக் கொண்டாள்.

“ஒன் ஒடம்பைப் போட்டு ரணகளமாக்கி...” என்று அந்தக் கையைப் பற்றியவாறு அரற்றினாள்.

அத்தையின் உடம்பில் ஏற்றாத மருந்தில்லை என்று வள்ளியின் அம்மா வள்ளியிடம் சொல்லியிருந்தாள். ஊரில் எந்தப் புது வைத்தியன் வந்தாலும் அவன் குழைத்த மருந்து அத்தைக்கு உண்டு. இங்லீஸ் வைத்தியமும் அத்தைக்குச் செய்தார்களாம். சில சமயம் மருந்துகளைச் சாப்பிட்டுவிட்டு அத்தை அப்படி ஒரு தூக்கம் தூங்குவாளாம். வேப்பிலையும், உடுக்குமாய் சில மாதங்கள் பூசைகள் செய்தார்களாம். திடீரென்று பயந்தால் ஏதாவது மாற்றம் நேரலாம் என்ற அவர்கள் திட்டப்படி ஒரு முன்னிரவு நேரம் அத்தை பின்பக்கம் போனபோது கரிய போர்வை போர்த்திய உருவம் ஒன்று அவள்மேல் பாய்ந்ததாம். வீரிட்ட அத்தை துணி துவைக்கும் கல்லில் தலை இடிக்க விழுந்து விட்டாளாம். அவள் நெற்றி முனையில் இன்னமும் அதன் வடு இருந்தது. அடுத்த வைத்தியன் வந்த போது, “என்னை விட்டுடுங்க. என்னை விட்டுடுங்க” என்று கதறினாளாம் அத்தை. ஏகாம்பர மாமாவுக்கு வேறு பெண்பார்த்தபோது அத்தை அன்றிரவு அரளி விதைகளை அரைத்துக் குடித்துவிட்டாளாம். முறி மருந்து தந்து எப்படியோ பிழைக்கவைத்தார்களாம். “உன் மனசு நோக எனக்கெதுவும் வேண்டாம்” என்று மாமா கண்கலங்கினாராம். அதன்பின் அத்தையே அவருக்கு ஒரு பெண்ணைப் பார்த்தாள். அப்படித்தான் செங்கமலம் அந்த வீட்டுக்கு வந்தாள். எல்லாம் வள்ளி சேகரித்த தகவல்கள்.

அத்தை தன் கையை அம்மாவின் பிடியிலிருந்து விலக்காமல் இன்னொரு கையால் அம்மாவின் தலையை வருடினாள். “வுடு. வுடு. எல்லாத்தையும் வுடு. புள்ள பொறக்கற நேரத்துல ஏன் என் கதையை எடுக்கற?” என்றாள். அன்றிரவு தான் தங்கச்சி பிறந்தாள். அதன்பின் ஊருக்கு ஒரு முறை போனபோதுதான் அத்தை அந்தக் கதையைச் சொன்னாள்.

மழைக்காலம். இரவு நேரம். கூடத்தின் ஒரு பக்கம் ஜமக்காளத்தை விரித்து, எண்ணெய்த்தலை பட்டு, கறை

படிந்த உறைகளோடு இருந்த சில தலையணைகளைப் போட்டாகிவிட்டது. சில தலையணைகளுக்கு உறை இல்லை. அழுத்தமான வண்ணங்கள் கூடிய கெட்டித் துணியில் பஞ்சு அடைத்திருந்தது. அங்கங்கே பஞ்சு முடிச்சிட்டுக் கொண்டிருந்தது. அவை நிதம் உபயோகத்திலிருக்கும் தலையணைகள் அல்ல. விருந்தினர் வந்தால், குழந்தைகளுக்குத்தர அவை. நாள் முழுவதும் விளையாடிவிட்டு, வயிறு முட்டச் சாப்பிட்டு விட்டுப் படுத்தவுடன் உறங்கிவிடும் குழந்தைகளுக்கு முடிச்சுக்கள் உறைக்கவா போகிறது?

சமையலறை அலம்பிவிடும் ஓசை கேட்டது. சொம்பின் ணங்கென்ற சத்தமும், கதவின் கிரீச்சும், தென்னந் துடைப்பம் அதன் பின்னால் வைக்கப்படும் சொத்தென்ற ஒலியும் கேட்டது. தகர டப்பா கிரீச் சிட்டது. கோலப்பொடி டப்பா. அடுப்பில் கோலம் ஏறும். அதன்பின் சமையலறைக் கதவை அடைத்து விட்டுக் கூடத்தின் வழியாகத்தான் அத்தை வருவாள். யாரும் தூங்கவில்லை. காத்திருந்தனர்.

அத்தை அருகில் வந்ததும், சோமுதான் ஆரம்பித்தான்.

"அத்தே, கதை சொல்லேன் . . . அத்தே."

"தூங்கல நீங்கல்லாம்?"

நின்று பார்த்துவிட்டு அருகில் வந்து அமர்ந்தாள். காமாட்சியும் சோமுவும் மெல்ல ஊர்ந்து வந்து அவளின் இரு தொடைகளிலும் தலை வைத்துப் படுத்து அண்ணாந்து அவளைப் பார்த்தனர். மற்றவர்கள் தலையணைகளில் கைகளை ஊன்றிக்கொண்டனர்.

அத்தை களைத்திருந்தாள். நெற்றியில் வியர்வை மின்னியது. கண்களை மூடிக்கொண்டு யோசித்தாள்.

"அது ஒரு பெரிய காடு . . ." என்று ஆரம்பித்தாள்.

"அந்தக் காட்டுல எல்லா மிருகங்களும் சந்தோசமா இருந்தது. காட்டுல பழ மரமெல்லாம் நெறய இருந்தது. ஒரு சின்ன ஆறு ஓடிச்சு ஒரு பக்கம். தாகம் எடுத்திச்சின்னா அங்க போய் எல்லாம் தண்ணி குடிக்கும். மிருகங்களுக்கு எல்லாம் என்னவெல்லாம் வேணுமோ எல்லாம் அந்தக் காட்டுல சரியா இருந்தது. அந்தக் காட்டுல வேடன் பயமே இல்லை. திடீர்னுட்டு அம்பு குத்துமோ, உசிரு போகுமோன்னு பயமே இல்லாம திரிந்திச்சு அந்த மிருகங்க எல்லாம். எல்லாக் காடு மாதிரியும் அங்கயும் காட்டுத் தீ, வெளி மனுசங்க வந்து மரம் வெட்டறது, பழம் பறிக்கிறது, திடீர்னு ஒரு

ஆளு வந்து பட்சிங்களே சுடுறது, ஓடற பன்னியை அடிக்கறது அதெல்லாம் இல்லாம இல்ல. இருந்தாலும், அங்க இருந்த மிருகங்களுக்கும், பட்சிகளுக்கும் பழகிப்போன காடு அது. ஆந்தை எந்த மரத்துல உக்காரும், ராத்திரி சத்தமே இல்லாம காடு கெடக்கறபோது எப்படி அது கத்தும், எந்தக் கல்லு மேல உக்காந்துக்கிட்டுத் தவளை திடீர்ன்னுட்டுக் களகளன்னு தண்ணி குடிக்கிற மாதிரி சத்தம் போடும், எந்த இடத்துல மயில் ஆடும் எல்லாம் தெரிஞ்சுபோன காடு.

இப்படி இருக்கறப்போ ஒரு மான் கூட்டம் ஒரு நா தண்ணி குடிக்கப் போச்சுது. அதுல ஒரு மான் தண்ணி வழியா போனப்போ விலகிப் போயிடுச்சு. திடீர்னு அது வேற காட்டுல இருந்திச்சு. பாதையெல்லாம் இல்லாத காடு. மரங்கள்லயெல்லாம் அம்பு பாய்ஞ்ச குறி இருந்தது. அந்தக் காட்டுல ஒரு அருவி ஜோன்னு கொட்டிச்சு. யாருமே இல்லாத காடு மாதிரி விறிச்சோன்னுட்டு இருந்தது. மானுக்கு ஒடம்பு வெடவெடன்னுட்டு நடுங்கிச்சு. இங்கயும் அங்கயும் அது ஓடிச்சு. அந்தப் பழகின காடு மாதிரி இது இல்ல யேன்னுட்டு அலறிட்டே துள்ளித்துள்ளி காடெல்லாம் திரிஞ்சிச்சு. ராத்திரி ஆச்சுது. மானுக்கு பயம் தாங்கல. அருவிச் சத்தம் அதைப் பயமுறுத்திச்சு. தூரத்துல ஒரு வேடன் நெருப்பை மூட்டி அவன் அடிச்ச மிருகத்தைச் சுட்டுத் தின்னுட்டிருந்தான். அந்த நெருப்புப் பொறி மான் கண்ணுக்குப் பட்டுது. அது ஒளிஞ்சுக்கிட்டுது. தனியா காட்டைச் சுத்திச் சுத்தி வந்து களைச்சுப்போயி அது உக்காந்துகிட்டது.

இப்படி நெறய நாளு அது திரிஞ்சுது. ஒரு நா ராத்திரி பௌர்ணமி. நெலா வெளிச்சம் காட்டுல அடிச்சது. அருவி நெலா வெளிச்சத்தைப் பூசிக்கிட்டு வேற மாதிரி ரூபத்துல இருந்திச்சு. பயமுறுத்தாத ரூபம். நெலா வெளிச்சம் மெத்து மெத்துனுட்டு எல்லாத்தையும் தொட்டுது. திடீர்னுட்டு மந்திரக்கோல் பட்ட மாதிரி அந்த மானுக்குப் பயமெல்லாம் போயிடுச்சு. அந்தக் காடு அதுக்குப் பிடிச்சுப் போயிடுச்சு. காட்டோட மூலை முடுக்கெல்லாம் அதுக்குப் புரிஞ்சு போயிட்டுது. வேற காடா இருந்தாலும், இந்தக் காட்டுலயும் அருவி இருந்திச்சு. மரம், செடி எல்லாம் இருந்திச்சு. மொள்ள மொள்ள மிருகங்க, பட்சிக எல்லாம் அது கண்ணுல பட்டுது. தேன் கூடு மரத்துல தொங்கறது தெரிஞ்சிச்சு. நல்ல பச்சப் பசேல்னுட்டு புல்லு தெரிஞ்சுச்சு. அந்தப் புதுக் காட்டோட ரகசியம் எல்லாம் அந்த மானுக்குப் புரிஞ்சிடுச்சு. அதுக்கப்புறமா, பயமில்லாம அந்த மானு அந்தக் காடெல்லாம் சுத்திச்சு. பயமெல்லாம் போயி சாந்தமா போயிடுச்சு."

கதையை முடித்தாள் அத்தை. கூடத்தின் மற்றப் பகுதிகள் இருண்டிருந்தன. இந்தப் பகுதியில் மட்டும்தான் வெளிச்சம். இருண்ட பகுதியைக் காடாய்க் கற்பனைசெய்து, கதை கேட்ட குழந்தைகள், அந்த மானுடன் தோழமை பூண்டு, முடிவில் சாந்தப்பட்டுப் போயினர். தலையணைகளை அணைத்து உறங்கிப்போயினர். நீலமும், மஞ்சளும், கறுப்பும் கலந்த முரட்டுத் துணித் தலையணையில் சாய்ந்து, ஒற்றைக் கண்ணைத் திறந்து, உறக்கக் கலக்கத்தில் பார்த்தபோது, எங்கள் நடுவே, இரு கைகளையும் மார்பின் மேல் குறுக்காகப் போட்டுத் தன் தோள்களை அணைத்தவாறு, முட்டியின் மேல் சாய்ந்து கொண்டு தங்கம் அத்தை உட்கார்ந்திருந்தாள்.

'உன்னதம்', அக்டோபர் 1994

பிரசுரிக்கப்படாத கைப்பிரதி

மேசைமேல் அவள் பெயரிட்ட அஞ்சலுறை ஒன்று கிடந்தது. அம்மா வைத்திருக்க வேண்டும். பல்கலைக் கழகத்திலிருந்து சீக்கிரமாகவே வந்துவிட்டாள் போலும். திறந்து மூடக்கூடிய மரச் சட்டங்கள் குறுக்கே இட்ட சன்னல் பக்கம் சென்று மடக்குச் சட்டங்களைத் திறந்து பார்த்தபோது, சௌகரியமான ஸல்வார் – கமீஸ் உடைக்கு மாறி, அம்மா தன் வழக்கமான விறுவிறுப்பான நடையில் புல்வெளியைக் கடந்துகொண்டிருந்தாள். பொன்வண்டு வண்ண ஸல்வார் – கமீஸ். மீண்டும் மேசை அருகே வந்து அஞ்சலுறையை எடுத்தபோது, அதனருகே "எட்டு மணிக்கு வருவேன். சேர்ந்து சமைக்கலாம்" என்று கறுப்புப் பட்டைப் பேனாவால் அம்மா எழுதிய குறிப்பு இருந்தது. அதன் மேல் சிறகுகளைப் பரப்பியபடி நின்ற செவ்வண்ணச் சுடுமண் பறவை ஒன்று இருந்தது. அஞ்சலுறையின் மேல் 'கவிஞர் முத்துக்குமரன் நினைவு விழா செயற்குழு' என்று அச்சிடப்பட்டிருந்தது, சற்று வியப்பைத் தந்தது. உறையைத் திறந்து எடுத்த கடிதத்தில் கவிஞர் முத்துக்குமரன் நினைவு விழாவை ஒட்டி அவர் எழுதிய எல்லாக் கவிதைகளையும், கைப்பிரதிகள் உட்பட, மொத்தமான ஒரு தொகுப்பாகக்கொண்டு வரப்போவதாகவும் ஓர் ஆராய்ச்சிப் பத்திரிகையின் ஆசிரியை என்ற முறையிலும் முத்துக்குமரனுடன் அவளுக்கிருக்கும் உறவுக்காகவும் அவள் இந்த விழாவில் பங்கேற்றுச் சிறப்பிக்க வேண்டும் என்று அழைத்திருந்தார்கள். அவளுடைய முகவரி கிடைக்க நிரம்பச் சிரமப்பட்ட தாகவும், தங்கள் அழைப்பை அவள் மறுக்கக் கூடாது என்றும் வேண்டிக்கொண்டிருந்தார்கள். கடிதம் எழுதிய தாளில் நினைவு விழா செயற்குழுவின் முகவரிக்கு மேலே கவிஞரின் முகத்தை மட்டும் காட்டும் புகைப்படம்

அச்சிடப்பட்டிருந்தது. துளைக்கும் கண்களும் இறுகிய உதடுகளும் அடர்த்தியான மீசையும் வாராமல் அலட்சிய மாகப் புரண்ட தலையுமாய். தலையைத் திருப்பிச் சன்னல் சட்டங்களின் சிறிய இடைவெளிகளூடே பார்த்தபோது, வெகு தூரத்தில், பச்சைப் புல்வெளியின் எல்லையில், அம்மா ஒரு மஞ்சள் பொன்வண்டுப் பொட்டாய்த் தெரிந்தாள்.

○   ○   ○

அவள் பள்ளியில் படிக்கும்போது இருந்த வீட்டின் உள்பக்கத்து அறையில் ஒரு கண்ணாடி இருந்தது. அலங்கார மரச்சட்டம் போட்ட முட்டை வடிவக் கண்ணாடி. அதை ஒட்டி, பளபளவென்று பித்தளை இழுப்பான்கள் கொண்ட இரு சிறிய இழுப்பறைகள். உடைகள் வைக்கும் மர பீரோவின் மேல் இருக்கும் ஆடு கண்ணாடி. மேலும் கீழும் கண்ணாடியைத் தூக்கி இறக்கலாம். கண்ணாடியைப் பாதி வரை தூக்கிச் சரேலென்று இறக்கி, கழுத்தை வெட்டித் திரும்பிப் பார்ப்பாள் உக்கிரமான பார்வையுடன். அவள் மூன்று கண்ணுடையாள். அந்த உக்கிரப் பார்வை, எதிர்காலத்தில் அவள், மேடையில் அநியாயங்களை எதிர்த்து முழங்கி, மக்களின் ரத்தத்தை உறிஞ்சிக் குடிக்கும் ஏதாவது ஒரு நபரைப் பார்க்கப்போகும் பார்வைக்கான ஒத்திகை. சில சமயம் சற்று தூரத்தில் இருந்தபடி, கண்ணாடியை நோக்கி நடப்பாள், முகத்தை அதீத சாந்தத்துடன் வைத்தபடி. அது அவள் யோக நிலைப் பார்வை. மற்றவர்களைப் பாதங்களில் விழவைக்கப் போகும் பார்வை. ஏதோ ஒரு வகையில் அவள் எல்லோரையும் தன் பக்கம் ஈர்த்துக்கொள்ளப்போகிறாள் எதிர்காலத்தில் என்று அவளுக்குத் தோன்றும் அடிக்கடி. சில சமயம் கண்ணாடிமுன் நடக்கும் இவள் ஒத்திகைகளின்போது கண்ணாடியின் ஒரு மூலையில் அம்மா தோன்றுவாள். அப்போதுதான் பல்கலைக் கழகத்திலிருந்து திரும்பியிருப்பாள். தோளில் பெரிய தோல் கைப்பை தொங்கும். முகத்தில் ஒரு புன்முறுவலோடு அவளைப் பார்த்தவாறிருப்பாள். இவள் திரும்பி அம்மாவைப் பார்த்துச் சிரிப்பாள்.

"இன்னிக்கு நீ யாரு?" என்பாள் அம்மா. இவளுக்குச் சொல்ல ஏகப்பட்ட பெயர்கள் இருந்தன. கவிஞர்கள், கலைஞர் கள், எழுத்தாளர்கள் என்று எத்தனையோ. பால் வித்தியாசம் ஏதுமில்லை. ஒரு நாள் அவள் லோபமுத்ரா என்றால் இன்னொரு நாள் அவள் நக்கீரன். ஒரு நாள் ஒளவையார் என்றால் இன்னொரு நாள் பாரி. ஒரு நாள் பாரதியார். மறுநாள் அக்கமகாதேவி. ஒரு நாள் வீணை தனம்மாள். மறுநாள் டைகர் வரதாச்சாரி. ஒரு நாள் பேகம் அக்தர். மறுநாள்

பீம்ஸென் ஜோஷி. ஒரு நாள் ஸித்தேஸ்வரி தேவி. மறுநாள் பலுஸ்கர். ஒரு நாள் ஜிக்கி. மறுநாள் ரகுநாத் பாணிக்ரஹி. ஒரு நாள் லோர்கா. மறுநாள் ஸில்வியா ப்ளாத். எல்லோரும் அம்மா அவளுக்கு அறிமுகப்படுத்திய நபர்கள்.

அம்மா பனாரஸ் பல்கலைக்கழகத்தில் பேராசிரியையாக இருந்தாள். ஆங்கில மொழித்துறை அப்போது அவள்கீழ் இருந்ததால் பல அதிகப் படியான வேலைகள். வீடு திரும்ப நேரமாகிவிடும். பள்ளி விட்டதும் இவள் கங்கையை ஒட்டி நடப்பாள். கைகளை இரு பக்கமும் சிறகுகள் போல விரித்து, தலையைப் பின்னால் சாய்த்து, வானைப் பார்த்தவாறே ஓடுவாள். சில சமயம் யார் மேலாவது முட்டிக் கொள்வாள். யாரும் திட்டமாட்டார்கள். “பேட்டீ, ஸம்பால்கே” என்று சிரிப்பார்கள்.

கங்கை மற்றும் அதன் கரையின் அத்தனை ரகசியங்களும் அவளுக்குத் தெரியும். அதன் முதலைகளைத் தெரியும். அதன் அழுக்கும் அசுத்தமும் தெரியும். அதில் முங்குவோரைத் தெரியும். அருமையாகப் பிறந்த பிள்ளையைக் கங்கையில் தள்ளிப் பின் எடுத்துக் கொள்ளும் அந்த யமனை ஏய்க்கும் நாடகம் தெரியும். அலையும் பைராகிகளும் சாவை எதிர்நோக்கும் வயதான விதவைகளும் சடங்குகள் செய்யும் புரோகிதர்களும் அத்தனை பேரும் அவள் தினமும் நடந்த கரையைச் சேர்ந்தவர்கள். பத்து இருபது வருடங்களுக்குமுன் அங்குள்ள சிறு கோவில்களின் தூண்களில் சாய்ந்தவாறு சில சமயம், அரசவையில் ஒரு காலத்தில் பாடிய பாடகிகள் முதுமை ஏறி அமர்ந்திருப்பார்கள். உள்ளத்தை உருக்கும் தும்ரி பாடல்களைத் தன்னை மறந்து பாடுவார்கள். விழாக் காலங்களில் படகுகளில் அமர்ந்து பாடியபடி பலர் போவதுண்டு. குரலைக் கொண்டு யார் பாடுவது என்று புரிந்துவிடும். அங்குள்ளவர்கள் இதுபற்றி அவளிடம் கூறியதுண்டு.

உடல்கள் எரிக்கப்படும் சுடுகாடுவரை அவள் போயிருக்கிறாள். ஒரு முறை தள்ளி நின்று ஒரு பெண்ணின் உடல் முழுவதும் எரியும் வரை பார்த்தாள். சாவதற்காக காசி வந்த, கங்கைக் கரையின் ஒரு ஆசிரமத்தில் இருந்த விதவையா என்று தெரியவில்லை. வெள்ளைப் புடவை போர்த்தியிருந்தார்கள். அன்று சிறிது தூறல் போட்டுக் கொண்டிருந்தது. பார்த்துக் கொண்டிருந்த அவள் உடை ஈரமாகி விட்டது. சற்று தூரத்தில் நெருப்பு எரிந்தது நடுவில் வெள்ளைப் போர்வையுடன். அன்று அவள் ஒரு கவிதை எழுதினாள். அம்மா படித்துவிட்டு, நல்ல கவிதை என்றாள். ஆரம்பத்தில் இலக்கணம் தவறாத கவிதைகள்தான் எழுதினாள். தமிழ் இலக்கணத்தை அம்மா

மண்டையில் ஏற்றியிருந்தாள். அம்மா புதுக்கவிதை படிப்பாள். இலக்கணத்தை மீறித் தானும் எழுதக் கூடாதா என்று இவள் கேட்டபோது எதை மீறுகிறோமோ அது முதலில் கைவர வேண்டும் என்பாள். கோடில்லாமல் ஏது மீறல் என்பாள். சில சமயம், வெகு அபூர்வமாக, பின்னிரவு வேளைகளில் அம்மா திருவாசகத்திலிருந்து ஏதாவது மெள்ளப் பாடுவாள். திருப்புலம்பலிலிருந்து 'உற்றாரை யான் வேண்டேன், ஊர் வேண்டேன், பேர் வேண்டேன்...' பாடுவாள். பல தடவைகள் அவள் பாடுவது திருச்சதகத்தில் உள்ள 'வாழ்கின்றாய் வாழாத நெஞ்சமே'யாக இருக்கும். 'அவலக் கடலாய வெள்ளத்தே' என்று அது கடலில் முடிவதனால் இருக்கலாம். ஏனென்றால் கடல் அம்மாவுக்குப் பிடிக்கும். மற்றபடி அம்மா பூசை செய்தோ, கோவிலுக்குச் சென்றோ இவள் பார்த்ததில்லை. திருவாசகத் தின் உருக்கம் தனக்குப் பிடிக்கும் என்பாள். இரட்டைச் சொற்கள் எப்படி ஒரு தாக்கத்தை ஏற்படுத்துகின்றன என்று வியப்பாள். 'நெக்கு நெக்குள் உருகி உருகி' என்று சொல்லிச் சொல்லி அனுபவிப்பாள். அம்மாவின் பெயர் திருமகள். திரு என்று அவளைக் கூப்பிடுவார்கள் எல்லோரும். சில சமயம் அவள் உட்கார்ந்திருக்கும்போது பின்புறமாகச் சென்று, கழுத்தைக் கட்டிக்கொண்டு, 'திரு திரு' என்பாள். அம்மா தலையை உயர்த்திப் பார்த்ததும், இரட்டைச் சொற்கள் அவளுக்குப் பிடிக்குமே என்று இவள் சொல்வாள். சிரிப்பார் கள் இருவரும். கவிதைகள், கவிதையுடன் வரும் நினைவு களையும் ஒட்டியதாகவே இவள் கற்பனைகள் ஓடின அந்த வயதில். மெள்ள உருப்பெற்றுக்கொண்டிருந்த தன் முலை களுக்கு அவள் அங்கவை – சங்கவை என்று பெயரிட்டிருந்தாள்.

கங்கைக் கரையில் அவளுடன் நடக்கும்போது அம்மா பல கவிஞர்களின் கவிதைகளை அவளுக்குச் சொல்லித் தந்ததுண்டு. தீக்குள் விரலை வைத்தால் எப்படி இன்பம் வரும் என்று இவளை யோசிக்கச் சொல்வாள். "துன்பம் நேர்கையில் யாழெடுத்து நீ ..." இவளுக்கு நிரம்பப் பிடித்த பாட்டு. அம்மா அதை சுருதி சுத்தமாகப் பாடுவாள். மாலைப் பொழுதில் கங்கையில் தவழும் விளக்குகளின் பின்னணியில் ஒதுக்குப்புறமாக அமர்ந்து அம்மா பாடும் போது, ஆண் ஒருவனுக்குத் துன்பம் வராதா, தான் யாழ் இசைத்து இன்பம் சேர்க்கமாட்டோமா என்று இவளுக்கு ஒரு கிறக்கம் ஏற்படும். அம்மாவிடம் சொல்வாள். அம்மா சிரிப்பாள். ஓர் ஆண் யாழ் வாசித்து அவள் துன்பத்தைப் போக்கி இன்பம் சேர்ப்பதாக ஏதாவது கற்பனை அவளுக்குத் தோன்றுகிறதா என்று கேட்டாள் அம்மா ஒரு முறை. இவள் இல்லை என்றாள். ஏனென்று அவள் யோசிக்க வேண்டும் என்றாள் அம்மா.

பல கவிஞர்களின் வாழ்க்கைபற்றிக் கூறுவாள். செல்லம்மாள் கடன் வாங்கிவந்த அரிசியை பாரதியார் குருவிகளுக்குப் போட்டது; புத்தம் புதுக் கோட்டு தைத்தபின் அதைப் பிச்சைக்காரனுக்குப் போட்டது; கஞ்சா குடித்தது; எமக்குத் தொழில் கவிதை என்றது – இதையெல்லாம் சொல்லி யிருக்கிறாள். பாரதியின் வாழ்க்கைபற்றி அவர் பெண் எழுதியதையும் அவர் கவிதைகளையும் ஒரு பிறந்த நாளின் போது தந்தாள். பாரதிதாசன் தன் பெண்ணின் திருமணத்தின் போது, தனக்கு உடனே முட்டை அவித்துத் தரவேண்டும் என்று கத்தியது; குடும்பம் ஓர் இடமும் அவர் ஓர் இடமுமாக இருந்தது; குயில் பத்திரிகை நடத்தியது எல்லாம் விவரமாகச் சொல்வாள். ஸில்வியா ப்ளாத் காஸ் அடுப்பில் தலை கொடுத்துத் தற்கொலை செய்துகொண்டது; அன்னா அக்மதோவா லெனின் கிராடின் சிறைக்கு வெளியே பல மாதங்கள் நின்றது எல்லாம் சரித்திர விவரங்கள் போலில்லாமல் உற்ற மனிதர்களைப் பற்றிப் பேசுவதுபோல் விவரிப்பாள்.

இவள் இரவில் படுக்கையில் ஒரு கையை முட்டுக் கொடுத்து ரங்கநாதர் 'போஸி'ல் படுத்துக்கொண்டு, எதிரே ஓர் ஆண், யாழ் வாசித்துத் தன்னை உற்சாகமூட்டுவதுபோல் கற்பனைசெய்து பார்ப்பாள். அது உருப்பெறுவது கஷ்டமாக இருந்தது. பாரதி பக்கத்து வீட்டுக்குப் போய் அரிசி கடன் கேட்பதைப் போல் நினைத்துப்பார்ப்பாள். அவர் கொண்டு வந்த அரிசியைச் செல்லம்மாள் உற்சாகமாகக் குருவிகளுக்குப் போடுவதைப்போல் கற்பனை செய்வாள். ஓர் ஆண் செய்யும் போது சரியாகத் தோன்றும் ஒன்று, ஒரு பெண் அதைச் செய்தால் பைத்தியக்காரத்தனமாக ஏன் தோன்றுகிறது என்று வியப்பாள். ஒரு முறை அபூர்வமாக கர்ணன் படம் வந்திருந்தது. அதில் தேவிகா காதல் பாட்டுப் பாட, பாடல் முழுவதும் சிவாஜி கணேசன் தொடையில் ஒரு கை வைத்தபடி விறைப்பாகவே உட்கார்ந்திருப்பார். கர்ணன் வீரன் என்பதால் போலும். தேவிகா ஒரு பட்டுப்பூச்சி மாதிரி அவரைச் சுற்றிச்சுற்றி வருவாள். அதில் சிவாஜி கணேசன் புன்னகைகூட, தீர்ந்து போன பற்பசைக் கூட்டைப் பிதுக்கும் முயற்சி போல் இருக்கும். பக்தியில் கனிந்து கரைந்து உருகுவது ஆண்களுக்குச் சாத்தியம் என்றால், காதலில் அப்படி ஆகக் கூடாதா என்ன? எப்படிப் பட்ட ஆணை அவள் மதிப்பாள் என்று உறுதியாக அவள் தீர்மானித்து விட்டிருந்தாள். அவனுக்கு உருகத் தெரிய வேண்டும். 'நெக்கு நெக்குள் உருகி உருகி' இருக்க அவனுக்குத் தெரிய வேண்டும்.

அம்மாவின் பெண் மற்றும் ஆண் நண்பர்களில் பலர் கவிஞர்கள் மற்றும் எழுத்தாளர்கள்தாம். வெள்ளிக்கிழமை

மாலைகளில் வீட்டில் கூடுவார்கள். பல மொழிக் கதைகள், கவிதைகள் படிக்கப்படும். மொழிபெயர்க்கப்படும். கவிதை களின் சில வரிகள் அவள் மனத்தில் மாட்டிக்கொண்டுவிடும். காலையில் எழும்போது, மாலையில் நடக்கும் போது, இரவில் கண்ணை மூடிய பிறகு என்று கூடவே வரும். தலையில் கட்டிய ரிப்பன் மாதிரி மெலிதாக மனத்தில் பறக்கும். திடீரென்று ஈயக்குண்டு மாதிரி கனக்கும். அம்மாவிடம் சொன்னால் கவிதை என்றால் அப்படித்தான் என்பாள். வரும் கவிஞர்களின் பேச்சுக்களும் நடவடிக்கைகளும் அவளுக்குச் சில சமயம் விசித்திரமாக இருக்கும். ஒரு பெங்காலிக் கவிஞர் திடீரென்று, "மா" என்று அலறி அம்மா வின் காலடியில் விழுந்துவிடுவார். அம்மாவின் மாணவன் ஒருவன் அவளிடம் அந்தக் கவிஞர் அவள் அம்மாவைத் தீவிரமாகக் காதலிப்பதாகக் கூறினான். அம்மாவிடம் அதுபற்றிக் கேட்டபோது, அது உண்மையில்லை என்றாள். அவர் வணங்குவது அவர் மனத்தில் உள்ள ஏதோ ஒரு கற்பனைப் பெண்ணை என்றாள். வெள்ளிக்கிழமை அந்தக் கவிஞர் வருவது நிற்கவில்லை. காரணம், அவர் எழுதும் கவிதைகளின் தரம் என்றாள் அம்மா. "உனக்கு அப்பா எழுதின கவிதை பிடிக்கிற மாதிரியா?" என்று கேட்டாள் இவள். அவள் அப்பாவைப் போல் ஒரு கவிஞனோடு வாழ்வதைவிட அவன் கவிதைகளோடு வாழ்வது சுலபம் என்றாள் அம்மா. அப்பா வின் கவிதைகளை அம்மா தமிழிலிருந்து ஆங்கிலத்தில் மொழிபெயர்த்திருந்தாள். கருத்தரங்கங்களில் இந்திய மொழி களில் எழுதும் கவிஞர்கள் பற்றிப் பேசும்போது அப்பாவின் பெயரைக் குறிப்பிட்டு, அவர் கவிதைகளையும் படிப்பாள். அப்படிச் செய்யும்போது சில பேர் ஒருவரையொருவர் பார்த்துக் கொள்வார்கள். அல்லது முழங்கையால் பக்கத்தில் உள்ள நபரை இடிப்பார்கள். அம்மா தன் பாட்டுக்குப் பேசுவாள் எதையும் கவனிக்காமல்.

வேலையில் மூழ்கிவிட்டால் அம்மா எழுந்திருக்க மாட்டாள். சமைக்கமாட்டாள். குளிக்கமாட்டாள். அவளைச் சுற்றிலும் புத்தகங்களும் காகிதங்களும் இறைந்திருக்கும். கூந்தலை இறுக்கி முடிந்து தலைமேல் வைத்திருப்பாள் நாரதர் மாதிரி. எதைக் கேட்டாலும், "ம், ம்" என்பாள். "அம்மா, நான் செத்துடப் போறேன்" என்று ஒருமுறை சொல்லிப்பார்த்தாள். "ம், ம்" என்றாள் அம்மா. பிறகு அவளிடம் கூறியதும், "நிசமாவா?" என்று சிரித்தாள். பிஸ்கோத்து, பழங்கள் எல்லாம் எடுத்துப் போய் அம்மாவை வலுக்கட்டாயமாய்ச் சாப்பிட வைப்பாள். பள்ளியிலிருந்து வந்ததும் அம்மாவுக்கு டீ போட்டுக் கொடுப்பாள். தான் எழுதிய ஏதாவது பகுதியை அம்மா

படித்துக் காட்டுவாள். ஆராய்ச்சிக் கட்டுரைகளைக்கூட இவளுக்குப் படித்துக் காட்டுவாள். சில சமயம் புரியும். சில சமயம் புரியாது. ஆனால் அவள் படிப்பதைக் கேட்கும் அனுபவம் பிடிக்கும். அம்மாவுக்காக அகராதியில் சொற்களைப் பார்ப்பது, தட்டச்சுப் பொறியின் நாடாவை மாற்றுவது, புத்தகங்களில் மேற்கோள்களைத் தேடுவது போன்ற எடுபிடி வேலைகள் செய்ய அவளுக்குப் பிடிக்கும். வேலை முடிந்ததும் தவம் கலைந்து வருபவளைப்போல் ஓர் ஒளியுடன் வருவாள். சன்னல் பக்கத்தில் உள்ள சாய்வு நாற்காலியில் அமர்ந்து வெளியே பார்ப்பாள். சில சமயம் அது மாலை வேளையாக இருக்கும். அவள் நிழலுருவமாய்த் தெரிவாள். கூந்தலைப் பிரித்து விட்டிருப்பாள். நெற்றி முனையில் இருந்து ஆரம்பித்துக் கூந்தல் நுனிவரை ஒரு மங்கலான ஒளிக்கரை ஓடும். அம்மாவை இன்னமும் அதிகமாகப் பிடித்துப் போகும்.

சிறிது நேரம் உட்கார்ந்திருந்துவிட்டுக் குரலெடுத்து, முழுப் பெயரையும் சொல்லி இவளை விளிப்பாள்.

"செந்தாமரை . . ."

ஓடிப் போய் முன்னால் நிற்பாள். அம்மா முகம் மலரச் சிரித்துத் தலையாட்டியவாறே, "சமைக்கலாமா?" என்பாள்.

இவளும் தலை அசைப்பாள். இருவருமாக என்ன சமைப்பது என்று விவாதிப்பார்கள். பட்டாணி வேண்டாம், உரிக்க நேரமாகும்; மீன் குழம்பு செய்ய முடியாது, மீன் வாங்கவில்லை; பரோட்டா வேண்டாம், மாவு பிசைய வேண்டும்; வீட்டில் தயிர் இருக்கிறதா, பால் இருக்கிறதா என்று பேசித் தீர்ப்பார்கள். பார்க்கப் போனால் விவாதத்துக்கே அவசியமில்லை. முக்கால்வாசி நாட்கள் இந்த மாதிரி சமயங் களில் செய்வது சோறும் முட்டைக்கறியும்தான். அம்மாவுக்கு நிறங்களைப் பொறுத்துச் சமைக்கப் பிடிக்கும். வெண்மையாகச் சோறு, சற்றே சிவந்த நிறத்தில் முட்டைக்கறி, ஆரஞ்சு வண்ணத் தில் காரட் துண்டுகள், பச்சை நிறத்தில் புதினா – கொத்த மல்லித் துவையல், கூடுதலான வெண்மைக்கு ஒரு தயிர்ப் பச்சடி என்று மேசையில் பரப்பி வைப்பாள். நிறங்களைப் பார்க்கும்போதே நாவில் நீர் ஊறும். அந்த நேரத்தில் யாராவது வீட்டுக்கு வந்தால் அந்த நபருக்குச் சாப்பாட்டு யோகம் அடிக்கும். பல நாட்கள் அது மோஹன் குப்தாவாக இருக்கும். ஐஸ்க்ரீம் அல்லது இனிப்புப் பண்டங்களுடன் வருவார். அவர் நாடகங்கள் பல மேடையேறியிருந்தன. பலத்த விவாதத்துக்கு உட்படுத்தப்பட்டிருந்தன. அவர் மொழியை உபயோகித்த விதமும், நாடக அமைப்பும், உறவுகளை அவர் பார்த்த விதமும் பலவித சர்ச்சைகளைக் கிளப்பியிருந்தன.

அம்மாவின் அறையில் உட்கார்ந்துகொண்டு அவர் நிறையப் பேசுவார். இரவு ஒரு மணி, இரண்டு மணிக்குக்கூடக் கிளம்பிப் போவார். ஒரு முறை அவள் அம்மாவிடம் ஏதோ கேட்கப்போன போது அவர் கேட்டது காதில் விழுந்தது.

"திரு, நான் இங்கே வந்து உன்னுடன் வாழக்கூடாதா?" என்று ஆங்கிலத்தில் கேட்டார்.

"இல்லை, அது முடியாது" என்றாள் அம்மாவும் ஆங்கிலத்தில்.

"ஏன், எல்லா ஆண்களும் அந்த முத்துக்குமரன் போல்தான் என்று நினைக்கிறாயா?"

ஒரு நீண்ட மௌனம். அதன்பின் அம்மா பேசினாள். அவள் குரல் மிகவும் கனிந்து இருந்தது. ஆங்கிலச் சொற்கள் சற்றே இழுபட்டு ஒலித்தன.

"நானும், என் மகளும் கூடிய இந்த உலகை உருவாக்க நான் நிரம்பச் சிரமப்பட்டேன் மோஹன். அதை உன்னால் கற்பனைகூட செய்ய முடியாது. அது உன் நாடகங்களைவிட அதிகம் நாடகத் தன்மையுடையது. முத்துக்குமரன் இல்லாத இந்த வீட்டை அமைக்க நான்... நான்... பைத்தியக்கார ஆஸ்பத்திரியில்..." அம்மாவின் குரல் உடைந்தது.

"திரு... ப்ளீஸ்..." மோஹனின் குரல் கரகரத்தது.

செந்தாமரை வெளியேயே நின்றாள். அவள் பெயரில் உள்ள 'எம்' முத்துக்குமரனுக்குரியது என்று அவளுக்குத் தெரியும்.

இந்தச் சம்பவம் நடந்த சில தினங்களுக்குப் பின்தான் அவளுக்கு அது கிடைத்தது. அந்தக் கைப்பிரதி. அம்மா ஒரு கருத்தரங்கிற்காக வெளியூர் போயிருந்தாள். விடுதியில் இருந்த படி படிக்கும் ஒரு மாணவி இவளுக்குத் துணையாக வீட்டில் இருக்க வந்தாள். இவள் பள்ளியிலிருந்து மத்தியானமே ஒரு நாள் வந்துவிட்டாள். பழைய புத்தகம் ஒன்றைத் தேடி அம்மாவின் அறையிலிருந்த பீரோவைக் குடைந்த போது அந்தக் கைப்பிரதி கிடைத்தது. தமிழில் எழுதியிருந்த கைப் பிரதி. 'திரு – வாசகம்' என்று தலைப்பிடப்பட்டிருந்தது. இவள் அதை வெளியே எடுத்துப் படிக்க முற்பட்டாள்.

அதை எவ்வளவு முறை அவள் அப்போது படித்தாள். பிறகு படித்திருக்கிறாள் என்று நினைவில்லை. அவள் வாழ்வின் பல சந்தர்ப்பங்களில், பல கால கட்டங்களில் அவள் அதைப் படித்திருக்கிறாள். ஒவ்வொரு முறையும் அது ஒரு வலிவு கூடிய அலையாய் அவளை வந்து வந்து தாக்கியது. ஒவ்வொரு தடவையும் வெவ்வேறு விவரங்கள் புலப்பட்டன. தாத்தா,

அவர் லட்சியம், அவர் மென்மை, அவருடன் அம்மாவின் உறவு, அவர் நண்பர்கள், அம்மாவின் காதல் என்று பல நிகழ்ச்சிகளால் பின்னப்பட்ட அது, சோகம், பாசம், கோபம், வியப்பு, மதிப்பு, காமம் சார்ந்த உணர்வுகள் என்று பல சந்தர்ப்பங்களில் பல உணர்வுகளைத் தூண்டியது. ஒவ்வொரு தடவையும் ஒவ்வொன்று முளைவிட்டது. சிலவற்றைப் படிக்கும் போது அம்மா அம்மா என்று அரற்றியிருக்கிறாள். அம்மாவைச் சிறு பெண்ணாக்கி மடியில் கிடத்திக்கொள்ளத் தோன்றி யிருக்கிறது. அந்தக் கைப்பிரதியின் சில வரிகள், சில சம்பவங்கள் அவள் மனத்திலேயே தேங்கிவிட்டன.

அக்கைப்பிரதியை அம்மா ஒரு கடற்பயணத்தில் துவக்கி யிருந்தாள். அம்மாவின் அப்பா ராமசாமி தன் மலேயா வாழ்க்கையை முடித்துக் கொண்டு தமிழ்நாடு வரத் தீர்மானித் தார். மனைவி இறந்தபின் அங்கிருக்க அவருக்குப் பிடிக்க வில்லை. மூன்று வயதான திருமகளுடன் அவர் கப்பலேறினார். அந்தக் கப்பல் பயணத்தில் அவள் நினைவிலிருந்தது அவள் எப்போதும் தலையைப் பதித்தவாறிருந்த முரட்டுக் கதர்ச் சட்டை அணிந்த அப்பாவின் தோளும், இவளைச் சுற்றி இருந்த அவர் மென்கரங்களும், கப்பலின் மேல் தட்டிலிருந்து இரவில் பார்த்த மிகக் கரிய வானின் எண்ணிலா தாரகைகளும், முடிவில்லாக் கடலும் தான் என்று அம்மா எழுதியிருந்தாள்.

இரண்டாம் உலகப் போர் முடிந்த இரண்டொரு ஆண்டு களுக்குப் பின் சென்னை வந்த ராமசாமி ஓர் அச்சகத்தை விலைக்கு வாங்கி அத்துடன் ஒரு பதிப்பகத்தையும் ஆரம்பித்தார். அவருக்கென்று சில கொள்கைகளை வைத்திருந்தார். தமிழ் இலக்கியப் புத்தகங்கள், நாட்டுப் பாடல்கள், பல சமயங்களைப் பற்றிய புத்தகங்கள், விஞ்ஞானம் பற்றிய புத்தகங்கள், பள்ளிப் புத்தகங்கள் என்று வெளியிடுவார். தாலி மகிமை, வெள்ளிக் கிழமை விரதம் என்று சடங்குகளையும் சின்னங்களையும் வலியுறுத்தும் புத்தகங்களை வெளியிடமாட்டார். ஒரு குறிப்பிட்ட இனத்தாரையோ, மொழிசார்ந்தவர்களையோ ஆபாசமாகத் தாக்கி எழுதும் புத்தகங்களை வெளியிட மாட்டார். அச்சகம் ஓட, துண்டுப்பிரசுரங்கள், வாழ்த்து அட்டை, திருமணப் பத்திரிகைகள் என்று அடிக்க வேண்டி வரும். அதிலும் பிடிவாதம் காட்டுவார். மந்திர – தந்திரம், வசிய மருந்து என்று வரும் துண்டுப் பிரசுரங்களை ஏற்க மாட்டார். பூப்பெய்து விழாச் சடங்கு அழைப்பிதழ், சடங்கு களுடன் நடக்கும் திருமண அழைப்பிதழ்கள் இவற்றை அடிக்கமாட்டார். அம்மா வளரும்போது அவர் அடிக்கடி சொல்லி அவள் கேட்டது, "நம்மளால போட முடியாதுங்க" என்பதுதான் என்று அம்மா எழுதியிருந்தாள்.

தமிழ்ப் பண்டிதரும் சீர்திருத்தவாதியுமான ஒருவர் அவர் நல்ல நண்பர். அவர் ஒரு கைப்பிரதியைத் தந்திருந்தார் ராமசாமியிடம். விதவைகளுக்கு மறுவாழ்வு தர ஒரே வழி விதவா விவாகம்தான் என்று அவர் வாதிட்டிருந்தார் அதில். லட்சியவாதியான ஆண்களைத் தியாகம் செய்ய அழைத்திருந்தார். நல்ல மனிதர் அவர். துணிகரமான கருத்துகளைச் சொல்பவர் என்று பெயரெடுத்தவர். சாம்பசிவனார் என்றும் மகா பண்டிதனார் என்றும் அழைக்கப்படுபவர்.

"என்ன ராமசாமியாரே, எப்படி புத்தகம்? கொஞ்சம் புரட்சி கரமான கருத்துதான். தைரியமாப் போடுவீங்களா?" என்று கேட்டார். "போடறத்துக்கென்னங்க? போட்டுடலாம். ஆமா, ஒரு விதவைப் பொண்ணு ஒருத்தனைக் கட்டிக்கிட்டாதான் அவ வாழ்க்கை அமையுங்கறதில என்னங்க புரட்சி? அவ படிக்கிறதுக்கும் வேலை பண்ணுறதுக்கும் உதவி பண்ணணும். யூனிபாரம் போடுறாப்பல அவ பொட்டில்லாம, பூவில்லாம இருக்கக் கூடாதுன்னு சொன்னீங்கன்னா சரி. இது ஏதோ ஆம்பள வந்து அவளுக்கு வாழ்வு தரணும்கறது அவள ஆம்பள கீழயே வைக்கணும்னுட்டு சொல்றாப்பல இருக்கே. அவன் நிழல்லதான் இவ ஒண்டணும்கறாப்பல. வேணுமின்னா கல்யாணம் செய்துகிடட்டும். மனசுக்குப் பிடிச்சவனைக் கட்டட்டும். அதை ஏன் வாழ்வு தரதுன்னுட்டுச் சொல்றீங்க? ஆம்பள ஏதோ தியாகம் பண்றாப்பல சொல்றீங்களே?" என்றார் ராமசாமி மெள்ள.

சாம்பசிவனார் சற்றுத் தாக்கப்பட்டார். பெண்ணைப் போற்றி எழுதுபவர் அவர். பெண் தன் பெண்தன்மையைக் குலைக்கும் எந்தவிதக் கல்வியையும் நாடக்கூடாது என்று சொல்லிவருபவர். பெண்களின் பாதுகாவலர் என்று பலராலும் புகழப்படுபவர். ராமசாமி அவரைப் பீடத்திலிருந்து இறக்கிவிட்டார்.

அவரிடம் அப்படிப் பேச ராமசாமிக்குத் தகுதி இருந்தது. அவர் தந்தையின் நண்பரின் மகள் ஒருத்தி கணவனை இழந்தவள். அவளை இவர் விரும்பினார். அவள் முகத்தில் மாறாத ஒரு சோகம் இருந்தது. நண்பர்கள் பலர் அவளுக்கு 'மறுவாழ்வு' தர இவரைத் தூண்டினர். அப்படிப்பட்ட எண்ணம் ஏதுமில்லாமலே ராமசாமி அவளை அணுகித் தன் விருப்பத்தை வெளியிட்டதும் அவள் சற்று தயங்கி, "எனக்குப் படிக்கணும்னுட்டு ஆசை. படிக்க உதவி பண்ணுவீங்களா?" என்றாள். ராமசாமி சம்மதித்தார். "அப்ப உங்கம்மா சிரிச்சா. பூப்பூத்த மாதிரி. படிப்புக்காகத்தான் அவ முகத்துல அத்தனை சோகம்" என்று சொல்வார் திருமகளிடம். திருமணத்தின்போது நண்பர்கள் உரையாற்ற விரும்பிய

போது தடுத்துவிட்டார். ‘வேணாம். நீங்க விதவைக்குத் திருமணம், விதவைக்கு வாழ்வு தரதுன்னுட்டு விதவை, விதவைன்னு பத்துவாட்டி பேசுவீங்க. அவங்க மனசு புண்படும்” என்று மறுத்துவிட்டார். அதன்பின் அவளை மேலே படிக்க கல்லூரி விடுதியில் சேர்த்துவிட்டு மலேயா போய்விட்டார். அவள் ஆசிரியைப் பயிற்சி முடித்த பின்புதான் மலேயா வந்தாள் அவருடன் வாழ. இடையில் அவர்கள் ஓர் ஆயிரம் கடிதங் களாவது எழுதிக்கொண்டார்கள். அக்கடிதங்கள் தன்னிடம் இருப்பதாக அம்மா எழுதியிருந்தாள்.

மனைவி பிறந்த தினம், இறந்த தினம் இரண்டையும் கொண்டாடு வார் ராமசாமி. பிறந்த நாள் அன்று உணவுடன் இனிப்பு உண்டு. இறந்த தினம் கட்டாயம் ‘வாராய் நீ வாராய்’ பாட்டை வைப்பார். ‘அன்பே நீ வாராய்’ என்று திருப்புமிடம் வரும்போது கூடவே அதிகக் குரலெழுப்பாமல் பாடுவார். இதுதான் அம்மா புரிந்து கொண்ட ஆழ்ந்த காதல்.

ராமசாமியின் இன்னொரு நண்பர் சுப்பைய்யா நாயுடு. தெலுங்கர். ஆனால் சமஸ்கிருதம், தமிழ் இரண்டும் படித்தவர். முறையாக சங்கீதம் பயின்றவர். இசைவேளாளக் கலைஞர்கள் பலரிடம் நெருங்கிப் பழகுபவர். அவர் தியாகராஜர் கிருதி களையும் நாட்டியத்திற்கேற்ற ஜாவளிகளையும் மாலைகளில் தங்கபஸ்பம் புகையிலை போட்டு மென்றபின் முணுமுணுப்பாக ஆரம்பித்துப் பிறகு பாடுவார். திருமகளுக்காக என்.எஸ். கிருஷ்ணனின் ‘கிந்தனார் காலட்சேபம்’ செய்வார். ஆனால் தெலுங்கில் முங்கினால் எழ மனது வராது அவருக்கு. சஹானா வில் “ராமா இக நன்னு ப்ரோவ . . .” அடிக்கடி பாடுவார். ஆரம்பிக்கும்போது ஒற்றைச் சொல்லாய் “ராமா” என்று எடுத்து விடுவார் பெருமூச்சு விடுவதைப் போல. அதன் பின்பு ‘ராமா’வை இழுத்தும் நீட்டியும் குலுக்கியும் ஓங்கார மாகவும் குரல் இழையவும் பாடுவார். பின்னர் “இக நன்னு ப்ரோவ ராதா” என்று துவங்கும்போது கெஞ்ச ஆரம்பித்து விடுவார். “தய லேதா?” என்று கீழ் மட்ட ஸ்வரங்களுக்குக் கீர்த்தனை போகும். இவர் பாடும்போது பாதாளத்தில் உழலுபவர் போல கீழ் மட்டத்தில் அலைவார். மீண்டும் “ஸ்ரீ . . .” என்று மேலெழுந்து “ராமா”வை எட்டுவார். ராமசாமி அனுபவித்துக் கேட்பார்.

நண்பர் அடிக்கடி, “தமிழ்ப் பாட்டு மட்டும் பாடட்டுமா?” என்று கேட்பார்.

“வேணாய்யா. உனக்கு எதுல ஆசையோ அதுல பாடு. சங்கீதத்துக்கு மொழி கிடையாதுய்யா. அமெரிக்கால ஒரு கறுப்பர், லூயி ஆம்ஸ்ட்ராங்னுட்டு. ட்ரம்பட் வாசிக்கிறாரு.

ஜாஸ் சங்கீதம். அவரு வாசிச்சா கறுப்பர் வாழ்க்கையே கண்முன்னால வராப்பல இருக்கு. எங்கெங்கயோ இழுத்துட்டுப் போவாரு ...” என்றுவிட்டு, தன் பழைய கிராமபோனில் அவர் மலேயாவிலிருந்து பத்திரமாகக் கொண்டு வந்திருந்த ப்ளேட்டைப் போடுவார். அவரும் சுப்பைய்யா நாயுடுவுமாகக் கேட்பார்கள். அம்மா வீட்டிலிருந்தால் அம்மாவும் கூட உட்காருவாளாம்.

ராமசாமிக்குச் சமைக்கப் பிடிக்கும். அம்மியில் இழைய இழைய அரைத்துத் துவையல் செய்வார். எடுபிடி வேலைகள் தவிரஅம்மாவை வேறு எதுவும் செய்ய விடமாட்டார். “நீ படிம்மா. இப்பத்தான் படிக்க முடியும்” என்பார். யாராவது தூரத்து உறவினர்கள் வரும்போது, “பொம்பளப் பிள்ளைக்குச் சமைக்கத் தெரியாண்டாமா? சோறுகூட வடிக்கத் தெரியலையே?” என்று அவர்கள் பங்குக்கு அங்கலாய்ப்பார் கள். இதெல்லாம் அவரை இன்னொரு திருமணம் செய்து கொள்ள –‘வாய்க்கு ருசியா ஆக்கிப் போட ஒருத்தி; ஒடம்பு முடியல்லேனா ஒரு வாய் சுடு தண்ணி தர ஒருத்தி’ – வற்புறுத்தும் முஸ்தீபுகள் என்று அவருக்குத் தெரியும். ஒன்றும் சொல்லாமல் சோறு, மீன்கறி, முட்டைப் பொரியல் என்று செய்து போடுவார் அவர்களுக்கு. “எம் பொண்ணு படிக்கணும். சமைக்கிறது பிரமாத விஷயம் இல்ல. வயறு பசிச்சா தானா செய்துக்குவா” என்று விளக்குவார்.

நடந்ததும் அதுதான். ராமசாமிக்கு உடம்பு முடியாமல் போன பின்புதான் திருமகள் சமைக்கத் துவங்கினாள். அப்பாவுடன் கேலி பேசியபடி சமையல். “அப்போவ் ...” என்று கூப்பிடுவாள் சில சமயம். “அய்யா ...” என்றும் கூப்பிடு வாள். மிகவும் சீண்ட வேண்டும் என்றால் “ராமசாமியாரே ...” என்று கூப்பிடுவாள். அவர் வெளியறையில் இருந்தபடி சில சமயம் சமையல் விளக்கங்கள் தருவார். சில சமயம் உள்ளே வந்து எளிதான வேலைகளைச் செய்தபடி சொல்லிக் கொடுப்பார். அவள் ஆங்கில இலக்கியத்தில் எம்.ஏ. படித்துக் கொண்டிருந்தாள் அப்போது. வீட்டுக்கும் கல்லூரிக்குமாக ஓட்டம். அந்தச் சமயத்தில்தான் பதிப்பகத்தின் ஆலோசகர்களில் ஒருத்தி என்ற முறையில் முத்துக்குமரனின் கவிதைகளைப் பதிப்பிக்கச் சிபாரிசு செய்தாள். ராமசாமி முத்துக்குமரனின் கவிதைகளை வெளியிட்டார். அவன் வீட்டுக்கு வரத் துவங்கினான்.

அவள் அவனை முதலிலேயே கவனித்து அவன்பற்றிய தன் உணர்வுகளைக் கணித்துவிட்டாள். அவனுக்குச் சில காலம் பிடித்தது. ஆரம்பத்தில் அவன் அவளை கவனிக்கவே இல்லை. ஆங்கில இலக்கியம் படிப்பவளிடம் என்ன பேச்சு என்பதைப் போல ஒதுங்கிக் கொண்டான்.

அம்மா எழுதியிருந்த அந்த ரிக்ஷாப் பயணம் செந்தாமரை பின்னால் பலமுறை படித்து ரசித்த ஒன்று. காமம் என்பது இறுக்கி முடுக்கப்பட்ட கம்பி போல அவளுக்குப் படும். அதை ஓரிடத்தில் தொட்டதும் அதன் அதிர்வலைகள் பொங்கிப் பரவுவதைப் போல அவள் உணர்ந்தாள் பின்னால் பலமுறை.

ஒரு முன்னிரவு நேரம் திடீரென்று மழை பிடித்துக் கொண்டது. மண்ணடியை அம்மா எட்டும்போது மழை வலுத்துவிட்டது. ஓர் ஓட்டு வீட்டுத் திண்ணையில் அம்மா ஒதுங்கி நின்றுகொண்டாள். சுற்றிலும் சரம்சரமாக மழை ஓட்டிலிருந்து கொட்டியது. எதிரே மழையா, புகையா என்று தெரியாமல் தண்ணீர்த் திரை. திடீரென்று ஓவியம் உருப்பெறுவதுபோல் அந்தத் திரையிலிருந்து முத்துக்குமரன் எழும்பி அதே ஓட்டு வீட்டை நோக்கி வந்தான். அதே திண்ணை யில் நின்றுகொண்டான். அவளை கவனிக்கவில்லை. மழையில் நனைந்து நெற்றியில் ஒட்டிக்கொண்ட சுருட்டை முடியை விலக்க அவன் கையை மேலே எடுத்தபோது அவன் விரல்கள் அவள் மேல் பட்டன. பட்டும் படாமலும் ஒரு தொடல். ஒரு விரலின் நகம் சற்றே உரசியது இறகால் தொட்டதுபோல். "அந்த மழை ஏற்படுத்திய குளிரா அல்லது முதன் முதல் முத்துக்குமரனின் கை பட்டதால் ஏற்பட்ட ஒரு விளக்க முடியாத குளிர்ச்சியும் சூடும் கலந்த உணர்வா என்று தெரியவில்லை; கால்கள் துவளுவதுபோல ஓர் உணர்ச்சி ஏற்பட்டது" என்று அம்மா எழுதியிருந்தாள். அப்போதே அவனை அணைத்து அந்தத் திண்ணையில் கிடக்க வேண்டும் என்று தோன்றிய தாம். பெண்களை எப்படி எப்படியோ கவிஞர்கள் வர்ணிக்கிறார்கள். ஆனால் ஓர் ஆணை எப்படிப் பார்க்கிறாள் பெண் என்று அன்றுதான் தெரிந்தது என்று அம்மா விளக்கியிருந்தாள். மழையில் அவன் முழுவதும் நனைந்திருந்தான். வேஷ்டியும் சட்டையும் உடம்போடு ஒட்டிக்கொண்டு இருந்தன. ஈரமான வெள்ளைச் சட்டையின் ஊடே கரிய தோள்கள் சட்டைத் துணியின் மடிப்புகளுக் கேற்ப ஏறி இறங்குவதுபோல்பட்டது. அரைக் கைச் சட்டை யாதலால் நனைந்த கைகள் தொங்கியபடி இருந்தன.

மணிமணியாய் மழைத்துளி கைகளின் மேல். வேஷ்டியைத் தூக்கிக் கட்டி அவன் சுவரின் மேல் சாய்ந்து நின்றபோது, நடந்து வலுப்பெற்ற கரிய கால்கள் கண்ணில்பட்டன. டயர் செருப்பு. முரட்டுக் கால்கள். பாத நகங்கள் சீராக வெட்டப் படவில்லை. கோணியிருந்தன சில. பாதங்கள் விசிறி மாதிரிப் பரந்திருந்தன. உள்ளங்காலில் வெடிப்பு வரிகள். இந்த ஆண் கடவுள்களுக்கெல்லாம் தாமரைப் பாதங்கள் என்று ஏன் சொல்கிறார்கள்? யாருக்கு வேண்டும் தாமரைப் பாதங்கள்?

அவற்றில் நடந்த, ஓடிய, இடறிய, விழுந்த, விளையாடிய புழுதியும் மண்ணும் ஒட்டிய அடையாளங்கள் உண்டா? முத்துக்குமரனின் பாதங்கள் பூமியில் பிணைந்த பாதங்கள். அதன் அசைவுகளில் உருவான பாதங்கள். அப்பாதங்களிடம் சில கதைகள் இருந்தன சொல்ல. அக்கதைகளுக்கு எதிர் உருவமாய் அந்த மென்மையான விரல்கள் கூடிய கைகள். திருமகளுக்கு ஜிவ்வென்றது. அப்போதுதான் முத்துக்குமரன் அவளைப் பார்த்தான் சரியாக. ஏதோ பேசிக் கொண்டார்கள். பின்பு அவனும் அவளுடன் ஒரு ரிக்ஷாவில் அவள் வீட்டுக்கு வந்தான். ஓர் அமானுஷ்ய பிரதேசத்தை நோக்கிப் போவது போல் அமைந்தது அந்த ரிக்ஷாப் பயணம். மழையைக் கிழித்துக்கொண்டு மெள்ளப் பறப்பது போல. தொப்பியிலிருந்து மழைநீர் சொட்டியபடி சற்றே மேலெழும்பி ரிக்ஷாவை மிதித்த ரிக்ஷாக்காரனின் வளைந்த உருவம். மேலும் கீழுமாய் ஏறியும் இறங்கியும் இயங்கிய அவன் கால்கள். உள்ளே வீசிவீசி அடித்த மழையை ஏற்றுக்கொண்டு இவர்கள்.

சில வாரங்களில் அந்த முடிவை எடுத்தனர்.

ராமசாமியிடம் அவள் சொன்னபோது அவர் மறுக்க வில்லை. இவளின் பிரவாகமிட்ட உணர்வுகள் அவருக்குப் புரிந்தது. அதனால் எதுவும் சொல்லும் முன்பு கவனமாக இருக்க வேண்டும் என்று நினைத்திருக்கலாம்.

பின்பு அவர் மெள்ள, "திரு, அவனுக்குக் கொஞ்சம் குடிப்பழக்கம் உண்டு போல" என்றார்.

"குடிச்சுட்டு ஒண்ணும் ஆடறாப்பல இல்லப்பா அது. எப்பவாவது நண்பர்களோட இருக்கறப்ப இருக்கலாம் அந்தப் பழக்கம்" என்று பதிலளித்தாள்.

"கஞ்சா கூட அடிப்பான்னுட்டு நாயுடு சொல்றார்மா. அவர் வீட்டுக்குப் பக்கத்துலதான் இவன் வீடாம்."

"கஞ்சா ஒண்ணும் விஷம் இல்ல. பாரதியார் கஞ்சா அடிக்கலையா? இதெல்லாம் சாதாரண விஷயம்" என்று அவள் விளக்கினாள்.

அதன்பின் நேர்ந்தது ஒரு வன்முறைப் பயணம். திருமண மான ஒரு சில வாரங்களில் உருவான பயணம். அப்பயணத் தின் பாதைகளை அம்மா விவரமாக எழுதியிருந்தாள். அவற்றில் சில விவரங்கள் உள்ளத்தை ஜில்லிட வைத்தன.

அம்மா ஒரு கல்லூரியில் விரிவுரையாளராக வேலை செய்தாள். அவளுடைய ஒரு சில ஆங்கிலக் கட்டுரைகளும் இரண்டொரு மொழிபெயர்ப்புக் கவிதைகளும் வெளிவந்

திருந்தன. முதல் கட்டுரை வெளிவந்ததுமே ராமசாமி ஒரு ரெமிங்டன் தட்டச்சுப்பொறி வாங்கித் தந்தார். தோன்றிய போதெல்லாம் அதன்முன் அமர்ந்து விடுவாள். முத்துக்குமரனுக் காக வீட்டின் ஒரு பகுதியில் ஓர் அறையை உருவாக்கினார். அதில் பச்சை ரெக்ஸீன் பதித்த ஒரு பெரிய மேசை. அதன் மேல் ஐந்து வகைப் பேனாக்கள். காகிதங்கள். முதுகு வலிக்காத வாகான நாற்காலி. வண்ணக் கண்ணாடி சன்னல்கள் கிறித்துவத் திருக்கோயிலில் இருப்பவை போல. "அய்யா, முத்து கவிஞன்தான். ஏசு கிறிஸ்து இல்ல" என்று இவள் கேலிசெய்தாள் அவரை.

அச்சகம், பதிப்பகம் இரண்டையும் அவள் பொறுப்பில் விட்டார் ராமசாமி. கவிதை எழுதுவதைத் தவிர வேறு பொறுப்பு எதையும் ஏற்றுக்கொள்ள முத்துக்குமரனும் விருப்பம் தெரிவிக்கவில்லை. கல்லூரி, அச்சக, பதிப்பக வேலை என்று நேரம் ஓடியது. நினைத்த போது சமையல். ராமசாமி பாலும் பழமும் ரொட்டியும் மட்டுமே புசிக்கத் தொடங்கி யிருந்தார். அவள் வேலைசெய்யும் நாட்களில் உணவு ஓட்டலி லிருந்து வரவழைக்கப்படும். சோறு மட்டும் வடிப்பாள் சில சமயம்.

முத்துக்குமரனுக்கு நண்பர்கள் பட்டாளம் அதிகம். இவன் இரைந்து கவிதை சொல்லச்சொல்ல ரசிக்கும் நண்பர்கள். கவிதைகளும் ரசிக்கும்படியே இருக்கும். அடிக்கடி தேவைப்படும் காபி, டீ, கார பக்கோடா போன்ற விஷயங் களை அச்சகத்தில் எடுபிடி வேலை செய்யும் யாராவது வாங்கிவந்துவிடுவார்கள்.

மாலையில் அவனுடன் வெளியே போக திருமகளுக்கு விருப்பம். முத்துக்குமரனுக்கு வீசுநடை போட்டவாறே நண்பர்களுடன் கடற்கரை வீதியில் உலாவப் பிடிக்கும். அதைத் தடைசெய்வது அவன் சுதந்திரத்தைப் பறிப்பதாகும் என்று அவள் நினைத்தாள். ராமசாமி அருகில் சென்றமர்ந்து கல்லூரிபற்றி, அச்சகம்பற்றிப் பேசுவாள்.

முத்துக்குமரனின் குடும்பப் பின்னணி தெரியாததால், அவன் மனத்தில் எத்தகைய மனைவி பற்றிய கற்பனை இருந்தது என்று தெரியவில்லை. அவன் தாயின் பெயர் தனலக்ஷ்மி என்றும் திருமகள் என்ற அவள் பெயர் அவனை நெகிழ்த்தியது என்றும் கூறியிருந்தான் ஒருமுறை. 'துன்பம் நேர்கையில் யாழெடுத்து இசைக்கும் ஒருத்தி,' காலையில் குளித்து, பட்டுடுத்தி, இன்னும் ஈரமான கூந்தலைத் தளரப் பின்னி, பளிச்சிடும் குங்குமத்துடன் ஆவி பறக்கும் காபியுடன் எழுப்பு பவள், மல்லிகைப்பூ போல் இட்லிகளை இலையில் வைத்து

அவன் புசிக்கும்போது மகிழ்ச்சியுடன் நோக்குபவள் என்று ஒரு பெண் அவன் மன ஆழத்தில் இருந்தாளா என்று தெரிய வில்லை. ஆனால் ஏதோ வகையில் தான் கணவனாக நடத்தப் படவில்லை என்று அவனுக்குப்பட்டது.

ஆரம்பக் கட்ட வன்முறை அதீத கோபத்தில் விளையும் தப்பிதங்கள்போல் மிகைப்படாமல் இருந்தன.

“சோறு வடிச்சிட்டாப் போதுமா? குழம்பை யாரு சூடாக்கறது? பசிச்சு வந்தவனுக்குச் சோறு போடாம அப்படி என்ன வேலை?”

“முத்து, குழம்பைச் சூடாக்குறது பெரிய வேலையா? கத்துக்கயேன். நானும் இப்பத்தான் ப்ரெஸ் வேல முடிச்சிட்டு வரேன். காலை லெக்சருக்கு நோட்ஸ் வேற எடுக்கணும். தட்டை வை. நான் ஒரு குளி குளிச்சிட்டு வந்திடறேன்.”

முணுமுணுப்பும் பாத்திரங்கள் இடிபடும் ஓசையும். “நீ எல்லாம் பொம்பளையா?” என்று அடித்தொண்டை உறுமல். மீண்டும் மீண்டும் அந்தக் கேள்வி எழுந்தது. “நீ எல்லாம் பொம்பளையா?” கேள்வி எழும். பின்பு இரவில் வாபஸ் வாங்கப்படும். காலில் தலை வைத்து ‘மன்னித்தால் தான் எழுவேன்’ என்றழுது மன்னிப்புக் கேட்கும் படலம். சில சமயம் அது ஏதாவது கவிதையில் முடியும். அல்லது இறுக்கமான அணைப்பில். அவள் நெஞ்சில் முகம் வைத்துத் தூங்கும் ஆழ்ந்த தூக்கம். மிகை. எல்லாமே மிகை.

வீட்டில் அங்கிங்கு பொட்டலங்கள் கிடைக்கும் கஞ்சாத் துகளுடன். அவனைக் கூப்பிட்டுக் காட்டியதும் அவள் கண்களைத் தவிர்ப்பான். இனி இல்லை என்பான்.

செந்தாமரை உருவானாள். ராமசாமி அவளைக் கருத்து டன் கவனித்துக்கொண்டார். தினமும் கல்லூரி போகும்போது என்ன சாப்பிட்டாள் என்று சொல்லியாக வேண்டும். நல்ல நெய்யில் செய்த இனிப்பைத் தினம் தருவிப்பார். அடுத்த தெருவில் வாழ்ந்த முதிய தம்பதியர், சிலருக்குச் சாப்பாடு அனுப்பிச் சம்பாதித்தனர். அவர்களிடம் எடுப்புச் சாப்பாட்டுக்கு ஏற்பாடுசெய்தார்.

“அதென்ன அப்படி அக்கறை?” என்று முனகல்.

“உன்னைக்கூடத்தான் சொல்றாரு. ‘கவிதை எழுதறவரு. பால் குடிக்கச் சொல்லு’ன்னுட்டு.”

“ஆமா, சொல்றாரு.”

அவன் கவிதைத் தொகுப்புக்கு ஒரு பெரிய விருது கிட்டியிருந்தது அப்போது. நண்பர்கள் வந்தவண்ணம்

இருந்தனர். பல நாட்கள், அவர்களை வரவேற்றுவிட்டுத் தன் அறைக்குப் போய் விடுவாள் சற்று ஓய்வெடுக்க. ஒருநாள், "ஏங்க, தமிழ்ப் பண்பாடே விருந்தோம்பல் தாங்க. இவ்வளவு பெரிய கவிஞரைக் கட்டியிருக்கீங்க. அவரையும் அவர் நண்பர் களையும் உபசரிக்க வாணாமா? இது எங்கள அவமதிக்கறாப் பல இருக்குங்க" என்று எடுத்துவிட்டார் ஒருவர். அதையே பல விதத்தில மாற்றிக் கூறினர் மற்றவர்கள்.

திருமகள் எல்லாவற்றையும் கேட்டுவிட்டு, "தெனம் ஒரு நாளைப் போல குடும்பம், பெண்டாட்டி, பிள்ளைக இல்லாதவங்க போல இங்க வரீங்க. இலக்கியம் பேசறீங்க. பேசுங்க. வேண்டாங்கல. ஆனா எனக்கு விருந்தோம்பல பத்திச் சொல்ல நீங்க யாரு? எனக்கு நாலு வேலை இருக்கும். அசதியா இருக்கும். உங்க தமிழ்ப் பண்பாட்டுல ஒரு பொண்ணுக்கு படுத்துத் தூங்க வேளை, பொழுது உண்டில்லையா?" என்றாள்.

உள்ளேயிருந்து ராமசாமி, "அவ பிள்ளத்தாச்சியா இருக்குறா. அவளைத் தொந்தரவு செய்யாதீங்க" என்று குரல் கொடுத்தார்.

அன்றிரவு பாத்திரங்கள் உருண்டன. எட்டிப் பார்த்த இவளுக்குக் கையால் ஒரு இடி. கண்கள் சிவந்திருந்தன. மதுவின் நெடியும் கஞ்சாவின் மணமும் வீசியது.

"முத்து, என்ன இது?" என்று அடக்க முயன்ற அவளைத் தள்ளினான் வயிற்றில் கை வைத்து.

"பேர் வச்சுக் கூப்பிடாதேடி. நீ எல்லாம் பொம்பளையா? முத்துவாம் முத்து. அத்தான்னு சொல்லேன். மரியாதை வெச்சுப் பேசேன்... நீ எல்லாம்..."

"முத்து, அய்யா முழிச்சிட்டிருப்பார்..."

"எதுக்கெடுத்தாலும் அய்யா, அய்யானுட்டு என்ன பெரிய கூப்பாடு?"

சற்று தடுமாறியபடி முன்னால் வந்த அவனைப் பிடித்து அறைக்கு அழைத்துப் போக முயன்றாள். கையை உதறினான்.

"எப்பப் பாத்தாலும் என்ன டைப்ரைட்டர் முன்னால வேல? நான் கவிதை எழுதறவன். நான் அப்பிடி உக்காந்தா சரி. நீ என்னனுட்டு எழுதிக் கிழிக்கறே?" கேட்டுக்கொண்டே, அவள் எதிர்பார்க்கும்முன், விருட்டென்று அடுத்த அறையில் புகுந்து ரெமிங்டனை கையால் கீழே தள்ளிக் காலால் நெட்டித்தள்ளினான் சுவர்ப் பக்கம்.

திருமகள் விக்கித்துப்போய் நின்றாள். போதை தெளிந்ததும் வழக்கமான மன்னிப்புக் கோரல்.

அடுத்து வந்த நாட்களில் ராமசாமியின் முகம் நோக்கி அவளால் பேச முடியவில்லை.

செந்தாமரை பிறந்தாள். வெள்ளைத் துணியில் சுற்றி ராமசாமியிடம் காட்டியதும் "தாமரைப் பூ" என்றார். முத்துக் குமரன்தான் செந்தாமரை என்று பெயரிட்டான். ஆறாம் மாதம் செந்தாமரை அவர் படுக்கையையும் சட்டையின் ஒரு பகுதியையும் நனைத்துவிட்டு, அவர் சட்டைக் காலரை இழுத்தவாறு கிடக்க, ராமசாமி மெள்ள இறந்து போனார். அவரைக் கொண்டுபோனபோது அதிகமாக அழுதது முத்துக் குமரன்தான். "மன்னிச்சிடுங்க, மன்னிச்சிடுங்க" என்று முறையிட்டான்.

அச்சகம், பதிப்பகம், வீடு எல்லாவற்றையும் அவள் பெயருக்கு எழுதியிருந்தார் ராமசாமி. சற்று அடங்கியவனாய் வளைய வந்தான். ஆறு மாதங்களுக்குப் பிறகு இன்னொரு கவிதைத் தொகுப்புக்கான கைப்பிரதியை அவள் அலுவலக மேசை மீது வைத்து அவளை வியப்பிலாழ்த்தினான். அன்றே அதைப் படித்து முடித்தாள். கவிதைகளின் அடியிழையாய் ஒரு வன்முறை உணர்வு ஓடுவதுபோல் அவளுக்குப்பட்டது. அது உலகத்திலுள்ள வன்முறையின் பிரதிபலிப்பு என்று எடுத்துக்கொண்டாலும், அந்த வன்முறை பெண்கள் பற்றிய உருவகங்களிலேயே இருப்பதுபோல் தோன்றியது. ஆண்குறி கத்தியாய் மாறி பெண்ணைக் கீறுவது போலவும் முலைக் காம்புகள் பிய்ந்து குருதி வடிவது போலவும் கருப்பையிலிருந்து ஊளையிட்டவாறே நரிகளும் அலறிக் கனைத்தவாறே பன்றிகளும் வருவது போலவும் ஆண்குறி கல்லாக உறைந்து யோனியை அழுத்திச் சிதைப்பது போலவும் பல உருவகங்கள்.

இரவு அவனிடம் கூறியபோது அவன் முகம் மாறியது. "அத வெளியிடறோம் இல்லையா?" என்றான்.

"நான் மட்டும் சொல்ல முடியாதே? பதிப்பகத்துக்கு ஆலோசனை சொல்ற குழு இருக்கே, அவங்களுக்கு அனுப்பி யிருக்குறேன்" என்றாள்.

"பதிப்பகம் நம்முதுதானே?"

"பதிப்பகம் என்னுது முத்து. ஆனா நான் மட்டும் எதையும் தீர்மானம் செய்ய முடியாது."

"கவிதை ஆலோசனையாளர் குழுவில் நானும் இருக்கேனில்ல?"

அம்பை

“ஆனா குழுவைச் சேர்ந்த ஒருத்தர் அவர் சொந்த எழுத்தைத் தர்றப்போ, அவர் குழுவுல ஒருத்தரா இருக்க முடியாது. அந்தச் சமயத்துல அவருக்குப் பதிலா வேற ஒருத்தரப் போடணும்.”

“யாரைப் போட்டிருக்கீங்க?”

“மாணிக்கம்.”

“அதெப்படிப் போடலாம்? அவரு வேற தலைமுறையைச் சேர்ந்தவரு. நான் எழுதறதே அவருக்குப் புரியாது. என்னோட இருக்கறவங்கள்கறதுதான் முக்கியம்.”

“இத்தனை நாளும் தரத்தைத் தீர்மானிச்சது நானும் தானே? இப்பக்கூட இதை என் சொந்த அபிப்பிராயமாத்தான் சொல்றேன். புஸ்தகம் வெளிவரதுக்கும் இதுக்கும் சம்பந்த மில்ல. உன் முதல் புஸ்தகத்தப் போடணும்னு அய்யாவுக்குச் சொன்னது யாரு? மறந்திட்டியா?”

“மறக்கலடீ” என்று சீறினான். எழுந்து நின்றுகொண்டான். “நீ மறக்கவிடலை என்னை. எது சொன்னாலும் ‘அய்யா வோட கொள்கை இது. இதை மாத்த முடியாது’, ‘அய்யா அதை விரும்ப மாட்டாரு’ன்னு பதில் பேசற. அய்யா, அய்யா, அய்யா . . .” உரக்கக் கூவினான்.

“அவர் உனக்கு அப்பன்தானா இல்ல . . .”

திருமகள் ஒரு வினாடிகூடத் தாமதிக்கவில்லை. எழுந்து நாலு எட்டு நடந்து வலது காலால் அவன் கொட்டையில் ஓங்கி ஓர் உதை விட்டாள்.

“ஐயோ” என்று அலறித் தொடை இடுக்கில் கை வைத்த படி விழுந்து அழ ஆரம்பித்தான். வலியில் நெளிந்தான்.

அவள் பார்த்தபடி நின்றாள்.

பிறகு திரும்பி, கண் விழித்து அழ முற்பட்ட செந் தாமரையை எடுக்கக் குனிந்தபோது அவள் பின்மண்டையை எதுவோ தாக்கியது.

கண் விழித்தபோது அவள் கை, கால் பிணைக்கப்பட்டுக் கிடந்தாள். பின்பு கேள்விகள் வந்து வந்து அறைந்தன.

“எவ்வளவு நாளா இப்படி வன்முறை உணர்ச்சி இருக்குது?”

“உங்க கணவரைப் பல தடவை தாக்கினீங்களாமே?”

“ஆண்கள் மேல வெறுப்புண்டா?”

“குடும்பத்துல வேற பெண்கள் யார் யார்?”

“தாமரை” என்றாள் முணுமுணுப்பாக.

கேள்விகள் சுழன்று சுழன்று அவளைச் சுற்றி வியூகம் அமைத்தன. ஆறு மாத வியூகம். அதன்பின் வேறு யாரையோ பார்க்க மனநோய் ஆஸ்பத்திரிக்கு வந்த அச்சக ஊழியர் ஏகாம்பரம் தற்செயலாக அங்கே அவளைப் பார்த்து திடுக்கிட்டுப் போனார். அவள் வெளியூர் போயிருப்பதாக அவரும் மற்றவர் களும் நினைத்துக்கொண்டிருந்தனர். சுப்பைய்யா நாயுடுவை யும் தமிழ்ப் பண்டிதர் சாம்பசிவனாரையும் அழைத்துவந்தார். இவள் வெளியே வந்தாள். சுப்பைய்யா நாயுடு தன் வீட்டிற்கு அழைத்துப் போனார். முத்துக்குமரன் ஏதோ வேலை யாகக் காஞ்சிபுரம் போயிருந்தான். இந்த ஆறு மாதத்தில் தன் கவிதைகளைப் பதிப்பித்திருந்தான். ஏகாம்பரம் செந்தாமரையை அழைத்து வந்தார்.

அந்தப் பத்து நாட்கள் இடைவெளியில் ராமசாமியின் வக்கீல் நண்பர் மூலம் அவள் அச்சகத்தையும் வீட்டையும் பதிப்பக உரிமைகளையும் விற்றாள். கல்லூரிக்குச் சென்று தகுதிச் சான்றிதழ்கள் பெற்று வந்தாள்.

தொலைவில் உள்ள இடம் போய்விட வேண்டும். மிகத் தொலைவில் போய்விட வேண்டும் என்று யோசித்து யோசித்து, வக்கீல் நண்பரின் உறவினர் தங்கும் காசியைத் தேர்ந்தெடுத்தாள். வீட்டுச் சாமான்களை லாரியில் அனுப்பி விட்டு, இரு பெட்டிகளோடு கிளம்பினாள் செந்தாமரையுடன். சென்னையை விட்டுக் கிளம்பிய நாளை அம்மா விவரமாக எழுதி இருந்தாள்.

“ரயிலடிக்கு மிகச் சீக்கிரமே போக வேண்டி வந்தது. காரணம், அன்று அண்ணாதுரை அவர்களின் இறுதி ஊர்வல நாள். தெருவெல்லாம் ஜனங்கள். ரிக்ஷாவில் சுப்பைய்யா நாயுடுகாருவுடன் உட்கார்ந்து வந்தபோது சென்னையே திரண்டு என்னை வழியனுப்ப வந்ததுபோல்பட்டது. அவர்கள் சோகமெல்லாம் என்னை வந்து கவ்விக்கொண்டது. நடை பாதையில் சில பெண்கள், “அய்யா போயிட்டியா? எங்கள விட்டுட்டுப் போயிட்டியா?” என்று நெஞ்சில் அறைந்து கொண்டு அழுதனர் ஊர்வலம் சற்று தள்ளிப் போகும்போது. அடிவயிற்றில் ஒரு கனம் ஏற்பட்டது. அங்கும் இங்கும் புகுந்து புறப்பட்டு ரயிலடியை அடைந்ததும் ரிக்ஷாக்காரர், “அம்மா ஸ்டேஷன் வந்திடுச்சு” என்றார். ரிக்ஷாவின் பக்கவாட்டுக் கம்பிகள் ஊடே உயர்ந்து எழுந்த கடிகாரம் தெரிந்தது. அடி வயிற்றிலிருந்து சோகம் சுழன்று எழும்பி நெஞ்சை முட்டியது. ரிக்ஷாக் கம்பியின் மேல் முகம் பதித்துக்கொண்டேன். தொண்டை கமற, கதறிக்கதறி அழ ஆரம்பித்தேன்.

"என்னம்மா, என்னம்மா?" என்று பதறினார் ரிக்ஷாக் காரர். நாயுடுகாரு திகைத்துப் போய் நின்றார். வெகு நேரம் அழுதேன் ஒரு கையால் தாமரையை அணைத்தபடி. வண்டி யில் ஏறி, படுக்கும் தட்டில் மல்லாந்து படுத்தபடி மேலே வெள்ளை பெயிண்ட் அடித்த ரயில் கூரையையும் அதன் விளக்குக் குமிழ்களையும் மின் விசிறிகளையும் பார்த்தபடி மீண்டும் அழுதேன். முத்துவின் ரயில் பயணக் கவிதையொன்று நினைவுக்கு வந்தது. தாமரையைத் தொந்தரவு செய்யாதபடி திரும்பிப் படுத்தபோது ரயில் சன்னல் வெளியே நெருப்புப் பொறிகள் குட்டித் தாரகைகள் போல ஓடிக் கொண்டிருந்தன."

முதல் முறை படித்து முடித்ததும் அப்பாவின் புகைப்படம் ஒன்றுகூட வீட்டில் கிடையாது என்பது ஞாபகம் வந்தது. அப்பா ஒரு கிச்சுகிச்சு மூட்டும் மீசையாய் மட்டுமே நினைவில் இருந்தார். அப்பாவின் பழைய கவிதைத் தொகுப்பு ஒன்றில் அவர் புகைப்படம் பின்னட்டையில் இருந்தது. அது மங்கிப் போய் மடங்கல் விழுந்து இருந்தது. முகத்தின் குறுக்கே மடங்கல் மூக்கின் நடுவிலும் இடது கண்மேலும் ஓடியது. மற்றொரு கண்மேல் பூச்சி அரித்த ஓட்டை இருந்தது. அதனால் அப்பா வின் முழு உருவத்தையும் கற்பனைசெய்ய முடியவில்லை.

முதலில் அதைப் படித்த முறை அம்மா வெளியூரிலிருந்து திரும்பி வந்தபோது இவள் அவளை இறுக அணைத்து வரவேற்றாள். அன்றிரவு அம்மா தூங்கும்போது சென்று, அவள் நுதலில் முத்தமிட்டாள். அம்மா கண் விழித்து அவளைப் பார்த்தாள். அவள் கண்களை நேராகப் பார்த்து, "படிச்சியா?" என்றாள். இவள் அம்மாவின் நெஞ்சில் தலையை வைத்துக் கொண்டாள்.

சில மாதங்களுக்குப்பின் அம்மா அவளை கங்கைக் கரையில் உட்கார்த்திவைத்து அந்தச் செய்தியைச் சொன்னாள். அப்பா ஜெனரல் ஆஸ்பத்திரியில் பொது வார்டில் குடல் வெந்து இறந்து போனாரென்று. ஒரு செய்தி அறிவிப்பு மாதிரி சாதாரண மாகச் சொன்னாள். அப்பாவின் நண்பர்கள் அவர் உடலுக்கு எரியூட்டியாகிவிட்டது என்றாள். சற்று அம்மாவின் பக்கம் நகர்ந்து அமர்ந்தாள். மௌனமாக அமர்ந்தனர். பிறகு எழுந்து நடக்கத் தொடங்கினார்கள்.

அவர்கள் முன்னே ஒரு தம்பதியர் சென்று கொண்டிருந் தனர். ஆணின் கையில் ஒரு வயதுப் பெண் குழந்தை ஒன்று உறங்கிக் கொண்டிருந்தது. தலையைக் கழுத்துப்புறம் வைத்த படி. மென்உதடுகள் கழுத்தில் அழுந்தியபடி இருந்தன. சாய்ந்த தலையில் முடியப்பட்டிருந்த ரோஜா வண்ண ரிப்பன் காற்றில் பறந்தது. ஆழ்ந்த தூக்கத்தில் குழந்தையின் கால்கள்

கனத்துத் தொங்கின. அவற்றில் மென்மையாகச் சிணுங்கும் கொலுசு. தூக்கத்தில் குழந்தையின் தலை, தோளிலிருந்து சரியும் போதெல்லாம் இன்னொரு கரத்தால் மீண்டும் அதைத் தோளில் வாகாக வைத்தார் அதன் தந்தை. தலையை இப்புறமும் அப்புறமும் திருப்பி மூக்கைத் தோளில் தேய்த்தது இடை யிடையே. அப்போது கழுத்தைச் சற்றே திருப்பி, கடைக் கண்ணால் அதைப் பார்த்து இன்னமும் சௌகரியமாகக் கரத்தில் பிடித்துக்கொண்டார். அப்போது கால்கள் ஆடின. கொலுசு சிணுங்கியது.

அம்மாவும் இவளும் அவர்கள் பின்னால் நடந்தபடி வீடு வந்து சேர்ந்தனர். வீட்டில் நுழைந்ததும் இவள் தன் அறைக்குச் சென்றாள். மேசையில் தலையைச் சாய்த்து உட்கார்ந்து கொண்டாள். கண்கள் கனத்தன. மெள்ளமெள்ள சிறு விசும்பலுடன் அழ ஆரம்பித்தாள். அவள் தலையைத் தூக்கியபோது அவள் மேசைமேல் சட்டமிட்ட ஒரு புகைப் படம் இருந்தது. அதில் சிறு குழந்தையாக அவள் அப்பா வின் கையிலிருந்தாள். மரகதப் பச்சைப் பாவாடை. சிவப்புச் சட்டை. தலையின் ஒரு பக்கம் முடிச்சிட்ட சிவப்பு ரிப்பன். அம்மா அவரருகே. கொட்டைப் பாக்கு நிறப் புடவையில். அவர் தலைமுடி இவளுடையதைப் போலவே சுருட்டை யாகவும் அடர்த்தியாகவும் இருந்தது. இவள் மை ஒழுகிய விழிகளை விரித்து எதிரே பார்த்தவாறிருந்தாள். கீழே தொங்கிய கால்களில் கொலுசு இருந்தது. இவள் பின்பாகம் அப்பாவின் இடது கையில் அழுந்தியிருந்தது. அப்பாவின் வலது கை பச்சைப் பாவாடை விரிந்த இவள் தொடை மேல் மென்மையாகப் படிந்திருந்தது.

இரண்டொரு நாட்களுக்குப் பின் அவள் புகைப்படத்தை அம்மா விடம் திருப்பித் தந்த போது, "உன்கிட்ட இருக்கட்டும்" என்றாள் அம்மா. அவ்வப்போது கண்ணில் பட்டபடி அது இருந்தது.

○   ○   ○

நினைவு விழாவில் பங்கேற்க வேண்டும் என்று தோன்றியது. அந்தக் கவிதைகளின் தொகுப்பை அவளால் சரியான விதத்தில் எதிர்கொள்ள முடியும். பங்கேற்பதாக ஒப்புக்கொண்டு எழுதி உறையிலிட்டு நிமிரும்போது, அம்மா கதவைத் திறக்கும் சத்தம் கேட்டது. சில வினாடிகளில் அவள் அறையின் கதவை விரைவாகக் கடந்து அம்மா அந்தப் பக்கம் போனாள். ஒளிரும் மஞ்சள் இறகு ஒன்று மிதந்து போவதுபோல.

'இந்தியா டுடே' பெண்கள் சிறப்பு மலர், 1996

கடற்கரையில் ஒரு காவிப் பிள்ளையார்

விழிப்பு வந்ததும் அன்று மலாட் போக வேண்டும் என்பது நினைவுக்கு வந்தது. இருநூற்றுப் பத்து எண் பேருந்தைப் பிடித்துப் போகலாம். ஆனால் அது இருதளப் பேருந்து. கொஞ்சம் மெள்ளப் போகும். ஊரைச் சுற்றிக்கொண்டு செல்லும். பத்து நிமிட தூரத்தில் வர்ஸோவாவின் காயல்புரம் போனால் படகைப் பிடித்து அக்கரையிலுள்ள மத்தீவிலிருந்து கிளம்பும் பேருந்தைப் பிடித்துப் பத்தே நிமிடங் களில் மலாட் போய்விடலாம். கடற்கரையைப் பார்த்தபடி காயல் வரை நடக்கும் கொசுறு சுகம் வேறு உண்டு.

முதலில் பாலில்லாத தேநீர் தயாரித்து இரு சொட்டு எலுமிச்சைத் துளிகள் விட்டுக் குடித்தவாறே, தேவையான காகிதங்களையும், புத்தகங்களையும் தோள் பையில் போட்டாள். குளித்துவிட்டு, தேன் நிறத்தில் பழுப்புக் கோடுகள் சிலந்தி வலைபோல் பிரியும் பதிக் வேலை செய்த ஸல்வார் – கமீஸ் அணிந்து கொண்டு, நடப்பதற்கு வாகாகத் தோல் செருப்பைப் போட்டுக் கொண்டு, பையைத் தோளில் மாட்டிக் கொண்டு கிளம்பினாள்.

கட்டடத்தை விட்டு வெளியே வந்ததும் தெருவைத் தாண்டி அந்தப் பக்கம் போனாள். காயல்புரத்தை நோக்கி நடக்கலானாள். இடது புறம் அடுக்கு மாடிக் கட்டடங்கள். அவற்றின் தோட்டங்களின் இடைவெளி கள், கார்கள் நிறுத்தும் பகுதியில் உள்ள பெரிய தூண்கள் இவற்றின் ஊடே துண்டு, துண்டாய்க் கடல் தெரிந்தது. மென்நீலமும், சாம்பலும் கலந்த நிறத்தில், காலை வேளை

மஞ்சு இன்னும் சூழ்ந்திருக்க, கடல் புரண்டுகொண்டிருந்தது. நடக்கையில், ஒவ்வொரு முறை தெரியும் துண்டுக் கடலும் ஒரு தனி ஓவியம் போல இருந்தது. கட்டடத்தின் விலாவிலிருந்து நீண்ட துணி உலர்த்தும் கொடிகளிலிருந்து தொங்கிய துணிகள் ஒரு பக்கம் ஆட, வெள்ளைப் படகொன்றின் மூக்கு இன்னொரு பக்கத்திலிருந்து நுழைந்தவாறிருக்கும் ஒரு துண்டுக் காட்சி. ஐந்தெட்டு நடந்த பிறகு பார்த்தால், பாசிப் பச்சை மாருதியும், சிவப்பு டாட்டா ஸியாராவும் முன்னணியில் இருக்க, சற்றுப் பின்னே, கட்டடத்தின் கைப்பிடிச் சுவர்மேல், காலையிலேயே கீழே வர வேண்டும் என்று சண்டி செய்துக் கடலைப் பார்த்தபடி அமர்ந்திருக்கும், நீலக் கம்பளிக் குல்லாய் அணிந்த குழந்தையின் பின்புறமும், கீழே புல்வெளியில் அதன் தள்ளு வண்டியும், எதிரே நீலக் கீற்றாகக் கடலும் தெரியும் காட்சி. இன்னும் பத்தடி நடந்தால் சிவந்த பூக்கள் மலர்ந்த குல்மோஹர் மரங்களூடே தெரியும் கைப்பிடிச் சுவரில் ஓடிக் களைத்த கறுப்பு நாயொன்று இறைத்தவாறு பரப்பிப் படுத்திருக்க, பின்னால் பாய்மரம் விரித்த படகுகளின் அணிவகுப்பு. வெவ்வேறு தினங்களில் நடக்கும்போது வெவ்வேறு விதங்களில் தெரிந்து மனத்தில் உறைந்துபோகும் காட்சிகள். இதிலெல்லாம்தான் இந்த நடையின் சுகம்.

கடைசி இரு கட்டடங்களும் பத்து வருடங்களுக்கு முன் முளைத்தவை. அதற்கு முன்னால் அங்கே ஓர் ஓடு வேய்ந்த பெரிய பங்களா இருந்தது. சுற்றிலும் தென்னை மரங்கள். எப்போதாவது ஒரு மூலையில் முணுக்முணுக்கென்று மங்கலாக ஒரு விளக்கு எரியும் பங்களா. பேய் பங்களா என்று அதற்குப் பெயர் வைத்து, பேய்க் கதைகள் சொல்லி, இந்தி சினிமா பாணியில், "வர்ஸோவா பங்களாவில் இரவு பதினோரு மணிக்குச் சந்திக்கலாம்" என்று மீசையும், கன்னத்தில் கொட்டைப் பாக்களவு மச்சமும் உடைய, திடகாத்திரமான முரட்டுக் கள்ளக் கடத்தல்காரர்கள் பேசிக்கொள்ளும் வசனங்களை எழுதிய நாடகங்களைப் பகல் பொழுதில் இங்கு அரங்கேற்றம் செய்து, இங்குள்ள பலரின் பள்ளிப் பருவங்கள் கடந்திருந்தன.

கடைசி இரு கட்டடங்களைத் தாண்டியதும் காயல் பகுதியை எட்டும்வரை கரையும், கடலும் நீண்டு தெரியும். வெய்யில் காலங்களில் மூங்கில் கம்புகள் நடப்பட்டு, மீன்கள் தொங்கும் வெய்யிலில் உலர்ந்தபடி. கடல் பக்கம் தலையைத் திருப்பியபோது, முந்தைய நாள் பிள்ளையாரைத் தண்ணீரில் போடும் விஸர்ஜன் தினமாக இருந்தது என்பது நினைவுக்கு

வந்தது. கடலில் அமிழ்த்தப்பட்டிருந்த எண்ணற்றப் பிள்ளையார் சிலைகள், அலைகள் மோதி, உடைந்தும், உடையாமலும், விரிந்தும், நசுங்கியும், குப்புறவும், மல்லாக்கவும், பக்கவாட்டிலும், கரையில் விழுந்து கிடந்தன. தலைகளும், மகுடங்களும், கால்களும், கைகளும், தும்பிக்கை படிந்த தொப்பைகளும் சிதறிக் கிடந்தன. போர் நடந்து முடிந்த ரணகளம் போல் இருந்தது கரை. அத்துடன் பூசைப் பூக்கள் திணிக்கப்பட்டு அமிழ்த்தப்பட்டிருந்த ப்ளாஸ்டிக் பைகளும் காற்றில் பறந்தபடி கரையெல்லாம். காலையிலும், மாலையிலும் கடற்கரையில் நெடுந்தூரம் ஓடிப் பயிற்சி எடுக்கும் கோலிச் (மீனவ) சிறுவர்கள் அவை காலில் இடறாதபடி ஓடிக் கொண்டிருந்தனர். சிலர் சில துண்டுகளைப் பொறுக்கி எடுத்து, சிறிது தூரம் கடலில் நீந்திப் போய் அமிழ்த்திவிட்டு வந்தனர்.

இது ஒவ்வொரு ஆண்டும் நடைபெறும் நிகழ்ச்சி. இதற்கு முன்பு சின்னக் களிமண் பிள்ளையார்களை கடலில் அமிழ்த்திவிட்டு வந்ததும் கரைந்துவிடும். “கணபதி பப்பா மோரியா, புடுசா வர்ஷி லௌகரியா” (எங்கள் கணபதியே அடுத்த வருடம் சீக்கிரமே வா) என்று கத்திவிட்டு வந்து மறந்துவிடலாம். இப்போது மற்ற பல விஷயங்களைப் போல, பிள்ளையாரும் அரசியல் கட்சிகள் மற்றும் தனி நபர்களின் வலிமையின் நிரூபணம் மற்றும் பிரகடனமாகவும், பணமுள்ளவர்கள் கறுப்புப் பணத்தைச் செலவு செய்வதற்கு வாகானவராகவும், ஓலமிட்டுச் சிலர் வலியுறுத்தும் அடையாளச் சின்னமாகவும் மாறிவிட்டார். அதற்கேற்ப அவர் உருவமும் மாறிவிட்டது. கம்பிகள் உள்ளே வளைக்கப்பட்ட, காகிதக் கூழால் செய்த பெரிய, பெரிய ஐந்தடி முதல் பதினைந்து இருபதடி சிலைகள். பல்வேறு வடிவங்களில் கணக்கின்றிச் செய்யப்பட்டன. தாமரைமேல் பிள்ளையார், தும்பிக்கைகளில் மாலைகளை உயரப் பிடித்தபடி, இரு புறமும் யானைகள் நிற்கும் பிள்ளையார், சிவ பார்வதியுடன் பிள்ளையார், புல்லாங் குழலுடன் பிள்ளையார், நடனமாடும் பிள்ளையார் என்று கற்பனைக் கேற்றபடி பிள்ளையார். “கைத்தல நிறைகனி அப்பமோட வல்பொரி” பாட்டும், மூஞ்சூறும், மோதகமும் இணைந்த பிம்பங்களாய் மனத்தில் வரும் பிள்ளையாரையெல்லாம் துடைத்தெறிந்துவிட்டு வந்த பிள்ளையார்கள் இவை. விஸர்ஜன் தினத்தன்று மாலையும், இரவும், நெடுக லாரிகளில் பல்வேறு பிள்ளையார் சிலைகள், சினிமாப் பாட்டு, நடனம், ஒட்டகங்கள், குதிரைகள் இவற்றுடன் ஊர்வலம் வந்து, பல்வேறு பகுதிகளில் விசைப் படகுகளில் ஏற்றப்பட்டு, கடலில் அமிழ்த்தப்படும். மறுநாள், கரைய மறுத்த சிலைகள் உடைந்து சிதறிய ரணகளமாய்க் கரை.

முன்தினம் மாலையும் வழக்கமான ஊர்வலம் நடந்திருந்தது. “சோலி கே பீசே க்யா ஹை?” மற்றும் “ஜப்பி கோயி லட்கி தேகே...” என்று தொடங்கும் ‘ஓலே ஓலே’ பாடல் போன்ற பிரம்மச்சாரிக் கடவுளுக்கேற்ற பாடல்களின் ஓலங்களுடன் ஏகப்பட்ட கணபதிகள் லாரிகளில் போயிருந்தனர். கடைசியாக எப்போதும் வரும் அந்தக் காவி வண்ணப் பதினைந்து இருபதடிப் பிள்ளையார் இரவு பனிரெண்டு மணி வாக்கில் வரும். ஒரு பெரிய துணிக்கடைக்காரரின் தரப்பிலிருந்து, அவர் பகுதியிலிருந்த எல்லா வியாபாரிகளும் ஒருங்கிணைந்து ஏற்பாடு செய்யும் பிள்ளையார் வைபவச் சிலை. காவி வண்ண எண்ணெய்ப் பூச்சு செய்த சிலை. லாரியில் நேர்வாக்கில் வைக்கப்பட முடியாமல், பக்கவாட்டில் வைக்கப்பட்டபடி வரும் காவிப் பிள்ளையார். உட்கார்ந்த நிலையில் இருக்கும், அதிகப்படியான அலங்காரப் பூச்சுகள் இல்லாத இந்தக் காவி பிள்ளையார் தெரு வழியே செல்வது அநேகமாக விஸர்ஜன் முடிவடைவதற்கான அறிகுறியாக இருக்கும். படகில் ஏற்றி, நடுக்கடல்வரை சென்று அமிழ்த்தி விட்டு வருவார்கள். முந்தைய இரவு காவிப் பிள்ளையார் வர வெகு நேரமாகிவிட்டிருந்தது.

நடந்து போகையில் கரை நெடுகச் சிலைத் துண்டுகள் கண்ணில் பட்டன. வர்ஸோவா கிராமத்து நுழைவிடத்தில் மீன்கள் ஏற்றிச் செல்லும் லாரிகள் தயாராக நின்றன. கண்ணைத் துளைக்கும் ஊதாவும், பழுத்த சிவப்பும், பச்சையும், மஞ்சளுமாய், பின்பகுதி இடுக்கில் இறுகச் செருகிய சேலைகளும், பிடிக்கும் ரவிக்கைகளுமாய், தலையை இறுக முடிந்து கொண்டை போட்டு, ஒற்றைப் பூவோ, பூச்சரமோ செருகிக் கொண்டு கோலிப் பெண்கள், ஐஸ் கட்டிகள் மேல் வைத்த மீன்கள் உள்ள கூடைகளை லாரிகளில் ஏற்றி, தாங்களும் ஏறிக்கொண்டிருந்தனர். வியாபாரத்துக்குப் போகும் வேகம்.

லாரிகளைத் தாண்டிப் போகும்போது ஒருத்தி இவளைப் பார்த்து, “லாரியில் ஏறுகிறாயா?” என்பதுபோல் கையைக் காட்டினாள் சிரித்தபடி. மீன் கூடைகளைச் சுட்டிக்காட்டி, மூக்கைப் பிடித்து நாற்றம் என்று சைகை செய்தாள் இவள். “ஆயிக...” என்று கூவிவிட்டுச் சிரித்தனர் அதற்கு. ஒருத்தி பெரிய மீனை எடுத்து ஆட்டி, “உப்பு, பசுமஞ்சள், காரம் போட்டு ஊற வைத்து, தேங்காய், கசகசா வைத்து அரைத்த மசாலாவில் சமைத்துச் சாப்பிட்டுப் பார் தெரியும்” என்று சிரித்துக் கொண்டே கூவினாள் லாரி கிளம்பிப் போக ஆரம்பித்ததும்.

சற்று வேகமாக வீடுகளையும், சிறு கடைகளையும், மீன் காய்கறிச் சந்தையையும் தாண்டி, படகுகள் கிளம்பும்

முனைக்குப் போனாள். கூட்டம் அதிகம் இல்லை. சில கிறித்துவக் கோலிக் குடும்பங்கள் அக்கரையில் மத்தீவிலுள்ள மாதா கோவிலுக்குப் போகப் பளிச்சிடும் உடைகளில் நின்றனர். ஓர் இளம் பெண்ணின் கையில் மஞ்சள் ஸாடீன் துணியில் பொதியப்பட்ட ஒரு சின்னஞ்சிறு குழந்தை இருந்தது. ஸாடீன் துணியில் குழந்தை அப்புறமும் இப்புறமும் திரும்பும்போது மீன்போல் வழுக்கியது. சிரித்துக்கொண்டே அதன் இளம் தாய் விழாதபடி பிடித்துக்கொண்டாள். ஏதாவது குடும்ப வைபவத்திற்காக மாதா கோவிலுக்குப் போகிறார்கள் போலும்.

"மரியம், மரியம்" என்று யாரோ அழைத்தார்கள்.

"ஜோஸப் கூப்பிடுகிறான்" என்றாள் ஒருத்தி.

மரியம் என்று அழைக்கப்பட்டவள் குரல் வந்த திக்கை நோக்கி நடந்தாள். ஓரிரு வினாடிகளில் எல்லோரும் அங்கே போயினர். இவளும் சென்று பார்த்தபோது, சற்றுத் தூரத்தே இடுக்காக இருந்த கரையில் காவிப் பிள்ளையார் மல்லாக்கக் கிடந்தார். உடலின் பல பகுதிகள் உடைந்து கம்பிகள் துருத்திக் கொண்டு நின்றன. முள்முடி என்றில்லாமல் உடம்பெல்லாம் முள் தரித்துக்கொண்டது போல் கிடந்தது சிலை. நேற்றிரவு ஆழ்கடல்வரை சென்று அமிழ்த்த வில்லை போலும். சுற்றிலும் சாமரம் வீசுவதுபோல் பறக்கும் ப்ளாஸ்டிக் பைகள்.

கசமுசவென்று சில நிமிடங்கள் பேசிய பின்னர், ஜோஸப் பும், மாதாகோவில் செல்வதற்காக நின்ற இன்னும் சில ஆண்களும் விசைப் படகைக் கிளப்பி, சிதைந்த காவிப் பிள்ளையாரை அதில் வைத்து, கடலுக்குள் விரைந்தனர். வெகுதூரம் போவது தெரிந்தது. காவி வண்ணம் கடலில் அமிழ்வது நிழல் மாதிரித் தெரிந்தது.

அவர்கள் திரும்பியதும், அக்கரை போகப் படகேறினர் எல்லோரும். ஜோஸப்பின் உடை நனைந்திருந்தது.

"என்ன ஜோஸப், நனைஞ்சுபோயிட்டியே" என்று யாரோ சொன்னார்கள்.

"என்ன செய்ய முடியும்? அதுவும் யாரோடோ சாமி தானே?" என்றான் ஜோஸப்.

ஒரு பத்து வயதுச் சிறுமி ஏதோ சொல்ல வருவதும், இவள் பக்கம் சைகை காட்டி, 'சொல்லாதே' என்று அவளை ஜாடை காட்டி அடக்குவதும் தெரிந்தது.

அவளை நோக்கி, "துமி போலா" (நீ சொல்லு) என்றாள்.

அந்தப் பெண் மடமடவென்று அவள்முன் வந்து நின்று கொண்டு, தலையில் கட்டிய ரோஜா வண்ண ரிப்பன் காற்றில் பறக்க, கண்களை மலர்த்தித் தலையாட்டியபடி பேசினாள்.

"அந்த சாமிக்குள்ள இருக்குற கம்பி இல்ல கம்பி, அது மீனோட வாயைக் கிழிச்சிடும். வாயெல்லாம் ரத்தமா, வயிறெல்லாம் ரத்தமா வர மாதிரி மீனைக் கீறி விட்டுடும். அப்புறம்... அப்புறம்... அந்த பிளாஸ்டிக் பையைச் சாப்பிட்டா மீன் செத்துடும். தண்ணில மொதக்கும்..." மளமளவென்று சொல்லிவிட்டு நிறுத்தினாள்.

அவள் தோள்மேல் கை வைத்துத் தன் மேல் சாய்ந்து நிற்கும்படி இருத்திக்கொண்டு, ஜோஸப்பைப் பார்த்தபோது அவன் கடலை வெறித்தபடி இருந்தான். சிறுமி அவள் மேல் வாகாகச் சாய்ந்து கொண்டு நின்றாள்.

'தினமணி' பொங்கல் மலர், 1996

அன்னங்களும் பட்சிகளும் நெய்யப்பட்ட ஒரு ரோஜா வண்ணப் புடவை

பாஸ்டனிலிருந்து ஐம்பது கிலோ மீட்டர் தூரத்திலிருந்த ஓர் இடத்தின் பள்ளியின் அரங்கில் இந்தியத் திருவிழா நடைபெற்றுக் கொண்டிருந்தது. பன்னிரெண்டு வயதுச் சிறுமி ஒருத்தி தட்டிக் கும்பிட்டு விட்டு "தீராத விளையாட்டு பிள்ளை"க்கு அபிநயம் பிடிக்க ஆரம்பித்திருந்தாள். அதற்குமுன் அவள் அன்னை "கிருஷ்ணா யூஸ்டு டு டீஸ் த கோபிஸ்" என்று ஆங்கிலத்தில் விளக்கியிருந்தாள். அமெரிக்காவிலேயே பிறந்து வளர்ந்த சிறுமி அபிநயம் செய்யச் சிரமப்பட்டாள். கண்ணனின் புல்லாங்குழல் பலமுறை அவள் மூக்கின் எதிரே நீண்டது. பழத்தைக் கடித்துக் கொடுக்கும் சுகாதார மற்ற முறைகளைக் கையாண்ட கண்ணன் இன்னமும் அவளுக்குப் பிடிபடவில்லை. கண்ணன், குழல், கோபிகையர், எச்சில் பழம் என்ற எந்த பிம்பத்தின் துணையுமின்றி மேடையில் அல்லாடிக் கொண்டிருந்தாள் சிறுமி.

பள்ளி விடுமுறைகளில் மத்தியானமெல்லாம் ஆட்டம் பாட்டம் தான். சிறுமி சிறுவர் பட்டாளம் கூடி "முத்துக் கிருஷ்ணன் மோகன ரூபன் மோசம் செய்தாண்டீ" என்று பாடிக்கொண்டே ஆடுவார்கள். "குளிக்கும்போது திருட்டுத்தனமாய்ப் புடவையைத் திருடி, மரத்திலே கட்டி அவன் மறைந்திருந்தாண்டீ" என்ற வரிக்கெல்லாம் அனாயாசமாக மரத்தைக் காட்டி, ஒளியும் பாவனைகளெல்லாம் செய்தவர்களுக்கு, "ஆடையைத் தந்தான் அவன் மானத்தைக் காத்தான்"

என்ற வரியில் மட்டும் பலத்த சந்தேகம். மானம் என்றால் என்ன என்பது பற்றி பெரிய சர்ச்சை. அவர்களைவிட வயதில் சற்றுப் பெரியவனான மூர்த்திதான் மானம் என்பது வானம் என்ற சொல்லின் திரிபு என்றும், அந்தச் சொல்லுக்கு அவர்கள் ஆகாயத்தைக் காட்ட வேண்டும் என்றும் உறுதி யுடன் கூறினான். "ஆடையைத் தந்தான்" எனும்போது மார்பின் குறுக்கே கையைப் போட்டுப் புடவைத் தலைப்பைக் காட்டுவதுபோல் செய்தவர்கள், அதன் பின் வந்த "மானத்தைக் காத்தான்" என்ற வரிக்கு இரண்டு கைகளையும் உயரே தூக்கி வானத்தைக் காட்டினார்கள். கண்ணன் கடவுள் இல்லையா? கடவுளர்கள் வானத்தில் இருப்பவர்கள்தானே? அதனால் அவன் வானத்தைக் காப்பது சரிதானே? இப்படிப் பட்ட நம்பிக்கை தோய்ந்த கேள்விகளுடன், வானம் மற்றும் கண்ணன் பிம்பங்கள் இணைந்தே வந்தன மனத்தில். புடவைத் தலைப்பைக் காட்டித் தோளில் உறுதியாகப் படிந்த கரங்கள் சிறிதும் சம்பந்தமில்லாத வானை நோக்கி, எந்த விதத் தர்க்க ரீதியான தொடர்பும் இல்லாமல் நீண்டது இந்தப் பிம்பங் களின் துணையுடன்தான். உடம்பு, பாடல், விளையாட்டு, வானம் எல்லாம் சுலபமாகப் பிணைந்துகொண்டன.

நியூயார்க் வழியாக பாஸ்டனில் வந்து இறங்கியதும் கீதா அஹூஜா இந்தியத் திருவிழா போவதுபற்றிக் கூறினாள்.

"இங்கிருந்தேயா? வீட்டுக்குப் போய் சாமானை இறக்கி விட்டு . . ." என்று இவள் இழுத்தபோது, சாமான்களை மளமளவென்று வண்டியின் பின்னால் வைத்தபடி,

"உன் சொத்து என் வண்டியில் பத்திரமாக இருக்கும். வீடு என்ன வீடு? இப்படி வீட்டைப் பார்த்து ஓடிக்கொண்டே இரு. நாலு சுவர் இல்லாவிட்டால் உனக்குப் பாதுகாப்பு இல்லாமல் போய்விடுமே? ஒரு இடத்தில் நீ நின்றவுடன் நாலு பக்கமும் சுவரெழுப்பிவிட வேண்டும் அனார்கலிக்குச் சமாதி கட்டியது போல . . ." என்று பொரிந்து தள்ள ஆரம்பித்தாள்.

மௌனமாகக் காரில் நுழைந்து அவள் பக்கத்தில் அமர்ந்ததும், காரில் அமர்வதுபற்றி இன்னொரு சொற்பொழிவு நடக்குமோ என்று நினைத்தாள். காரின் கதவைத் திறந்து, இருக்கையில் அமர்ந்து சறுக்கிப் போகாமல் மாட்டு வண்டி யில் ஏறுவதுபோல் ஏறுகிறாள் என்பது கீதாவின் குற்றச் சாட்டு. போனமுறை இவள் போனபோது கிடைத்த விமர்சனம். இத்தனை சொல்பவளுக்குக் கையால் தட்டிய சோள ரொட்டியும், கடுகுக் கீரை மசியலும்தான் சாப்பாட்டில் சேர்த்தி. முழங்கை அளவு டம்ளரில் நுரைக்கநுரைக்க லஸ்ஸி

குடித்தால்தான் அவள் சாப்பாடு பூரணமடையும். இத்தாலியச் சாப்பாடோ, மெக்ஸிகன் உணவோ சாப்பிடப் போகும்போது கூட, "ரொட்டி சாப்பிடும் நேரம்" என்றுதான் கூறுவாள். இதைச் சுட்டிக் காட்டினால், சிரித்துக் கொள்வாள்.

கீதாவின் வளர்ப்புப் பெண் பின்னிருக்கையில் குழந்தை களுக்கான சிறு இருக்கையில் பத்திரமாக அமர்ந்திருந்தாள். நான்கு வயது. அலக்நந்தா என்று ஆற்றின் பெயரை வைத்திருந்தாள். "அவள் எந்தச் சேறும், சகதியும், பாசியும் சேர்க்காமல் ஓடிக்கொண்டே இருப்பவள். தொடக்கம், முடிவு இல்லாதவள்" என்பாள். இரவில் அவளை உறங்க வைக்கும்போது கீதாவுக்கு பஞ்சாபிப் பாடல்கள்தான் வந்தன. அலக்நந்தாவை டில்லியின் அனாதை ஆசிரமத்திலிருந்து தேர்ந்தெடுத்து தன் மகளாக்கிக்கொண்டாள். கீதாவின் தாயைப் பெற்ற தில்ஜித் கௌரின் தளர்ந்துபோன தொடை களின் மேல்தான் அலக்நந்தா வீட்டுக்கு வந்ததும் தூங்கினாளாம். அவள் மேல் தன் துப்பட்டாவைப் போட்டு, சுருக்கங்கள் ஏறிய தன் விரல்களால் அவள் தலையை நீவி விட்டாளாம் தில்ஜித் கௌர். "இப்போது இவள் என் நானியைப் போலவே சிலதைச் செய்கிறாள்" என்று வியந்துபோவாள்.

அலக்நந்தா அமெரிக்க ஆங்கிலம் பேசியது. கடந்த ஆண்டு கீதாவை விட்டு விலகிவிட்ட அவள் கணவனை பீட்டர் என்று பெயரிட்டு அழைத்தது. இந்தியத் திருவிழா போவது முக்கியமாக அவளுக்காகத்தான் என்றாள் கீதா. இந்தியக் குழந்தைகளைத் தத்து எடுத்த பலரும் வருவார்கள் என்றாள்.

"தீராத விளையாட்டுப் பிள்ளை"க்குப்பின் ஒரு பழைய ஹிந்தி பாடல். அதன் பின் ஒரு ஹிந்தி பாப் பாடல். பிறகு ஒரு குஜராத்தி கர்பா நடனம். கசோரி, சமோஸா, டோக்லா, இட்லி, வடை, தோசை, புளியஞ்சோறு என்று உணவுப் பொருட்களின் விற்பனை வெளியே இருந்த பந்தலில். ஜடைபில்லை வைத்த பின்னல்கள், குஞ்சலங்கள், கொண்டை கள், புடவை, தாவணி, பஞ்சாபி உடைகள்.

அவள் அமெரிக்கப் பயணம் கணினித் தொழிலின் உச்சங்களை எட்ட "தீராத விளையாட்டுப் பிள்ளை"யையா, இட்லியையா, சமோஸாவையா எதை மனம் தேடும் என்று தெரியவில்லை. சில விஷயங்கள் அவளுள் அமிழ்ந்து போயிருந்தன. அவை கையால் தொடக்கூடியவை அல்ல. ஒலிகள், வாசங்கள், பிம்பங்கள், உணர்வுகள் என்று அவை மனத்தை வியாபித்தன. பெங்களூர் வீட்டின் பின்புற மிருந்த செண்பக மரத்தை நெருங்கும்போது ஒரு மயக்கும் மணம் வீசும். சைனீஸ் செண்பகம் என்று சுண்டுவிரலில் பாதி அளவு

காட்டில் ஒரு மான்   ✦ 113 ✦

ஒரு வெண்மை நிறச் செண்பகப் பூ. கூந்தலில் சூடிக்கொண்டு உறங்கினால் தலையணை எல்லாம் அதன் மணம். பிறகு சக்கைப் பழத்தை இரண்டாகப் பிளந்ததும் வீசும் அந்த ஓர் இனிப்புக் கலந்த மணம். மாலியின் காபி ராக ஆலாபனையின் முடிச்சுகள், சிதறல்கள், உருளல்கள். அடியில் விறகு எரியும் வெந்நீர் தவலையின் மூடியைத் திறந்து, அதிலிருந்து வெந்நீரை எடுத்து பக்கெட்டில் விட பித்தளைச் செம்புடன் குனியும் போது முகத்தில் அடிக்கும் சூடான நீராவி. பாலசரஸ்வதி ஆடியபோது நெற்றியில் பூத்த வியர்வைத் துளிகள். பிர்ஜூ மஹாராஜின் கதக் நடனத் துள்ளல். கனத்த தோசைக் கல்லில் சரியாகப் புளித்த மாவை இட்டுப் பரப்பியவுடன் அது வேகும் மணம். மிளகாய்ப் பொடியில் கலந்த எள் மணம். வடிகட்டப்படாமல், செக்கிலிருந்து தருவிக்கப்பட்ட நல்லெண்ணெய்யின் மணம். பீம்ஸென் ஜோஷியின் லலித் ராகக் குழைவு. கங்குபாய் ஹங்கலின் ஓங்காரம். கிரிஜா தேவியின் இழையும் குரல். இமாலயப் பிரதேசத்தின் ஒரு சிறு கிராமத்தின் செஸ்ட்நட் மரத்தின் கீழே நின்றபடி அவளும் தோழனும் பரிமாறிக்கொண்ட முத்தங்கள். அவள் வீட்டைக் கடந்து சுடுகாடு நோக்கி நிதமும் போகும் உடல் களின் பயணம். தூரத்தே எரியும் சுடுகாட்டுத் தீ. திருமூலரை மிகவும் விரும்பிப் படித்த தமிழ் வாத்தியாரின் 'உடம்பை வளர்த்தேன் உயிர் வளர்த்தேனே' என்ற சொல்லோசை. 'பெருமானே, இவர்கள் என்னைப் புரிந்துகொள்ள வில்லை. புரிந்துகொள்ளவும் மாட்டார்கள். இவர்களுக்கு வேறு உள்ளத்தைத் தா. அல்லது எனக்காவது வேறு மொழி' என்ற காலிப் கவிஞரின் இறைஞ்சல். இவற்றில் எந்த நொடியில் எதை மனம் தேடப்போகிறது? தேடுமா? அல்லது இந்தியத் திருவிழாக்களில் சமனமடைந்துவிடுமா?

திரளாகப் பலர் வந்தனர். இந்தியக் குழந்தைகளை தத்தெடுத்த அமெரிக்கர்கள். சிரிப்பும் குதூகலமுமாய் பூத்தபடி குழந்தைகள். அதிகம் பெண் குழந்தைகள். குப்பைத்தொட்டி யிலும், தொட்டிலிலும் விடப்பட்ட பெண் சிசுக்களா என்று ஓர் எண்ணம் சரேலென்று படமெடுத்தது. அடிவயிற்றில் சுரீரென்றது. அலக்நந்தாவின் விரலைப் பிடித்து நடத்தியபடி கீதா எல்லோரிடமும் பேசினாள். கூடவே இவளையும் அறிமுகம்.

எதிரே இருந்த அமெரிக்க மாதுவின் கையில் ஒரு பெண் குழந்தை. ரேசல் என்று கூப்பிட்டாள். மும்பாயிலிருந்து வந்து ஒரு வாரம்கூட ஆகவில்லை என்றாள். ஆறு மாதக் குழந்தை. பட்டுக் கரிய மேனி. பொங்கிப்பொங்கிச் சிரித்தது. இவளைக் கண்டதும் கையை நீட்டித் தாவியது. திரும்பத் தாயிடம்

போக மறுத்தது. மார்பில் புதைந்து கொண்டது. கக்கக்கக்க என்று வாய்விட்டுச் சிரித்தது. “குடியா” (பொம்மை) “ஸோனு” (தங்கம்) என்று ஹிந்தியில் கொஞ்சியதும் புருவத்தை உயர்த்தி வியப்புக் காட்டியது. சடக்கென்று தோளில் தலையைச் சாய்த்துக் கொண்டது. பால் பாட்டிலுடன் கூப்பிட்ட தாயிடம் போய் ஒரு கையால் இவள் கழுத்தையும் சேர்த்து இழுத்தது.

நிகழ்ச்சிகள் தொடர்ந்தவாறிருந்தன. இங்கு ரேசலின் கும்மாளம்.

நேரம் செல்லச்செல்ல நெஞ்சில் ஒரு கனம் ஏறத் தொடங்கியது. இன்னும் யாராலும் தத்தெடுக்கப்படாத அனாதையாய் தன்னை உணர்ந்தாள். உடன் கழிவிரக்கம். சோர்வு. திடீரென்று விமான வேகத்தில் மனத்தின் குறுக்காக “கருணாலய நிதியே தினமும் உன் சரணாம்புஜம் கதியே” என்ற பள்ளிப்பாடல் பள்ளிப்பருவத்தினர் குரலில் ஓடியது. அதன் ஊடே ஏ. எம். ராஜாவின் குரலில் “சிற்பி செதுக்காத பொற்சிலையே, என் சித்தத்தை நீ அறிவாயோ?” என்ற ஓர் ஒலி விம்மியது. அதன் மேலே எஸ். டி. பர்மனின் குரலில் பெங்காலி நாட்டுப்பாடல் வந்து மோதியது. பல இதமான ஸ்பரிசங்களின் உணர்வு ஏற்பட்டது. மீண்டும் ரேசல் இவளை அணைத்துக் கொண்டது. தாயிடம் போய் இவளை நோக்கி விம்மியது உதடு பிதுங்க.

பெட்டியில் அம்மாவின் புடவை ஒன்று இருந்தது. பனாரஸ் டிஷ்யூ புடவை. மென் ரோஜா வண்ணத்தில் ஊதாக் கரை யிட்டது. சரிகைக் கொடிகள் உடல் முழுவதும். கனத்த தலைப்பில் அன்னங்களும், பட்சிகளும், கொடிகளும். கீதாவிடம் காரின் சாவியைக் கேட்டு வாங்கிக்கொண்டாள். டிக்கியைத் திறந்து, மேலாக இருந்த பெட்டியைத் திறந்து, அடியில் இருந்த புடவையை எடுத்தாள். கைப்பையில் இருந்த மடக்குக் கத்தியால் ஒரு முனையைக் கீறி, தலைப்பைக் கிழித்தாள். மீண்டும் எல்லாவற்றையும் மூடிவிட்டுத் திரும்பினாள். தலைப்புத் துண்டை மடித்துக் கையில் வைத்துக்கொண்டாள்.

அந்தப் புடவை அவள் தந்தை பனாரஸ் நகருக்கு ஒரு வேலையாகப் போனபோது அங்குள்ள நெசவாளர்களிடம் நெய்து வாங்கியது. கூட்டுக் குடும்பத்தின் புறுபுறுப்புக்களை மீறி அம்மாவுக்குத் தந்தது. அதை அவள் அணியாத நிகழ்ச்சி கிடையாது. சென்னையில் இருந்த போது சம்பந்த முதலியார் நாடகம் பார்த்த புடவை அது. வாசவாம் பாளின் ஹார்மோனிய இசையை உறிஞ்சிய புடவை. ராஜரத்தினம் பிள்ளையின் தோடியின்போது விரிந்து கிடந்த புடவை. மீரா படம்

பார்த்த புடவை. சுதந்திரம் பெற்ற தினம் கட்டிய புடவை. ரிஷிகேசமும், ஹரித்துவாரமும் போன புடவை. அம்மன்களின் குளிர்ச்சியையும், உக்கிரத்தையும் ஈர்த்துக்கொண்ட புடவை. கல்யாண காலங்களில் பூக்களை முகர்ந்த புடவை. மைசூர் சுற்றிப்பார்க்கப் போனபோது பிருந்தாவனத் தோட்டத்தையும், பிலோமினா மாதா கோவிலையும் பார்த்த புடவை. அம்மாவின் தோழிகள் பலரின் உடலைத் தழுவிய புடவை. குடும்பத்தில் முதல் முதலாகப் புடவை உடுத்திய பெண்கள் எல்லோரும் அணிந்த புடவை. மர பீரோவில் வேப்பிலை, மருக்கொழுந்து துணையுடன் படுத்துக் கிடந்த புடவை. அப்பா இறந்த பிறகு காரியங்கள் நடந்த தினத்தன்று எண்பது வயது அம்மா இதை உடுத்திக்கொண்ட போது துக்கத்தை வலிந்து பூசிக் கொண்ட முகங்கள் மாறின. பிடித்து வைக்கப்பட்ட குழந்தைகள் துள்ளியாடத் தொடங்கின. திரௌபதியின் முடியாத கூந்தலில் மகாபாரதமே புதைந்து கிடந்ததுபோல் இந்தப் புடவையும் சரித்திரத்தை உள்ளடக்கியது. இதன் பட்டிழைகளில் கங்கை வெள்ளத்தின் தொடல் இருந்தது. மலைகளின் மாருதம் இருந்தது. சூரியனின் தகிப்பும், நிலவின் குளிர்ச்சியும் இருந்தது.

உள்ளே போனபோது ரேசல் அதன் தாயின் கையில் உறங்கிவிட்டிருந்தது. தன் முகவரி அட்டையைத் தாயிடம் தந்து புடவைத் துண்டை ரேசல் மேல் போர்த்தினாள். உறக்கத்திலும் உடலை இருபுறமும் மென்மையாக அசைத்து புடவைக்குள் சௌகரியமாக முடங்கிக் கொண்டது ரேசல். ஒரு கையால் புடவையின் கரையைப் பற்றிக் கொண்டது.

அந்தப் புடவையின் பட்டு இழைகள் அவள் மென்உடலில் படட்டும். அதை உராயட்டும். அதன் அன்னங்களும், பட்சிகளும், கொடிகளும் அவள் மேல் படரட்டும். அவளை இருத்தட்டும்.

'உயிர்நிழல்', மே – ஜூன் 1997

மல்லுக்கட்டு

பால் இதமான சூட்டில் இருந்தது. அதில் கல்கண்டும், துளிபோல மிளகும் போட்டாயிற்று. ஃப்ளாஸ்கை எடுத்துவந்து அதில் பாலை ஊற்றினாள். ஒவ்வொரு முறையும் இது தேவை. பாட்டின் ஒலி அடங்கி கரவோசை எழுந்ததும் மெல்லத் திரும்புவார் அவள் பக்கம். அப்படித் தலையைத் திருப்புவது அவள் மனத்தில் உறைந்துபோயிருந்தது. தாடையின் சதை மடிப்புகள் தொங்கிய பருத்த கழுத்து. அதில் ஒரு மெல்லிய சங்கிலி. பாடி முடித்தபின் வரும் வியர்வை கழுத்தெல்லாம். சிவப்புப் பட்டுச் சால்வை இரு தோள்களையும் தொட்டபடி. கிருபானந்த வாரியார் போர்த்தியது. தலையைத் திருப்பிப் புருவத்தைச் சற்றே உயர்த்துவார். இவள் உடனே தம்பூராவை சிஷ்யன் கையில் தந்துவிட்டு, வெள்ளி டம்ளரில் பாலை ஊற்றுவாள் ஃப்ளாஸ்கிலிருந்து. அவரை நோக்கி நீட்டியவாறே, "பிரமாதமா இருந்துதுங்க" என்பாள் மெல்ல.

"உம்" என்பார்.

பாலைப் பருகுவார். ஒவ்வொரு முறையும் அதில் ஏதாவது சிறு குறை இருக்கும்.

'கல்கண்டை கொறைச்சிருக்கலாம்ல.' அல்லது 'மொளகை இப்பிடியா அள்ளிப் போடுவ.' அல்லது 'சூடு கம்மி.' இத்யாதி இத்யாதி.

மெல்ல முணுமுணுப்பாய்ச் சொல்வார். சிஷ்யன் காதில் விழும். அவன் இவளைப் பார்ப்பான் கடைக்கண்ணால். அவள் முகம் மாறவே மாறாது. "சரிங்க" என்பாள் பொதுவாய்.

திரும்பக் காரில் வரும்போது மெல்ல அவள் கரத்தைப் பற்றிக் கொள்வார். ஒரு ராக ஆலாபனையையோ, பாடலையோ, ஸ்வரப்ரஸ் தாரத்தையோ, நிரவலையோ குறிப்பிட்டு, "சரியா வந்திச்சா செண்பகம்?" என்பார்.

'ம்' என்றால் மட்டும் போதாது.

"அய்யா கத்துக்குடுத்தபடி இருந்திச்சா?" என்று துளைப்பார்.

சில நாட்கள் அவள் மௌனம் சாதிப்பாள். காரின் வெளியே பார்ப்பாள். வீதியை, வீடுகளை, தெருவில் நடப்பவர்களை வெறிப்பாள்.

"சொல்லேன்" என்று வற்புறுத்துவார்.

அன்று கச்சேரியில் ஏதாவது சிறு தவறு – மற்றவர்களுக்குப் புரியாதது – நடந்திருக்கும். மெதுவாக அதைச் சுட்டிக்காட்டியதும் முகம் தொங்கிப்போகும்.

"ஆமாமாம். ஒனக்குத் தெரியாமப் போகுமா? அய்யாவோட அருமை சிஷ்யப் பொண்ணாச்சே நீ?" என்று புறுபுறுப்பார்.

வீடு வரும்வரை பொருமல் நீடிக்கும். வந்ததும் மாறிப்போவார். குழந்தைகளோடு கேரம் விளையாடுவார். இரவுச் சாப்பாட்டில் பூண்டு அரைத்துப் போட்ட ரசத்தை உறிஞ்சிக் குடிப்பார் ரசனையுடன். இரவில் மென்மையாகத் தொடுவார். தம்பூராவைத் தூக்கி மடியில் வைத்துக்கொண்டு மீட்ட ஆரம்பிப்பார்.

"நீ பாடு ராசாத்தி" என்பார்.

அன்று மாலை தப்பு விழுந்த இடத்தையே பாடச் சொல்வார்.

அவள் பாடும்போது, "அம்மா, அம்மா" என்று அரற்றுவார். சில சமயம் தம்பூராவில் மண்டையை இடித்துக்கொள்வார். "கொல்லாதடீ, பாவி" என்று கத்துவார். "அய்யா, அய்யா" என்று தன் தந்தையை விளிப்பார்.

பிறகு அந்த முடிவற்ற உலாத்தல்கள் இரவில். வராந்தாவின் ஒரு முனையிலிருந்து மறுமுனைவரை. பாடி முடித்ததும் இவள் படுத்துக் கொள்வாள். உறங்கிப்போய்விடுவாள். சில சமயம் இரவில் எப்போதாவது முழிப்பு வந்து பார்க்கும்போது அவர் வராந்தாவில் இன்னமும் நடந்துகொண்டு இருப்பார். இவள் மெல்ல அருகில் போய் அவரைப் பின்னாலிருந்து தொடுவாள். உடனே கைகளைப் பின்னால் வளைத்து அணைத்துக்கொள்வார். அவர் முதுகில் இவள் முகமும்,

மார்பும், தோளும் அழுந்த நிற்பாள். சில சமயம் சிறிது நேரத்துக்குப் பின் அவளுடன் நடந்து வந்து பக்கத்தில் படுப்பார் அணைத்தபடி. அது கலவிக்குச் செல்லும் சில சமயம். அப்போது அவள் உச்சத்தை எட்ட வேண்டும் என்று மிக முனைப்புடன் இயங்குவார். அவள் திருப்தியை மீண்டும் மீண்டும் கேட்டு உறுதி செய்துகொள்வார். வராந்தாவில் பாயை விரித்து அதில் தனியாகவும் படுப்பார் சில சமயம். அவளைப் பாடச் சொன்ன பாட்டை வாய் முனகியவாறு இருக்கும். காலையில் சிஷ்யப் பட்டாளம் வந்துவிடும். அவரைச் சூழ்ந்துகொள்ளும்.

"அண்ணி, அண்ணாச்சிக்கு வெந்நீர்", "அண்ணி, அய்யா காப்பி கேட்கிறார்", "அண்ணி, மிளகு ரசம் வேணுமாம்" என்று விண்ணப்பங்கள் வந்தவாறிருக்கும். மாணவர்களை ஒரு திரையாக எழுப்பி அவர் மறைந்துகொள்வார். நேராக எதிரில் வந்தால் பார்க்காமல் இருப்பார். இரவுக்குள் மூட்டம் கலைந்துபோகும். வழக்கமான சிரிப்பும், கேலியும் கிளம்பும். இது ஒரு விளையாட்டுப் போல நடந்தது. நடுவர் இல்லாத ஆட்டம். விதிமுறைகள் இல்லாத, ஆடுபவர்களே உணராத ஆட்டம். வெற்றி தோல்வியை வரையறுக்க முடியாத ஆட்டம். வென்றவர்களைத் தோற்றவர்களாகவும், தோற்றவர்களை வென்றவர்களாகவும் மாற்றிவிடும் ஆட்டம்.

❍ ❍ ❍

வரவேற்பறையில் அய்யாவின் படம் மாலை மாட்டப் பட்டு இருந்தது. கதிர்வேல் பிள்ளை எல்லோருக்கும் அய்யா தான். அவர் கலைஞானம் மிகுந்த இசை வேளாளப் பரம்பரை யில் வந்த கலைஞர். அவர் தாயார் வைர லோலாக்கும், சிவப்புக்கல் அட்டிகையும் போட்டு, வெறும் மைதீட்டிய விழிகளுடனும், வெற்றிலை மென்று சிவந்த உதடுகளுடனும் ஆடினாலே போதும், கும்பகோணமே மயங்கிப் போகும் என்பார். சாமி ஊர்வலத்தில் அவள் தெருவில் ஆடியதையும் அவர் பார்த்தது உண்டு. "அந்தத் தெரு நல்ல அகலமா இருந்தது ஞாபகம் எனக்கு, செண்பகம். நல்ல அரக்குக் கலர் புடவை யும், பச்சை ரவிக்கையுமா அம்மா தெரு கூடற இடத்துல நவசந்திக் கவுத்துவம் ஆடினது இன்னமும் கண் முன்னால் நிக்குது. காஸ்லிட் விளக்கு தோள்ல தூக்கிட்டு ரெண்டு பக்கமும் ஆட்கள் நடப்பாங்க. கூட்டமான கூட்டமா இருக்கும். அம்மா ஆடறப்போ அந்தத் தெரு விரிஞ்சிட்டே போற மாதிரி எனக்கு அப்போ தோணிச்சு" என்று அதைப் பற்றிச் சொல்வார். ரொம்ப வருஷம் கழித்துப் போய்ப் பார்த்தபோது இரண்டு பக்கமும் சாக்கடைகளோடு அந்தத் தெருக்கூடல்

குறுகலாகப் பட்டதாம். அம்மாவின் ஆட்டம் என்ற உடை இல்லாமல் தெரு அம்மணமாகத் தன்னை வெளிப்படுத்திக் கொண்டு இருந்தது என்பார்.

அய்யாவின் அம்மா கனகாம்பாள் காந்தியைப் பார்க்கச் சென்னை வரை வந்தாள் அய்யாவையும் கூட்டிக் கொண்டு. சென்னைக் கடற்கரையில் கூட்டம் அலை மோதியது. அய்யாவைத் தன் முன்னால் நிற்கவைத்து, அவர் தோளை இறுகப் பற்றியவாறு அவள் பல மணி நேரம் நின்றாளாம். திரும்ப ரயிலில் வந்தபோது அவள் அதிகம் பேசவில்லை. அடுத்த முறை ஆடியபோது அவள் கதர்ப் புடவை கட்டிக் கொண்டு ஆடினாளாம். கோயில் நிர்வாகத்தினர் இதுபற்றிக் கேட்டபோது, “பட்டுக் கட்டணும்னு எந்த சாஸ்திரத்துல எழுதியிருக்குது? நான் வெறும் கூத்தாடி இல்லய்யா. உப்புப் போட்டு சாப்பிடுகிற மனுஷி” என்று அவர்களை மடக்கி னாளாம். ராமாமிருதத் தம்மையாருடன் அவள் பின்னாளில் நெருங்கிப் பழகிய போது பல சுயமரியாதைக் கூட்டங்களுக்கு அவருடன் சென்றாள். அய்யாவுக்குப் பத்து வயது இருக்கும் போது வக்கீல் கோவிந்தராஜ முதலியார் தவிர வீட்டில் மற்ற ஆண்கள் வருவது போவது நின்று போயிற்று. முதலியார் நல்ல தமிழ் வித்வான். மாலை நேரங்களில் அய்யாவைப் பக்கத்தில் இருத்திக்கொண்டு தேவாரம், திருப்புகழ் ராகத்துடன் படிப்பார். முறையாக அய்யாவுக்குப் பாட்டு அப்போதுதான் ஆரம்பித்தார்கள். அம்மாவின் ஆட்டம் குறைந்துகொண்டே வந்து தேவதாசித் தடைச் சட்டத்தின்பின் நின்றேபோயிற்று. அதை அவள் பொருட்படுத்தியதாக அப்போது படவில்லை. அய்யாவுக்குப் பாட்டின் நுணுக்கங்களைச் சொல்லியவாறும், அவர் குருவுடன் பலவாறு சர்ச்சை செய்தபடியும் உற்சாகமாக இருந்தாள். முதலியார் மட்டும் சில சமயம் மாலைகளில் அவளை ஏதாவது தமிழ்ப் பாடலுக்கு அபிநயம் பிடிக்கச் சொல்வார். முதலியார் கனகாம்பாளுக்கு வேண்டிய நில புலன்களை எழுதிவைத்தார். ஒரு நாள் மாலை முதலியார் மாரடைப்பில் இறந்துபோய்விட்டதாக ஆள் வந்து சொன்ன போது கனகாம்பாள் தூணில் சாய்ந்து சிறிது நேரம் நின்றாள். வீட்டின் நிலவரம் மாறவில்லை. வசதியாகவே இருந்தார்கள். அய்யாவுக்கு அப்போது பதினேழு பதினெட்டு வயது இருக்கும். முதலியாரும் அம்மாவுமாக கும்பகோணம் ஸ்டூடியோ ஒன்றில் ஒரு புகைப்படம் எடுத்துக்கொண்டிருந்தார்கள். முதலியார் நாற்காலியின் இரு பக்கமும் கைகளை விரித்துப்போட்டு நிமிர்ந்து உட்கார்ந்திருந்தார். அம்மா அவர் பின்னால் ஒரு பக்கத்தில் நாற்காலியின் முதுகில் ஒரு கை பட்டும் படாமலும் வைத்தபடி. இன்னொரு கை கீழே தொங்கியது. முன்னறையை

ஒட்டிய ரேழியின் இடது மூலையில் சுவரில் தொங்கியது அந்தப் படம். அதை இடம் மாற்றவில்லை கனகாம்பாள். உடல் நலம் குன்றிப்போய் படுக்கையில் இருந்தபோது அவள் கண்கள் அலைந்தவாறிருந்தன. அவள் கண்கள் தேடுவது அந்தப் புகைப்படத்தைத் தான்; ரேழியில் அந்தப் பக்கமும் இந்தப் பக்கமும் போகும்போது கண்ணில் பட்டவாறு இருந்த அதைத்தான் என்று அய்யா நினைத்த போது, அவள் அய்யாவை அருகில் அழைத்துத் தன் சலங்கைப் பெட்டி வேண்டுமென்று கேட்டாளாம். கொண்டுவந்ததும் அந்தப் பெட்டியிலிருந்து சலங்கையை எடுத்துக் குழந்தையைப் போட்டுக் கொள்வதைப் போல் பக்கத்தில் போட்டுக்கொண்டுத் தடவித்தந்தாளாம், மெல்லிய சலங்கை ஓசை சிணுங்கலைப்போல் எழும்பும்படி. மறுநாள் காலை அவள் இறந்துபோனாள்.

ஒரு கதை மாதிரி அய்யா கூறுவார் தன் அம்மாவைப் பற்றி. அம்மாவும் முதலியாரும் எடுத்துக்கொண்ட புகைப்படம் அவர் அறையில் இருந்தது.

இவளுக்கு ஐந்து வயது இருக்கும்போது இவள் தாயார் இவளை அய்யாவிடம் அழைத்து வந்தாள். கணவர் இறந்தபின் சில வீடுகளில் சமைத்துப் பிழைத்துக்கொண்டிருந்தாள் அம்மா. பாடப் பிடிக்கும். பூபாளத்தைக் காலையிலும், நீலாம்பரியை இரவிலும் முனகியவாறு இருப்பாள். முறையாக எதையும் பயில வாழ்க்கை இடமளிக்கவில்லை. கோவில் கச்சேரி எதுவும் விடாமல் போவாள். இவளின் அந்த வயது நினைவெல்லாம் இசையைச் சார்ந்ததாகவே இருந்தது. கத்தியைச் சாணை பிடிப்பவன் 'சாணைபிடிக்கறது . . .' என்று முழக்கி விட்டுக் கிர்கிர் என்று கத்தி வைத்துச் சாணைபிடிப்பது தாளத்துடன் இணைந்த இசை அமைப்பாய் இவளுக்குப் படும். அம்மாவைக் கூப்பிட்டுச் சொல்வாள். மர ஸ்டூலில் உட்காரவைத்து எண்ணெயைத் தலையில் தேய்த்து, இவள் கையில் ஒரு சொம்புத் தண்ணீர் கொடுத்து, தலை தேய்க்க ஆரம்பிப்பாள் அம்மா. இவள் தண்ணீரில் சளக்பளக்கென்று சத்தமெழுப்பு வாள் விரல்களை விட்டு அளைந்து. தண்ணீரில் தன் பக்கமாக இரண்டு முறை, எதிர்ப்பக்கமாக நான்கு முறை விரல்களை அசைத்து ஒலியெழுப்பி, "அம்மா, என்ன பாட்டு சொல்லு?" என்பாள்.

"யாருக்குடி தெரியும்?"

"தெரியலையாம்மா? 'வர வீணா'."

"சரிதான் போ."

"அப்புறம் இது? சளக் சளக் சளக் பளக் பளக் பளக்"

"தெரியலை போ." அம்மா தலையை அழுத்தித் தேய்ப்பாள்.

" 'ஒருமையுடனே நினது'ம்மா. தெரியலை?"

அம்மா சிரித்துவிடுவாள்.

அய்யாவின் இசை, அவர் குணம்பற்றி ஊரில் எல்லோருக்கும் தெரியும். அம்மா ஒருநாள் தைரியமாக இவளைக் கூட்டிக்கொண்டு போனாள். திண்ணையில் வந்தமர்ந்த அய்யா அம்மாவைப் பார்த்து, "என்னம்மா?" என்றார்.

"இவளுக்குப் பாட்டு கத்துக்குடுக்கணும்."

"அதெல்லாம் சரிப்பட்டு வராதும்மா. போய்ட்டு வாங்க. படிக்கப் போடுங்க புள்ளய. படிச்சிட்டு முன்னுக்கு வரட்டும். பாட்டுக்கு உழைப்பு வேணும். உசுரக் குடுக்கணும். முடியாதும்மா அதெல்லாம்."

அய்யா உள்ளே போய்விட்டார்.

அம்மா போகவில்லை. நின்றபடி இருந்தாள். இரண்டொரு மணி நேரத்திற்குப் பின் வெளியே வந்த அய்யா அம்மாவைப் பார்த்துத் திகைத்தார்.

"போகலியா நீங்க? என்னம்மா இது?"

"பாட்டுக் கத்துக்குடுங்க. இவ இங்கியே இருக்கட்டும், உங்க பொண்ணு மாதிரி."

அய்யா இவளைப் பார்த்தார். அவள் அன்று உடுத்த உடை நினைவிருந்தது. கறுப்புக் கரையுடன் கட்டம் போட்ட பச்சை நூல் பாவாடை. தோள் பக்கம் எழும்பிய குட்டைக் கை மஞ்சள் சட்டை. தலையை அழுந்த வாரி, ஒரு பக்கம் ஒரு கொத்து முடியை ரிப்பனால் கட்டிப் பூச் சுற்றியிருந்தாள் அம்மா. காலில் செருப்புக் கிடையாது. கால்களைச் சற்று அகட்டி வைத்து நின்றுகொண்டு இவளும் அவரை வெறித்துப் பார்த்தாள்.

"ஒரு பாட்டுப் பாடு பாப்பம்" என்று உத்தரவிட்டார்.

அம்மா இவளுக்கு நன்றாக பயிற்சி கொடுத்து அழைத்து வந்திருந்தாள். அய்யா அந்தச் சமயம், சிறு பெண்ணான சீதை தன் உண்மையான தாய் தந்தை யார் என்று கேட்பது போல் ஒரு பாட்டை எழுதி மெட்டமைத்திருந்தார். ஆனந்த பைரவியில் இழைந்து இழைந்து வரும். "பூமி என் தாய் என்றால் . . ." என்று ஆரம்பிக்கும். அவரே அதை இருமுறை பாடியிருந்தார் கோவிலில். இவள் அதைப் பாடினாள் கையைக்

கட்டிக்கொண்டு நின்றபடி. ஆடாமல் ஆசையாமல் எதிரே நோக்கியபடி பாடினாள். பாடி முடித்ததும் அய்யா மௌனமாக இருந்தார். பிறகு மிகவும் கனிவான குரலில், "இங்க வா" என்றார்.

வேகமாக நடந்து அருகில் போனாள். அவளைத் தூக்கித் திண்ணை யில் தன்னருகே அமர்த்திக்கொண்டார். தலையைத் தடவிக்கொடுத் தார். பிறகு அம்மாவைப் பார்த்தார். அவர் அம்மாவுடன் பேசி முடிப்பதற்குள் இவள் அவர் தொடையில் தலைவைத்துத் தூங்கிப் போயிருந்தாள்.

அதைப் பலமுறை சொல்வார் பிறகு. "ஏதோ நீ வர வேண்டிய இடத்துக்கு வந்திட்ட மாதிரி என் தொடையில தலைவச்சுப் படுத்தே" என்பார்.

பிறகு விடாத பாட்டுப் பயிற்சி. அய்யாவின் பையன் ஷண்முகம் இவளைவிட நான்கு வயது பெரியவன். அவனுடன் இவளைப் பாடவைத்தார். அம்மா இரண்டொரு மாதங்களில் டெல்லிக்கு ஒரு தென்னிந்தியக் குடும்பத்துக்குச் சமைத்துப் போடப் போய்விட்டாள். பணம் அனுப்புவாள். வருடம் ஒரு முறை வருவாள். பாடச் சொல்லிக் கேட்பாள். இவளின் முதல் கச்சேரிவரை அம்மா இருந்தாள். மற்றபடி அய்யாவின் பெண்ணாகவே வளர்ந்தாள். அய்யாவின் மனைவி நாகம்மாள் இவளுக்கு அம்மாவானாள். நாகம்மாளுக்குத் தமிழ் இலக்கியத் தில் நல்ல ஈடுபாடு இருந்தது. அய்யாவிடம் இசையும், நாகம்மாளி டம் இலக்கியமும் பயின்றாள் என்று சொல்லலாம்.

அய்யாவுக்கு நிதமும் ஒரு புட்டி சரக்குத் தேவை மாலை வேளைகளில். சங்கீத நண்பர்களுடன் அல்லது தனியாக அமர்ந்து விடுவார். அந்த வேளைகளில் சங்கீதக் கதைகள், வம்புகள், புதுக் கீர்த்தனை என்று எல்லாம் நடக்கும். தன் தாயாரைப் பற்றிக் கூறியது அந்தச் சமயங்களில்தான்.

அவளுடைய பாட்டு, பேச்சு, சண்டை, சமாதானம் எல்லாம் ஷண்முகத்துடன்தான். ஷண்முகம் சற்றுச் சோம்பேறி. நிதானமாக சாதகம் செய்வான். 'என் அய்யா பாட்டு எனக்கில்லாமல் வேறு யாருக்கு?' என்பதுபோல் அலட்சிய மாகக் கற்றுக்கொள்வான். ரத்தத்தின் மூலமாகத் தனக்குள் ஏற்கெனவே எல்லாவற்றையும் செலுத்தியாகிவிட்டது, தான் எந்த விதத்திலும் சிரமப்பட வேண்டிய அவசியமில்லை என்று தன்னை எந்த விதத்திலும் வருத்திக்கொள்ள மாட்டான். இவளும், அங்கு தங்கிப் படித்த இன்னும் சில மாணவர்களும் காலை நான்கு மணிக்கு எழுந்து குரல் வளத்துக்காகச் செய்யும் சாதகங்களில் ஷண்முகம் பங்கெடுத்துக்கொள்ள

மாட்டான். அவன் குரலும் இதற்கெல்லாம் அவசியமில்லை என்பதுபோல் அருவியாய் ஓடியது.

இசையுடன் அவள் ஒரு வாத்தியமும் பயில வேண்டும் என்று வீணை கற்றுக்கொடுக்கத் தொடங்கினார் அய்யா. அவளைக் காய்கறி நறுக்குவது, பாத்திரம் கழுவுவது போன்ற வேலைகளைச் செய்ய விடமாட்டார். விரல்கள் தேய்ந்துவிடும் என்பார். நாகம்மாளுக்கு ஏதாவது உடல் அசௌகரியம் என்றால் தன்னிடமிருந்து படிக்கும் மாணவர்கள் வேலை செய்யவேண்டும் என்று எதிர்பார்க்கமாட்டார். ஷண்முகத் தின் உதவியோடு தானே எல்லாமும் செய்வார். இலை போடுவது, குடிக்க நீர் வைப்பது போன்றவற்றைத் தவிர இவள் வேறு வேலைசெய்யக் கூடாது. அப்படி அவள் விரல் களைப் பாதுகாப்பார்.

"அவ சோம்பேறியாப் போயிடுவா" என்று முணு முணுப்பான் ஷண்முகம். "பேசாம நானும் பாட்டோட வீணையும் கத்துக்குறேன். வீட்டு வேலைசெய்ய வேண்டா மில்ல?" என்பான்.

"அவகூட உனக்கு என்னடா போட்டி?" என்பார் அய்யா.

அவர் பார்க்காதபோது இவள் தலையில் ஒரு தட்டுத் தட்டுவான். இவள் பாடும்போது பின்னலை இழுத்து கவனத்தைச் சிதற வைப்பான். இவள் முகம் அழுகையில் கோணுவதைப் பார்ப்பது அவனுக்கு ஒரு விளையாட்டு. ஆனால் மரமேறி மாங்காய் பறிப்பது, வெள்ளரிப் பிஞ்சுகளைத் தோட்டத்திலிருந்து எடுத்துவருவது, நாகம்மாள் உறங்கும் மத்தியான வேளைகளில் சமையலறையிலிருந்து தேங்காயும் வெல்லமும் திருடி வந்து தருவது இதெல்லாமும் அவன் செய்தான் அவளுக்காக.

அவள் பெரியவளான அன்று சற்று மிரண்டுவிட்டாள். பின்னாலிருந்த அறை ஒன்றின் சன்னலருகே நின்றுகொண் டிருந்தாள் தனியாக. தொடைகள் கனப்பது போலிருந்தது. அவளை மூன்று நாட்கள் தனியாக்கிவிடுவார்களா? அவள் பாடலாமா? வீணையைத் தொடலாமா? அய்யாவின் அறையி லிருக்கும் புத்தகங்களைப் படிக்கலாமா?

எங்கோ டெல்லியிலிருக்கும் அம்மா நினைவும் வந்தது. கடந்த முறை வந்தபோது அம்மா அவளிடம் இதுபற்றிக் கூறியிருந்தாள். சந்தன வண்ணத்தில் ஊதாப் பூக்கள் அச்சிட்ட ஒரு சீட்டித் தாவணியை நாகம்மாளிடம் தந்துவிட்டுப் போயிருந்தாள். அதைத்தான் கட்டிக் கொண்டு நின்றுகொண் டிருந்தாள். அவள் பாட வேண்டுமே! அவள் வீணையைத்

தொட வேண்டுமே! அய்யா அறையிலுள்ள தடிமனான புத்தங்களைப் பூனைக்குட்டி மாதிரி மடியில் போட்டுப் பக்கங்களைப் புரட்ட வேண்டுமே!

சிறிது நேரத்துக்குப்பின் அய்யா வந்தார். நேரே அவளிடம் வந்து அவள் தலையைத் தன் நெஞ்சில் சாய்த்துக்கொண்டு, "என் செல்ல ராசாத்தி" என்றவுடன் இவள் அழத் தொடங்கினாள். எப்படிப் புரிந்துகொண்டாரோ இவள் மனநிலையை. "பாடலாமா, வீணையை, புஸ்தகத்தை எல்லாம் தொடலாமான்னுட்டு பயப்படறியா?" என்று கேட்டார். இவள் தலையை ஆட்டினாள். "அசடு, இதுக்கும் அதுக்கும் என்ன சம்பந்தம்? இப்படித் தனியா யாரு நிக்கச் சொன்னது? வீணை, புஸ்தகம் எல்லாம் யாரும் எப்ப வேணுமின்னாலும் தொடலாம். வா வெளியில" என்று கையைப் பிடித்து அழைத்துச் சென்றார். வேலையாயிருந்த நாகம்மாளிடம், "நாகு, இதை ஒதுங்கச் சொல்லாதே. உனக்குத் தெரியுமே, எனக்கு அதெல்லாம் பிடிக்காதுன்னுட்டு" என்றார். "சரிங்க" என்ற நாகம்மாள் இவளைப் பார்த்துப் புன்னகைத் தாள். "நான் சொல்லல. அதுவே போய் நின்னுகிச்சு. எத்தனை சொன்னாலும் வரல" என்றாள்.

கூடத்தில் ஜமக்காளத்தை விரித்துத் தம்பூராவைக் கையில் தந்தார். ஷண்முகத்தையும் மற்ற மாணவர்களையும் அழைத்தார். எல்லோருமாக வழக்கம்போல் பாடினர். அவள் தாவணியையும் பார்த்தனர். இதுவரை அவள் வாழ்வில் இருந்த விஷயங்களோடு எந்த வித பலவந்த முறிவையும் ஏற்படுத்தாமல் அந்த விஷயம் கலந்துபோனது.

அய்யா முதல்முதலாகத் தன்னுடன் கச்சேரியில் பாடத் தன் மாணவர்களிலிருந்து அவளை அழைத்துப்போனது ஷண்முகத்துக்குச் சற்று மனத்தாங்கலை ஏற்படுத்தியது. அவனும் உடன் வந்தான். ஆனால் பாடவில்லை. அதை அவர் வேண்டுமென்றே செய்தார் என்று தோன்றியது. இரண்டு நாட்களுக்கு முன்பு மத்தியான வேளையில் வெளியூரிலிருந்து ஒரு நபர் அய்யாவைக் கச்சேரிக்கு ஒப்பந்தம் செய்ய வந்திருந்தார். அய்யா தூங்கிக் கொண்டிருந்தார். அவரைத் திண்ணையில் உட்காரவைத்த ஷண்முகம், உள்ளே போய் பிறகு அதை மறந்துவிட்டான். இரண்டு மணி நேரத்துக்குப் பிறகு அய்யா வெளியே வந்தபோது அந்த நபர் அங்கேயே அமர்ந்திருந்தார். அய்யாவைப் பார்த்துக் கும்பிட்டுவிட்டு, தாகமாக இருக்கிறது என்றார். அவர் வந்து இரண்டு மணி நேரமாகிவிட்டது என்றறிந்த அய்யா விடுவிடென்று உள்ளே சென்று, "செண்பகம்" என்று இரைந்து கூப்பிட்டார்.

அவர் அறையில் அமர்ந்து புத்தகங்களை ஷண்முகத்துடன் பார்த்துக் கொண்டிருந்த செண்பகம் அந்தக் குரலின் கோபத்தை அறிந்து வெளியே வந்தாள்.

"கூப்பிட்டீங்களாய்யா?"

"ஏம்மா, திண்ணையில ஆள உக்காத்திட்டு விசாரிக்கிறது கெடையாதா? நடுப்பகல் நேரம் வெளியூர்லேந்து வந்திருக்காரு. சாப்பிட்டாரா கொண்டாரானுட்டுக் கேக்க வேண்டாம்? அங்க என்ன பண்ணியாவுது?"

ஷண்முகம் வெளியே வந்து, "நான்தாய்யா உக்காத்தினேன். மறந்திட்டேன். பெரிய கச்சேரி மாதிரி படலை. அவரு உடை போட்டுருக்கறதைப் பாத்தா தேங்கா மூடிக் கச்சேரியா இருக்கலாம்னு தோணுது" என்று விளையாட்டாகச் சொல்லிக்கொண்டே போனான்.

தோளில் இருந்த துண்டை அவன் முகத்தில் வீசி எறிந்தார் அய்யா. உள்ளே போய் ஒரு சொம்புத் தண்ணீரும், தட்டில் தின் பண்டங்களும், பழமும் எடுத்து வந்தார். திண்ணையில் வைத்துவிட்டு, "மன்னிக்கணும். பையன் மறந்திட்டான் சொல்ல" என்றார். கச்சேரியை ஒப்புக்கொண்டார். அவர் போனவுடன் உள்ளே வந்து ஷண்முகத்திடம், "பாடறவனுக்கு ஆணவம் கூடாதய்யா" என்றார். அவன் பேசவில்லை. செண்பகத்தைப் பார்த்துப் புருவங்களை உயர்த்தி உதட்டைப் பிதுக்கினான்.

அந்தக் கச்சேரிக்குத்தான் முதன் முதலாய்த் தன் மாணவர்களி லிருந்து செண்பகத்தை அழைத்துப் போனார். அவளைத் தன் கூடப் பாடவைத்துப் பின்பு தனியாகவும் இரண்டு கீர்த்தனைகளைப் பாடச் சொன்னார். அது ஒரு சிறிய கிராமம். பிரதான வீதி ஒன்றைப் போட்டு முடித்திருந் தார்கள். அதைக் கொண்டாடத்தான் கச்சேரி. மைக் செட், சுற்றிலும் சிறு மின்விளக்குகள் தவிர மின்சார உபயோகம் தென்படவில்லை. அதிக ஒளியை உமிழும் விளக்குகள் இல்லை. எப்போதாவது யாராவது டார்ச் விளக்கைப் பிடித்தவாறு எழுந்து போனால், சில வெள்ளைச் சட்டைகளும், வண்ணப் புடவை ரவிக்கைகளும், மடியில் உறங்கும் குழந்தைகளின் தொடையில் அழுந்திய கன்னங்களும் அந்த ஒளிவட்டத்தில் சிக்கின. சபையினருக் கும் மேடையில் இருந்த அவர்களுக்கும் இடையே முதலிரு நிமிடங்களிலேயே ஒரு பாலம் அமைந்து விட்டது. அதில் போய்ப்போய் அவர்களைத் தொட முடிந்தது. அய்யா பாடி முடித்ததும் கரவோசை ஏதும் எழவில்லை. ஒரு முதியவர் முன்னால் வந்து, "அய்யா, உங்க பாட்டுக்கு அடங்கி இங்க உட்காந்திருந்தோம். எனக்கு எம்பது வயசு ஆவுது. அடுத்த சன்மம்னுட்டு ஒண்ணு இருக்கா இல்லியானுட்டு ஒண்ணும் புரியலை. அப்பிடி ஒண்ணு இருந்திச்சின்னா

உங்க வீட்டுல நான் புள்ளயா வந்து பொறக்கோணுங்க. பாட்டு கேட்டுக்கிட்டே இருக்கோணும்" என்று விட்டு அய்யா வின் வழக்கத்தைத் தெரிந்து வைத்துக்கொண்டு, ஒரு சிறு புட்டியை நீட்டினார். அய்யா மறுக்கவில்லை. ஆனால் அவர்கள் பணம் வைத்து நீட்டிய தட்டிலிருந்து தேங்காய் மூடியை மட்டும் அய்யா எடுத்துக்கொண்டார். "அந்தப் பணத்துல இனிப்பு வாங்கி, அழாம, எந்தத் தொல்லையும் தராம இருந்த குழந்தைகளுக்குக் குடுத்துடுங்க" என்றார்.

மாட்டு வண்டியில் இரவு வயல்கள் மற்றும் மரங்களூடே நெளிந்த வீதிகளில் மெல்ல வந்தபோது, "ஷண்முகம், செண்பகத்தைப் பாட வெச்சது உன்னை தண்டிக்கிறதுக் குன்னிட்டு நினைச்சிக்காதே. அன்னிக்கு நடந்ததுக்கும் இதுக்கும் சம்பந்தமில்லை. செண்பகம் உங்க எல்லாரையும் தாண்டி ரொம்ப தூரம் போயிட்டா. அவ உழைச்ச உழைப்பு அப்பிடி" என்றார்.

அதன் பின்புதான் ஷண்முகம் அசுர சாதகம் செய்ய ஆரம்பித்தான். செண்பகத்துக்கு அரங்கேற்றம் செய்தார் அய்யா. ஊரிலேயே ஒரு பள்ளிக்கூடத்தில் சின்னதாக, ஆரவாரமில்லாமல் செய்தார். மறக்காமல் அவள் அம்மாவை அழைத்தார். அரங்கேற்றத்தில் அவள் அய்யாவை ஆச்சரியத்திலாழ்த்த ஒரு விஷயம் வைத்திருந்தாள். மரங்கள் அடர்ந்த வனத்தில் ஆடும் மயிலின் ஆட்டத்தை விவரித்து ஒரு வர்ணத்தை ராகமாலிகையாகச் செய்து விநாயகர் துதிக்குப் பதிலாக அதைப் பாடினாள். "கதிர்வேல் நாகமிருவர் மகள் செண்பகம் மனம் மகிழ" என்று தன் முத்திரையையும் இட்டிருந்தாள் அதில். வீட்டுக்குத் திரும்பியதும், "விநாயகர் வணக்கம் செய்யாம பாடுறது ஆணவம் இல்லையா அய்யா?" என்று கேட்டான் ஷண்முகம். "இல்லடா. அது ஞானச் செருக்கு. அது வேணும்டா" என்றார் அய்யா. அவள் இட்ட முத்திரையை அம்மா மிகவும் ரசித்தாள். அம்மாவின் பெயர் நாகவல்லி. நாகமிருவர் என்று சொல்லி அவளையும் தன்னுடன் பிணைத்துக் கொண்டது அவள் சமைத்த சமையலுக்கு எல்லாம் ஈடு செய்தது. அடுத்த கச்சேரிக்கு அம்மா இருக்கவில்லை.

அவளுக்கு வருடத்துக்கு ஐந்தாறு கச்சேரிகளாவது வந்தன. ஷண்முகம் அய்யாவுடன் பாடத் தொடங்கி, தனியாக அரங்கில் ஏறி, தனிக்கச்சேரியும் பண்ண ஆரம்பித்தான். எந்தத் தருணம் அவர்களுக்குள் பிணைப்பு ஏற்பட்டுப்போயிற்று என்று தெரியவில்லை. அது புரியாமலேயே உள்ளுக்குள் ஊறிக்கொண்டிருந்தது போலும். அய்யா அவள் திருமணம் பற்றிக் கேட்டபோது அவள் ஒன்றும் சொல்லவில்லை.

“நீ கச்சேரி செய்யறதத் தடுக்கறவனை நீ கட்டக் கூடாது. அவன் உன் பாட்டை மதிக்கணும்” என்றார். அவள் சாதியில் மாப்பிள்ளை பார்ப்பதா என்ன செய்வது என்று கேட்டதற்கும் அவள் பதில் கூறவில்லை. அவளுக்கு பதில் தெரியவில்லை. அய்யா சொல்வதைக் கேட்டுவிட்டு அவள் திரும்பும்போது ஷண்முகம் உள்ளறைக்குப் போகும் ரேழியில் அவளிடம் சொன்னான் –

“செண்பகம், நீ எப்படி வேற மாப்பிள்ளை பாக்கலாம்? நீ என்னெத்தான் கல்யாணம் கட்டணும்.”

அவளுக்குள் ஓர் உவகை பொங்கியது. வேகமாக நடந்துபோய் அவனை இறுக அணைத்துக் கொண்டாள். சட்டை போடாத அவன் மார்பில் தன் முகத்தைத் தேய்த்தாள்.

அவர்கள் விருப்பத்தை அய்யாவிடம் தெரிவித்தபோது அவர் தன் பதிலை உடனே சொல்லவில்லை. நாகம்மாள் மகிழ்ச்சியுடன் இவளைக் கட்டிப் பிடித்துக்கொண்டாள். ஷண்முகத்திடம் இரண்டொரு வருடங்கள் போகட்டுமே, என்ன அவசரம் என்றார் அய்யா.

“தீர்மானம் செய்திட்ட பிறகு ஏன் தள்ளிப் போடணும்?” என்றான் அவன்.

“அவளுக்கு இன்னும் கொஞ்சம் வயது கூடட்டுமே” என்றார்.

ஷண்முகமும் அவளும் தொங்கிய முகங்களோடு வளைய வந்தனர் இரண்டு நாட்கள். அதன் பின்னர் அய்யா திருமண நாளைக் குறிக்க முற்பட்டார். அதன்பின் இரு மாதங்கள் ஒருவரையொருவர் தொடுவதிலும், அறிவதிலும், வியப்பதி லும், சுகிப்பதிலும் போயிற்று. பொங்கிப் பொங்கி வந்தது ஆனந்தம். புதிதாக ஒரு பாட்டும் பாடம் செய்யவில்லை. மூன்றாம் மாதம் வெளியூர்க் கச்சேரி அழைப்பு வந்தது அவளுக்கு. ஒப்புக்கொண்டு தந்தி அடித்தபின் என்ன பாட வேண்டும் என்று திட்டமிட்டு அய்யாவிடம் பேச உட்கார்ந் தாள். அய்யா அதில் சில மாற்றங்கள் செய்து தந்தார். புது உருப்படிகள் இரண்டு கற்றுத் தருவதாகச் சொன்னார்.

சாப்பிடும்போது ஷண்முகத்திடம் புது உருப்படிகள்பற்றிச் சொல்லி இருவருமே கற்றுக் கொள்ளலாம் என்றதும், “செண்பகம் கச்சேரி செய்யப்போவுதா?” என்று கேட்டான் ஷண்முகம்.

“ஏன் கச்சேரி செய்யாம சமையலா செய்வா?” என்றார் அய்யா.

“இல்லய்யா. அவ எதுக்கு ஓடணும் அங்க இங்க? வீட்டுல பாடட்டுமே எவ்வளவு வேணுமின்னாலும். கச்சேரின்னா

அவ களைச்சுப் போயிடுவா. ஓட்டமெல்லாம் எனக்கே இரிக்கட்டும். அவ ஓய்வா இரிக்கட்டும்" என்றான்.

அய்யா பேசாமல் சாப்பிட்டார். அவள் அவர் அறையில் குடிக்க நீர் வைக்கப் போனபோது வெடுக்கென்று திரும்பினார். "போ. போ. குடித்தனம் பண்ணு. புள்ள பெத்துக்க" என்றார்.

அவள் பேசாமல் நின்றாள். கண்கள் கலங்கின.

"ஏன் அழுவறே பாவிப் பொண்ணே?" என்றார்.

"புது உருப்படி சொல்லித் தருவீங்களா?"

"நாளைக்கு ஆரம்பிக்கலாம் போ" என்றார் கோப மில்லாமல்.

இறக்கும்வரை அவர் கற்றுத்தருவது நிற்கவில்லை. வெளி உலகில் அவர் இசையின் வாரிசு ஷண்முகம் என்றார்கள். விருதுகள், பட்டங்கள், பொன்னாடைகள், புகழாரங்கள் என்று வந்தவாறிருந்தன. வீட்டில் செண்பகமும் அவனும் சேர்த்து பாடிய தினங்கள் மெல்ல மறைந்தன. கச்சேரிகளோடு பல ஜபர்தஸ்துகள் கூடின. மாணாக்கர்கள், முகஸ்துதி பேசுபவர், உண்மையான கலைஞர் என்று ஒரு பெரிய உலகினுள் அவன் புகுந்தான். செண்பகம் அவனுடன் வாழ்ந்தாள். அவனை ஒட்டி நின்றாள். பின்னாலிருந்து பாலை நீட்டினாள். ஆனால் கண்ணுக்குப் புலப்படாத ஓர் இடத்தில் அவர்கள் இன்னமும் பொருதும் மல்லர்களாகவே இருந்தார்கள்.

❍ ❍ ❍

"அண்ணி, எனக்குப் பால்ல கொஞ்சம் மஞ்சப் பொடி போட்டுத் தர முடியுமா?" – சிஷ்யன் சோமு சமையலறைக்குள் வந்து கேட்டான்.

"ஏன், உடம்பு சரியில்லையா?"

"ரெண்டு தும்மல் போட்டுட்டேன் அண்ணி."

சோமுவின் கையில் அந்த வளையல் இன்னும் இருந்தது.

அது மூன்று வருடத்துக்குமுன் நடந்த சமாசாரம். ஷண்முகம் வெளியூர் போயிருந்தபோது, சோமு அவளிடம் அவள் இயற்றிய வர்ணம் கற்றுத்தர வேண்டுமென்று நச்சினான். அவள் சொல்லிக் கொடுத்தாள். ஒரு சிறு நிகழ்ச்சி யில் அவள் பெயரைக் குறிப்பிட்டு அதை அவன் பாடினான். ஒரு பிரபல வித்வான் தற்செயலாக நிகழ்ச்சிக்கு வந்திருந்தார். அவர் பாடும் மேடையில் பெண்கள் இருக்கக் கூடாது என்று விடாப்பிடியான கொள்கை வைத்திருந்தார். "என்னப்பா,

பொம்மனாட்டி கிட்டப் பாடம் கத்துக்க ஆரம்பிச் சாச்சா? ஒரு காரியம் பண்ணு. ரெண்டு வளையலை மாட்டிண்டுடு" என்றாராம் கிண்டலாக.

"வளையலுக்கென்னண்ணா? இதோ இப்பவே மாட்டிக்கிறேன்" என்று விட்டு விடுவிடுவென்று போய் பக்கத்திலிருந்த நகைக் கடையிலிருந்து இரண்டு வெள்ளி வளையல்களை வாங்கிப் போட்டுக் கொண்டு வந்துவிட்டான் சோமு. அப்படி அவரை அவமதித்ததற்கு ஷண்முகம் அவனைப் பிறகு கடிந்து கொண்டார். சோமு வளையலைக் கழற்ற மறுத்துவிட்டான்.

சோமு பால் குடித்துக் கொண்டிருக்கும்போது ரங்கசாமி வந்திருப்பதாக இன்னொரு மாணவன் வந்து சொன்னான். அதற்குள் ரங்கசாமி உள்ளேயே வந்துவிட்டார்.

"செண்பகம்மா, ஒரு தப்பு நடந்துபோச்சு" என்றார் படபடப்புடன்.

"என்ன விஷயம்?" என்று கேட்டவாறே சமையலறையை ஒட்டிய கூடத்தில் வந்து அமர்ந்து அவரையும் அமரச் சொன்னாள் செண்பகம்.

"ஒரு மாசமா நான் ஊர்ல இல்ல. ஷண்முகம் அண்ணா வோட கச்சேரி தேதியக் குறிச்சுட்டு நான் வெளியூர் போயிட்டேன். என் கீழ இருக்கறவர பக்கவாத்தியத்துக்கு ஏற்பாடு பண்ணச் சொல்லியிருந்தேன். அவர் கொஞ்சம் புதிசு. சம்பிரதாயம் தெரியாது. அவர் வந்து... தெரியாம... பொம்பளை ஆர்ட்டிஸ்டா போட்டுட்டார். வயலின், கடம் ரெண்டும் லேடீஸ்தான். நான் இப்பத்தான் வரேன். என்ன செய்யிறது?" என்றார்.

"சங்கீதத்துல ஆம்பிள என்ன பொம்பள என்ன சார்? எங்கய்யா குடும்பத்துல பொம்பளைங்க மிருதங்கம், கஞ்சிரா எல்லாம் வாசிச்சிருக்காங்க. பொம்பளைங்க ராகம், தாளம், பல்லவி எல்லாம் பாட வேண்டிய அவசியமில்லேனிட்டு சொன்ன காலத்துல இவங்க வம்சத்துப் பொம்பளங்க ராகம் பாடி, ஸ்வரமும் போட்டிருக்காங்க. இவங்க பெரிய பாட்டியே இப்படி ஸ்வரம் பாடினவங்கதான். எங்கய்யா பிள்ளை இவர். ஒண்ணும் சொல்ல மாட்டார். போங்க" என்று அனுப்பிவைத்தாள்.

சோமு வெள்ளி வளையலை நெருடியபடி நின்றான்.

சரிகைச் சால்வை ஜொலிக்க மேடையேறி வணங்கிவிட்டு அமர்ந்து, தன்னிரு பக்கமும் உள்ள பக்கவாத்தியக் கலைஞர்

கள் மேல் கண்களைச் சுழலவிட்ட ஷண்முகத்தின் முகத்தில் சிறு திகைப்பு ஏற்பட்டது. இதற்குள் ரங்கசாமி கலைஞர்களை அறிமுகம் செய்வித்தார்.

முதல் பாடலை ஆரம்பித்து, சோமு தன்னுடன் இணைந்து பாட இடைவெளியை ஷண்முகம் விட்டபோது, சோமு எங்கேயோ பராக்குப் பார்த்தபடி இருந்தான். ஷண்முகம், இணைவதற்கான இடைவெளியை இரண்டாம் முறை ஏற்படுத்தியபோதும் சோமு கவனிக்காமல் இருந்தான். அரை நொடி கழித்து சோமுவுக்கான மைக் பக்கம் சாய்ந்து ஷண்முகம் பாடிய வரியை மீண்டும் பாடி இணைந்து கொண்டாள் செண்பகம். திடுக்கிட்டுத் திரும்பிய ஷண்முகத்தின் கண்களுக்குள் தன் பார்வையைப் பாய்ச்சினாள் செண்பகம். முகம் விகசிக்கப் புன்னகைத்தாள். அவையினர் கரவோசை எழுந்தது. ஷண்முகம் எதிர்பாராத தருணத்தில் ஒரு சிக்கலான பிடியில் மல்லாத்தப்பட்டவர் போல் அவளைப் பார்த்தார். சோமு சட்டென்று அவள் கையிலிருந்து தம்பூராவை வாங்கி மைக்கை அவள் முன் நகர்த்தினான். அடுத்த அடியைச் செண்பகமே எடுத்தாள்.

அந்த ஏ.ஸி. அறையிலும் ஷண்முகத்திற்கு வியர்த்ததா என்று தெரியவில்லை. தோள்களைச் சுற்றி இருந்த சரிகைச் சால்வையைக் கழற்றிக் கீழே வைத்துவிட்டுப் பாட ஆரம்பித்தார் செண்பகத்துடன்.

'காலச்சுவடு' 14, ஜூன் 1996

ஓர் எலி, ஒரு குருவி

தூக்கத்தில் முகத்தைத் திருப்பிக் கண்ணை விழித்த போது எலியின் முகம் கன்னத்தருகே இருந்தது. ஆ என்று அலறித் துள்ளி வெடவெட வென்று நடுங்கியபடி நின்றபோது எலியும் அலறலால் தாக்கப்பட்டுத் துள்ளி ஜன்னலில் ஒண்டிக்கொண்டது. மூக்கை நிமிர்த்திப் பார்த்தது, 'இப்படி அலறி என்னை பயமுறுத்தினாயே?' என்பதுபோல். அது ஒவ்வொரு முறை நகரப் பார்த்த போதும் ஓர் அலறல். கடைசியில் இருந்த இடத்திலேயே நகராமல் உட்கார்ந்தது. எதிரே விறைத்தபடி நின்று கொண்டு ஜன்னலில் இருந்த எலியை விடாமல் கண்காணிப்பு.

எலிகளுடன் உறவாடுவது கஷ்டம். அதுவும் இந்த எலியுடன். இந்த எலியாகத்தான் இருக்க வேண்டும். புத்தக அலமாரியின் மேல் தட்டில் இருக்கும் சுயசரிதை களை மட்டும் தின்னும் எலி. சில சுயசரிதைகளின் அட்டைகளை ஒரு முறை இல்லாமல் தின்ற பலன் 'என் சரித்' என்றும் 'என் சுயசரி' என்றும் 'என் க' என்றும் மொட்டை யாக நின்றன தலைப்புகள். 'ஒரு கழுதையின் ஆத்மகதை' என்று பெரிய எழுத்துகளில் தலைப்பிட்ட சுயசரிதையில் கழுதை மட்டுமே எஞ்சி யிருந்தது. கீழேயிருந்து பார்க்கும்போது கதாசிரியரின் புன்னகை பூத்த புகைப்படத்தின் கீழே கழுதை என்று தடித்த எழுத்தில் இருந்த சொல் மட்டும் தெரிந்தது. அந்தக் கதாசிரியரைக் குறிக்கும் சரியான சொல் அது என்று பலர் நினைத்தாலும், எலியின் தீர்ப்புக்கு அதை விடுவதை எவ்வளவு தூரம் அவர் விரும்புவார் என்று தெரியவில்லை. கழுதை என்று ஒரு பாவ்லா அடக்கமாக அவர் தன்னைக் கூறிக் கொண்டாலும் இப்படி அது வலியுறுத்தப்படுவதை அவர் ஆட்சேபிக்கலாம் என்று பட்டது.

அதனால்தான் மறுநாள் கர்க்கர்க் என்ற சத்தம் இரவில் கேட்டதும் மேல்தட்டில் டார்ச் விளக்கை அடித்துப் பார்த்தாள். எலி ஆத்ம கதையில் அமர்ந்து கழுதையைச் சுற்றி கடிக்கத் துவங்கியிருந்தது. கீழே அவளைப் பார்த்தது. சிரிப்பதுபோல் பட்டது. நாக்கு அலறலில் புரண்டது. வழக்கமான சனிக்கிழமை இரவைக் கொண்டாடிவிட்டு அசந்திருந்த நண்பர்கள் விழித்துக்கொண்டனர். இரண்டங்குல எலியைத் துரத்தினர். குளியலறையில் புகுந்துகொண்டது அது. பரம்வீர் தென்னந் துடப்பத்துடன் உள்ளே புகுந்து கதவை மூடிக் கொண்டான்.

"பரம், அதைக் கொல்லாதே. மயக்கம்போடவை."

"அது இருப்பதே இரண்டங்குலம். அதை எப்படி அடித்தால் மயக்கம் போடும் என்று நான் கண்டேனா?" என்றான் அவன் உள்ளேயிருந்து.

"நீவிர் இத்துணை துரத்தியும் அது மடியவில்லை என்றால் என் செய்வீர்கள்?" என்றாள் ஸூஸன் சுத்தத் தமிழில். பாரீஸிலிருந்து வந்திருந்தாள். பரம்வீரின் தோழி. மூன்று மாதத் தீவிரத் தமிழ்ப் பயிற்சி பெற்றிருந்தாள். பெண் தெய்வங்களைப் பற்றி ஆராய வந்திருந்தாள். மகாவிஷ்ணுவின் காலருகே லக்ஷ்மி அமர்ந்து பாதத்தை வருடுவது அவள் அவர் ஆளுமையிலிருப்பதற்கான குறியீடு அல்ல; பாதத்தை வருடுவது உலகை சம்ரட்சிக்கவும், அதற்கான படைப்பை உருவாக்குவதற் காகவும் தேவையான உற்சாக உத்வேகத்தை அவருக்கு உண்டாக்கத்தான் என்கிறாள். இவ்வளவு உத்வேகத்தை உண்டாக்கும் சக்தி உள்ளவள் அவள் சொந்தப் பாதத்தையே வருடிக்கொண்டு, விஷ்ணுவின் வேலையைத் தானே செய்வதற் கென்ன என்று கேட்டதும், "நீவிர் என்னை நகைப்புக்கு உள்ளாக்குகிறீர்கள்" என்றாள். பரம்வீர் குளியலறையில் எலியுடன் செய்த போராட்டக் கூச்சல்களுக்கு "ஐயகோ" சொல்லிக்கொண்டு நின்றாள்.

பரம்வீர் தென்னந்துடைப்பத்தின் மேல் மல்லாந்த எலியுடன் வந்தான்.

"மயக்கம்தான்" என்றான் அவளிடம். கீழே தெருவில் விட்டு விட்டு வந்தான். இரவு ஒரு மணிக்கு, தலையை முடிந்து கொண்ட ஸர்தார்ஜி, துடைப்பத்தில் எலியுடன் கீழே போனதும் கட்டடத்தின் காவல்காரர்கள் சற்றுக் கலங்கிப்போயினர். மறுநாள் அவளை நேரடி யாகப் பார்ப்பதைத் தவிர்த்தனர்.

மயக்கம் போட்ட எலி கண்ணை விழித்ததும், மெல்ல நகர்ந்து சுயசரிதைகள் இல்லா உலகை நோக்கிப் போயிருக்கும்

என்று நினைத்து மறுநாள் நிம்மதியாக உறங்கும்போது இப்படி கன்னத்தருகே எலி.

இது அதே எலியா? மயக்கத்திலிருந்து விழித்ததும் நேரே இங்கு வந்துவிட்டதா? இல்லை அதன் ஜோடியா?

இந்தப் பெரிய நகரத்தில் எலிகளும் பெருச்சாளிகளும் அதிகம் என்று பலர் எச்சரித்திருந்தனர். சொன்னவர்கள் கலைஞர்களும் அறிவுஜீவிகளுமாக இருந்ததால் இங்குள்ள மனிதர்களைக் குறித்த உருவகபூர்வமான விவரணை அது என்று நினைக்க வாய்ப்பு இருந்தது. மேலும் ஒரே அறையும் சமையலறையும் கொண்ட வீட்டில் இருந்த கீதா மற்றும் ஸுக்தேவின் வீட்டின் சமையலறையில் கடுகெண்ணெய் ஊறுகாய் மணம், கொடியில் தொங்கிய சட்டைகளின் வேர்வை மணம் இவற்றினிடையே அந்த நகரத்தின் முதல் இரவை அழுல் யோவுடன் கழிக்க நேர்ந்தபோது இந்த எலி உவமை மிகப் பொருத்தம் என்று தோன்றியது. அந்தச் சமையலறை ஓர் எலி வளை மாதிரிதான் இருந்தது. அன்றிரவுதான் அந்தக் கனவு வந்தது.

வானளாவிய கட்டடங்கள். நாலாபுறமும் மலைகள் போல். குறுகிய தெருக்கள். இருக்க இடம் தேடி ஒரு கட்டடத்தில் நுழைந்ததும் நிமிர்ந்தால் முதுகு இடிக்கும் எலி வளைகளாகின்றன அவ்வீடுகள். மனிதர்கள் மல்லாந்துபடுத்தும், ஒருக்களித்துப் படுத்தும், தலையை முட்டின் மேல் பதித்து அமர்ந்தும், பேசிக்கொண்டும், சிரித்துக் கொண்டும் இருக்கிறார்கள். ஒருத்தி அலுவலகத்திலிருந்து வருகிறாள். வெகு லாவகமாக வளைக்குள் போகிறாள். தங்கள் இருப்பிடங்களின் சௌகரியம் பற்றி அசரீரி தொனியில் அவர்கள் கூறுகின்றனர் . . . வளைக்குள் சௌகரியமாக நிற்க ஒரு கயிற்றைப் பிடித்துக் கொள்ளப் போகும்போது பார்த்தால் அது ஒரு எலியின் நீண்ட சொரசொர வென்ற வால் . . .

தூக்கத்தில் சத்தம் போட்டிருப்பாள் போலும். விழிப்பு வந்தது. அழுல்யோ நிம்மதியாக உறங்கியவாறு இருந்தான். நித்திரை வரம் பெற்று வந்தவன் அவன். அவனை உலுக்கினாள்.

"அழுல் . . . அழுல் . . ."

"ஹா . . ." என்று திடுக்கிட்டு விழித்தான்.

"அழுல், ஒரு கனவு வந்தது."

"ம்."

"ஒரு பயங்கரக் கனவு அழுல். என் உடம்பெல்லாம் ஜில்லிட்டு விட்டது."

அமூல்யோ எழுந்து உட்கார்ந்து பாட்டிலிலிருந்து தண்ணீரைக் குடித்தான். ஒரு கிளாஸில் ஊற்றி அவளுக்குத் தந்தான். அவள் குடித்த பின், "சொல்லு" என்றான்.

அவள் விவரித்தபின் சிரித்தான்.

"அதெப்படி இவ்வளவு அழகான உருவகக் கனவாக வருகிறது உனக்கு? குறியீடு எல்லாம் கூட இருக்கிறது. இத்தனைக்கும் உனக்கு ஃப்ராயிடுடன் உடன்பாடுகூட இல்லை" என்றான்.

அவன் வயிற்றில் குத்தினாள். "நீ ஒரு குண்டன். நீ ஒரு பொறுக்கி. நீ ஒரு கும்பகர்ணன். நீ ஒரு மூர்க்கன்." ஒவ்வொரு அடைமொழிக்கும் ஒரு குத்து.

சிரித்துக்கொண்டே அவன் படுத்துக்கொண்டான். அவன் வயிற்றில் ஏறி உட்கார்ந்து கொண்டாள். இரு புறமும் கால்களைப் போட்டு, சம்ஹாரம் செய்பவளைப் போல்.

அமூல்யோ ஓங்கிய அவள் கைகளைப் பற்றிக்கொண்டான். மென்மையாக. அவள் கண்கள் நிரம்பிப்போயின. அமூல்யோவின் கண்களிலும் கண்ணீர் மெல்லப் படர்ந்தது.

தலைக்கு மேலே உள்ள, அடுப்புப் புகையால் கரிந்துபோன அலமாரிகள்; எந்த நேரமும் காலி செய்யச் சௌகரியமான அலுமினியப் பாத்திரங்கள்; மண்ணெண்ணெய் ஸ்டவ்; சுவரோரங்களில் தூவிய கரப்பு மருந்து; பத்தடி தள்ளி சமையலறைச் சாக்கடை. இவற்றைப் பார்த்து அவளையும் பார்த்து மௌனித்தான்.

அவள் அவன் தொப்புளை மெல்ல நெருடினாள்.

"அது வெறும் கனவுதான் அமூல்" என்றாள்.

அவளுக்குக் கோயமுத்தூர் வீட்டின் விஸ்தாரமான கொல்லைப் புறம் நினைவுக்கு வந்தது. சில இடங்களுடன் சில பிம்பங்களும் இணைந்து வருகின்றன. அந்த வீட்டுடன் ஒன்றி வரும் பிம்பம் பாட்டியுடையது. பதின்மூன்று வயதிலிருந்து குழந்தை பெற்ற பாட்டி. பெரிய, பெரிய வாணலிகளில் காய்கறிகளையும், அல்வாக்களையும் கிளறி இறக்கின பாட்டி. சோனிப் பேரக் குழந்தைகளுக்கு – இவளும் அதில் சேர்த்தி – உடம்பில் அழுந்தஅழுந்த விளக்கெண்ணெய் தடவியவாறே ராமாயணம் சொன்ன பாட்டி. சாட்டை நாக்குப் பாட்டி. ஒரு சொல் சொன்னால் சுரீரென்றிருக்கும்.

கிருஷ்ணன் குழலுக்கு மயங்கி ஆவினம் நின்றதுபோல் பாட்டியைச் சுற்றி மிருகங்கள்.

நல்ல வெய்யில் நாள் மத்தியானம் உறங்கிக்கொண்டிருந்த பாட்டி சடக்கென்று விழித்தாள். கொல்லைப்புறம் போனாள். கிணற்றின் பின்னால் இருந்த சுவரில் ஒரு குரங்கு கர்ண கடூரமாக அரற்றிக் கொண்டிருந்தது.

“என்னடா?” என்றாள் பாட்டி.

“உர்” என்றது.

“பாட்டி, பக்கத்துல போகாதே பாட்டி” என்று இவளும் சித்தி பிள்ளைகளும் கூச்சல் போட்டனர்.

பாட்டி அதையே பார்த்தாள். குளியலறை பக்கத்திலிருந்த விறகு அடுக்கி வைக்கும் அறைக்குப் போய் ஒரு கொட்டாங் கச்சியை எடுத்து வந்தாள். தொட்டித் தண்ணியில் அதை முக்கி நிரப்பினாள். குரங்கின் அருகே போனாள். தண்ணீர் நிரம்பிய கொட்டாங்கச்சியை நீட்டினாள். வெடுக்கென்று வாங்கிக்கொண்டு ஒரே மூச்சில் குடித்தது. இன்னும் நிரப்பினாள். மூன்று முறைகள் வாங்கிக் குடித்துவிட்டு வாலைச் சுழற்றிக் கொண்டு தாவியது.

“அதுக்கு தாகம்” என்றாள் பாட்டி.

வீட்டில் கறுப்பும், வெளுப்பும், பழுப்புமாய் பூனைகள். ஒரு டஜனாவது இருக்கும். பேத்தி – பேரன்மார் பந்தி, ஆண்கள் பந்தி முடிந்து பெண்கள் பந்தியுடன் பாட்டி ஒரு காலை நீட்டிக்கொண்டு சாப்பிட உட்கார்ந்ததும் ஓடி வரும் பூனைகள்.

“மியாவ்” என்கும் ஒன்று.

“அப்பளம் வேணுமாம்” என்று மொழிபெயர்ப்பாள் பாட்டி. அப்பளம், ரசம், சாதம், உருளைக்கிழங்கு ரோஸ்ட் என்று ருசி கண்ட பூனைகள். அப்போதுதான் ‘பெத்துப் பிழைத்த’ பூனைக்கு நெய் சாதம் போடுவாள். காலைப் பால் வந்ததும் பூனைகளுக்குப் பால் கிடைத்து விடும்.

“உனக்கு ஒரு பூனை வேணுமா?” என்றான் அழூல்யோ.

“ம்ஹூம். உனக்கு? உங்கள் வீட்டில் நாய் உண்டே?”

“இந்தக் கூண்டு வீடுகளிலே பிராணிகளை அடைப்பது ரொம்பத் தப்பு” என்றான்.

“குழந்தைகளைக் கூட” என்றாள் அவள்.

எலிக் கனவிற்குப் பிறகு பல முறைகள் எலி தரிசனம். எலிப் புராணங்கள். கீதாவும் ஸூக்தேவும் கூறிய எலி அனுபவங் கள். பாப்கார்ன் கொறித்தவாறு படம் பார்த்துக்கொண்டிருந்த போது காலில் சுருக்கென்றதாம் கீதாவுக்கு. உதறிவிட்டு அவள்

நிமிரும்முன் ஸுக்தேவ் காலை உதறினானாம். இருவரும் கீழே பார்த்தால் ஒரு பெருச்சாளி ஓடியதாம். இருவர் பாதங்களும் ரத்தக்களரி. பல ஊசிகளுக்குப் பின், நியாயமான கோபத்துடன் பத்திரிகையில் வேலை செய்யும் நண்பனை அணுகி இது பற்றி எழுதச் சொன்னபோது, அவன் ஒரு பொறுமையான புன்னகையை உதிர்த்து அவன் பத்திரிகையின் சினிமா விமர்சகரின் அனுபவத்தைக் கூறினானாம். நிருபர்களுக்கான பிரத்யேகக் காட்சியைத் தவறவிட்டவள் படம் வெளியான தியேட்டரில் பார்க்கப் போனாள். குறிப்புகளை அவள் எழுதும்போது அவள் துப்பட்டா இழுபட்டது போல் தோன்றியதாம். அதை லட்சியம் செய்யாமல் நாற்காலியின் கைப்பிடியில் தாளை வைத்து அவள் மும்முரமாக எழுதினாளாம். இடைவேளை வெளிச்சம் வந்ததும் குனிந்து பார்த்தால் மடியில் ஒரு எலி! அவள் எழுந்து நின்று அலறியபோது ஓடிய எலியைப் பார்த்து மற்றவர்கள், "எலிக்கா இப்படி?" என்றார்களாம். அருகிலிருந்தவர் ஒரு விஸ்தாரமான எலி ஜோக் சொன்னாராம். ஒரு பெண் ஜூடோ கற்றுக்கொண்டாளாம். கராத்தே கற்றுக்கொண்டாளாம். களறிப்பயிற்று கற்றுக்கொண்டாளாம். ஒருநாள் அவள் வீட்டுச் சமையலறையில் ஒரு சுண்டெலி ஓடியதாம். அவள் வீலென்று அலறி நாற்காலியில் ஏறி நின்று கொண்டாளாம். கெக்கேகெக்கே என்று சிரித்தாராம் சொல்லிவிட்டு.

அவர் காலை எந்தப் பெருச்சாளியாவது கடித்ததா என்று தெரியவில்லை.

அவளுக்கு ஓர் எலி ராஜகுமாரன் கதை தெரியும். மூன்று ராஜகுமாரர்கள். அதில் ஒருவன் எலி ராஜகுமாரன். மற்ற இரு ராஜகுமாரர்களும் இவனைத் துரத்திவிடுகிறார்கள். பல இன்னல்களுக்குப் பிறகு இவனொரு ராஜகுமாரியைச் சந்திக்கிறான். அவள் இவனை முத்தமிட்டதும், அவன் ஓர் அழகான ராஜகுமாரனாக மாறிவிடுகிறான். கொஞ்சம் பெரியவளானதும் கதைக்கு இவளொரு பின் குறிப்பு சேர்த்துக்கொண்டாள். எலி ராஜகுமாரன் அழகான ராஜகுமாரனானான் முத்தத்தின் பின். ராஜகுமாரி எலியானாள். என்ன அற்புதம்! எந்த ராஜகுமாரனும் அவளை முத்தமிட முன்வரவில்லை. எலி ராஜகுமாரன்கூட.

கீதாவும், ஸுக்தேவும் ஒரு வருடம் வெளியூர் போன பிறகு இவர்கள் அதே வீட்டில் தங்கியபின் போராட வந்த எலி இது. பெரிய நகரங்களைக் குறிக்க ஏதாவது ஒரு சொல் இருக்கும். நியூயார்க்கை பிக் ஆப்பிள் என்பதுபோல். இந்த நகரத்தைக் குறிக்கும் ஒரே சொல் எலி என்று பட்டது. எலி

நகரம். எலி மனிதர்கள். முத்தமிட்டாலும் எலியாகவே இருக்கும் மனிதர்கள். இந்த ஜன்னலில் ஒண்டியிருக்கும் எலிக்குப் பின்னால் ஒரு சரித்திரம் இருக்கலாம். பல யுகங்களாக எலியாக இருந்து அலுத்து, பல சுயசரிதைகளைத் தின்று களைத்து, அவளை முத்தமிட்டு உருமாற நினைத்த எலியாக இருக்கலாம் இது.

எழுந்து ஒரு நீண்ட கழியால் ஜன்னல் கதவைத் தள்ளினாள் வெளிப்பக்கமாய். எலி துள்ளி வெளியே ஓடியது.

மறுநாள் அமூல்யோ தன் வெளியூர்ப் பயணம் முடிந்து வந்ததும் எலிபற்றிச் சொன்னாள். எலி பாஷாணம் வாங்கலாமா என்றான் அமூல்யோ. இது கொஞ்சம் இலக்கிய எலியாக இருக்கிறது. ரொம்பத் துடித்துச் சாக வேண்டாம் என்று தோன்றியது அவளுக்கு. பாஷாணம் இல்லாமல் சாக ஏகப்பட்ட விஷயங்கள் இருந்தன. பார்க்கப்போனால் ஓர் அபத்தமான உலா அவளிடம் இருந்தது. ஒரு தமிழ்நாட்டுத் தலைவர் மேல் பாடிய உலா. அவர் இறக்கும் சில மணி நேரங்களுக்கு முன் இந்த உலா அவர் முன் படிக்கப்பட்டதாகவும், அவரை உடனே ஆஸ்பத்திரிக்குக் கூட்டிக் கொண்டு போனதற்கும் அந்த உலாவுக்கும் சம்பந்தம் உண்டு என்றும் பிளவுபட்ட கட்சியின் ஒரு பகுதியினர் ஒரு வதந்தியைப் பரப்பியிருந்தனர். அந்த உலாவைத் தின்றால் இந்த எலி கட்டாயம் சாகும் என்று நினைத்தாள். ஆனால் துடிக்காமல் சாகுமா? சிரிப்பு வந்தது.

"ஏன், உன்னிடம் அதைச் சாகடிக்கிற மாதிரி புத்தகம் ஏதாவது இருக்கிறதா என்ன?"

"இதோ பார், நீ தமிழைக் கிண்டல் பண்ணாதே. உன் புத்தகம் எல்லாம் எலிகூடத் திங்காத சொத்தைப் புத்தகம்."

"இது என்ன மாகாணப் பிரச்னையா?"

"பின்னே என்ன, ழ சொல்லத் தெரியாத மடையன் எல்லாம் தமிழைக் கிண்டல் பண்ணுகிறதா? டாமில் என்ன டாமில்? தமிழ், தமிழ் – ழ சொல்லு."

"ழ" என்றான் அமூல்யோ சுத்தமாக.

"ஒரு தடவை சொன்னால் ஆயிற்றா? வாழைப்பழம் வழுக்கி கிழவி நழுவி குழியில் விழுந்தாள். சொல்லு."

"இதோ பார், ஸ்லீப்பர் கிடைக்காமல், தூங்காமல் வந்திருக்கேன். ஒரு கப் டீ தந்து விட்டு எனக்குத் தமிழ் – பார், தமிழ் என்று சொல்லிவிட்டேன் – கற்றுத் தரக் கூடாதா?"

பல தரப்பட்டவர்கள் வாழும் நகரம் இது என்றார்கள். ஆனால் இதில் மதறாஸிகள் என்று பெரிய அடைப்புக்குறியில் அடக்கப்பட்டவர்கள் இருந்தார்கள் என்று தெரிந்தது. அமூல்யோவின் நண்பனொருவன். இவளைக் கண்டதும் அவன் வாய் கொஞ்சம் கோணும். "நமஸ்காரம்ஜீ" என்பான் அரைத்துஅரைத்து. 'அம்' போட்டுவிட்டால் தமிழ் என்ற நோக்கில், "சாம்பாரம், ரசம், டீயம், காப்பியம், பூரியம், சப்பாத்தியம் . . ." என்று சரமாரியாகக் கூறிவிட்டு "க்யாஜீ" என்பான் இழுத்தவாறு.

இரண்டொரு தடவைகள் சென்றபின், "விஜய், பாவம் குழந்தையிலிருந்தே இந்தக் கோளாறு உண்டா? இதுக்கு ஏதாவது குணமாகும் வழி உண்டா? இவ்வளவு பேசக் கஷ்டப் படுகிறீர்களே?" என்றாள் கனிவுடன்.

விஜய் திடுக்கிட்டு, "இல்லையே, இது வந்து . . . மதறாஸி . . ." என்று தடுமாறினான்.

"சரிதான். நான் உங்கள் நாக்கு சரியில்லை என்று வருத்தப் பட்டேன், இத்தனை நாள். நாங்கள் இப்படிப் பேசுவதில்லை பாருங்கள்."

விஜய் அமூல்யோவைப் பார்த்தான் உதவிக்கழைப்பது போல்.

"என்ன விஜய்? என்ன குடிக்கிறீர்கள்? டீயம்?"

"டீ" என்றான் மெல்லிய குரலில்.

இன்னொரு நண்பன் மூன்று பெக் 'ரம்' உள்ளே போனதும் ஜோக் சொல்லுவேன் என்று அடம்பிடித்தான். "நான் மதறாஸி மாதிரி நடிக்கப்போகிறேன்" என்றான் உரக்க. மற்றவர்கள் அவனை அடக்கும் முன் அவன் மதறாஸியாகி விட்டான். "நான் மதறாஸி மாதிரி சாப்பிடப் போகிறேன்" என்று அறிவித்தான். சட்டைக்கையை மடித்துவிட்டுக் கொண்டான். எதிரே இலை இருப்பது போல் பாவித்து ஒரு கை அள்ளி உஸ்ஸென்று உறிஞ்சினான். இன்னொரு கை அள்ளி இன்னொரு உஸ். பிறகு பரபரவென்று அள்ளி வாயில் திணிப்பது போல் பாவனை. கடைசியில் நாக்கை வெளியேவிட்டு உள்ளங்கையையும், புறங்கையையும் நக்குவது போல் காட்டினான். அவனே சிரித்தான். யாரும் சிரிக்கவில்லை.

விஜய் அவனருகே மெள்ளப் போய் என்னவோ கிசுகிசுத் தான். அவன் அவளைப் பார்த்து இளித்துக் கொண்டே, "சும்மா தமாஷ்" என்றான். "எனக்குத் தமிழ் நாட்டுக் கோயில்

பிடிக்கும். அப்புறம் டோஸா, வடா, இட்லி ('ட'வில் அழுத்தி)..." என்று இழுத்தான்.

"சனியனே" என்றாள்.

அழுல்யோவுக்கு மட்டும் புரிந்தது. நண்பனின் பையைக் கையில் தந்து வெளியேற்றினான். விஜய் அன்று போகும் போது 'நமஸ்காரம்ஜீ' கூடச் சொல்லாமல் பலகீனமாக அவளை அணைத்து 'குட் நைட்' என்றான்.

ஒரு வெறி வந்தது. அதிகமாகத் தமிழர் வாழும் பகுதியில் வாழையிலை விற்பவனை அணைத்துக்கொள்ளலாம் போல இருந்தது. 'அவுக' 'இவுக' என்ற சொற்கள் காதில் விழுந்தவுடன் தாமிரபரணியே கரை புரண்டு வந்துவிட்டதுபோல் தோன்றியது. தோசையும், இட்லியும், வடையும், ரசமும், இடியாப்பமும், செட்டி நாட்டுக் கோழிக்கறியும் வாழ்க்கையின் ஆதாரங் களாகத் தோன்றின. மறந்தே போன தமிழ்ப் பாடல்கள் திடீரென்று இரவு வேளைகளிலோ, மத்தியான வெயிலிலோ, பேருந்துகளில் அல்லது ரயிலில் ஜனத் திரளில் வியர்வையை அழுந்தத் துடைக்கும்போதோ ஒரு மின்னல் வலியாய் நினைவுக்கு வந்தன. மொட்டை மாடியில் இரவு கால்களை அகற்றி வைத்து நடை நடந்தவாறே நட்சத்திரங்களைப் பார்த்து தாத்தா பாடும் காவடிச் சிந்து கேட்டது:

ஊத்த சரீரமிது ஒன்றுக்கும் உதவாது
பீத்த சல்லடை போலே – கிளியே
சதா நமக்குத் துன்பமிது.

தமிழ்ப் புத்தகசாலையை எட்டும்வரை இந்த வெறி பிடித்து ஆட்டியது. புத்தகசாலையில் வண்ணவண்ண அட்டைகளில் மல்லாந்தும், குப்புறவும் படுத்த பெண்களைக் கண்டதும் கால்கள் சற்றுப் பின்னிக்கொண்டன.

புத்தகசாலைக்காரர் வேட்டிக்குள் போட்ட ஒரு கையை எடுக்கவே மாட்டார் என்று தோன்றியது. உள்ளே அப்படி என்ன புதையல் இருந்தது என்று தெரியவில்லை. பெண்களைக் கண்டதும் அவர் கை அப்படிப் போய் மறைந்துகொண்டது. தமிழ்ப் பண்பாடு பற்றி எஞ்சியிருந்த ஒரு கையை ஆட்டியபடி அழுத்தத்துடன் பேசினார். "ஒரு பண்பாட்டை நாங்க பாதுகாததுக்கிட்டுருக்கோம்மா."

"தமிழுக்காகக் கல்லடி பட்டவன் நான்." மண்டையில் ஒரு வழுக்கை மூலையைக் காட்டினார். "வெளியில பாரதியார் சிலை ஒண்ணும், திருவள்ளுவர் சிலை ஒண்ணும் வைக்கணும் னுட்டு இப்ப ரொம்ப முயற்சி பண்ணிக்கிட்டிருக்கிறோம்.

சுவத்துல எல்லாம் குறள் எழுதணும்னுட்டு நான் ஒரு யோசனை முன்வச்சிருக்கேன். நுழைஞ்ச உடனே குறள் கண்ணுல படணும்மா. பளார்னுட்டு குத்தணும் கண்ணை. இப்ப நீங்களே நுழையறீங்க. தெய்வம் தொழாள் கொழுநன் தொழுதெழுவாள் பெய்யெனப் பெய்யும் மழை – எதிர்ல குறள். எப்படியிருக்கும்மா உங்களுக்கு? சிலிர்த்துப்போயிடும் இல்லையா? அப்படியே புல்லரிக்கும். நம்ம பெண்கள நாம்ப போற்றணும்மா. குறள் போட்டி, தேவாரப் போட்டி எல்லாம் நாங்க வெக்கிறோம். பெண்கள் பரிசு வாங்கினா கன்னா பின்னானுட்டு பரிசு தரமாட்டோம். குத்துவிளக்கு தருவோம். தமிழ்ப் பண்பாட்டுல பெண்கள் பங்கு பற்றிப் புத்தகம் தருவோம்.” முன்னால் சாய்ந்தார். “ஒன்னுமில்லம்மா. நம்ம பண்பாடு முழுக்க முழுக்கப் பெண்கள் கையில் இருக்கும்மா.” பெண்கள் கையில் பண்பாட்டை ஒப்படைத்த நிம்மதி அவர் குரலில் தெரிந்தது. இவருடைய கை தன் பண்பாட்டுத் தேடல்களை விட்டு விட்டு வெளியே வந்தால் அதிலும் கொஞ்சம் பண்பாட்டுச் சுமையை வைக்கலாமே பாதுகாக்க என்று தோன்றியது.

சங்கத்தின் வாசலருகே, தென்னிந்தியர்கள் எல்லோரும் கலைகளைப் பயிலும் சபையின் பாடகர் ஒருவர் மற்றவரிடம் பேசிக் கொண்டிருந்தார்.

“என்னை வெளில அனுப்பிச்சுட்டாங்க. தெரியுமில்ல?”

“அப்படியா? ஏன்?”

வெளேரென்று கஞ்சி போட்டு விறைத்திருந்த சட்டையின் பொத்தான்களை மடமடவென்று கழற்றி வெற்று மார்பைக் காட்டினார்.

“பூணூல் இல்ல.”

மிகவும் வீர்யம் வாய்ந்த பாஷாணம் வாங்கி வந்தார்கள் இருவரும். ரொட்டியில் தடவி மூலைகளில் போட்டனர். ஒரு ரொட்டித் துண்டை ‘கழுதையின் ஆத்மகதை’யின் பின்னால் போட்டாள். எந்த ரொட்டித் துண்டை அது தின்றதோ தெரியவில்லை. மெத்தென்ற நீலத் துணியில் தைக்கப்பட்ட பையின் உள்ளே அடக்கமாய்ப் படுத்து இறந்து கிடந்தது. அவளுக்குத் திக்கென்றது. அது கஷ்டப்பட்டிருக்குமா? துடித்து இருக்குமா? அது தொல்லைப்படுத்தியது. தூக்கத்தைக் கெடுத்தது. புத்தகங்களைப் பாழாக்கியது. நீலப் பைக்குள் தனியாகத் துடித்து இறந்துபோனது. அமூல்யோ கடற்கரை யின் ஓர் ஓரத்தில் பையை உதறிவிட்டு வந்தான். கடற்கரையில்

இவர்கள் ஒருமுறை பார்த்த எலிபோல் இதால் முரண்டு பண்ண முடியாது. ஓர் எலிக்கூண்டில் எலியுடன் இவர்கள் முன் ஒருவன் நடந்தான் கடற்கரையில் ஒரு மாலை. கூண்டு வழியாகப் பார்த்து கீச்கீச்சென்றது ஒரு குட்டி எலி. கடற் புறமாய் வாயை வைத்துக் கூண்டைத் திறந்தான். எதிரே கடலைப் பார்த்து அசந்தது. கூண்டை விட்டு வர மறுத்தது. கத்தியவாறே கூண்டின் கம்பியைக் கவ்விக்கொண்டது. கூண்டுடன் வந்தவன் அதை உதறினான். உலுக்கினான். தட்டினான். ஒவ்வொரு முறையும் வெளியே வராமல் எலி அடம் பிடித்தது. சங்கடப்பட்டவாறே கூண்டருகே தவம் கிடந்தான் எலி வெளியே வரும் என்று. கடற்கரையை விட்டு வெளியே போகும்போது கடைசியாகத் திரும்பிப் பார்த்தபோது எலி இன்னும் வெளியே வந்திருக்கவில்லை. அவன் கூண்டருகே அமர்ந்திருந்தான் கூண்டைத் திருப்பி எடுத்துப் போக. எலி அவன் பிடிவாதத்தை ரசித்ததாய்த் தெரியவில்லை. சூரியன் அஸ்தமித்த அந்தி ஒளியில் அவனுடைய மற்றும் எலிக் கூண்டின் நிழலுருவங்கள் தெரிந்தன. எதிரே தொடுவானம். அருகே கட்டட மலைகள்.

குருவியின் வருகை இது நடந்து சில தினங்களுக்குப் பிறகு நடந்தது. ஒருவர் மட்டுமே சௌகரியமாக நிற்கக்கூடிய வராந்தாவில் நின்றபடி கீழே குவிந்திருந்த குப்பை மேட்டை யும், அதனருகேயே மலம் கழிக்க அமர்ந்திருந்த குழந்தைகளை யும் பார்த்துவிட்டு, பார்வையை எதிரே இருந்த பழைய சினிமா தியேட்டரின் பக்கம் திருப்பியபோது பழைய இந்திப் படம் ஓடிக்கொண்டிருந்தது அங்கே. மின் விசிறிகள் ஓடாத குறையை நிவர்த்தி செய்ய பால்கனி கதவுகள் திறக்கப்பட் டிருந்தன. கனத்த, கறுப்புப் படுதாக்களினூடே முகேஷ் ராஜ்கபூருக்காகப் பாடிய பாடல் ஒன்று மிதந்து வந்தது. இவள் தோளை உரசியவாறே அது விழுந்தது. பதறிப் போய் நகர்ந்து குனிந்து பார்த்தால் குருவி. சின்னக் குருவி. ஒரு சிறகு கோணலாய் முறிந்திருந்தது. அலகினுள் கோவைப் பழச் சிவப்பு. தொடப் பயமாக இருந்தது. பேனா மை போட வைத்திருந்த மை நிரப்பியில் தண்ணீர் நிரப்பி அதன் வாயில் சொட்டவிட்டாள். கண்களைத் திறந்தது. ஓர் அட்டை யால் அதை ஏந்தி ஓரமாக வைத்தாள். இரவு அதன் மேல் ஒரு வலைக் கூடையை வைத்து மூடினாள்.

காலையில் கூடையைத் திறந்ததும் ஒரு கூச்சல் போட்டது குருவி. கிக்கீகிக்கீ என்று கத்தியவாறே சுற்றியது. மை நிரப்பியை அலகால் தட்டியது. இவள் மலைத்துப்போய் திரும்புவதற்குள் இரு குருவிகள் வராந்தா சுவரின் கைப்பிடி யில் அமர்ந்தன. வேகவேகமாய்ப் பறந்து வந்து புழுக்களைக்

குட்டிக் குருவியின் வாயில் திணித்தன. குட்டிக் குருவி சமர்த்தாய், ரசிக்கும் கிக்கீ ஒலிகளை எழுப்பியபடி முழுங்கியது. பிறகு மீண்டும் முடங்கிக்கொண்டது.

மத்தியானத்தில் துவங்கின பறக்கும் பாடங்கள். மேலிருந்து கீழே, கீழிருந்து மேலே மெதுவாகவும், வேகமாகவும் பறந்தது ஒரு குருவி. அது அமர்ந்ததும், மற்றொன்று பறந்தது. குட்டிக் குருவி கோணல் சிறகுடன் எழுந்து, காற்றில் எழும்பி விழுந்தது. ஐந்துமணி வரை விடாமல் முயன்றன இரு குருவிகளும். குட்டிக் குருவி பறக்கும் முயற்சியைக் கைவிட்டு விட்டு நடக்கத் துவங்கியது. இரண்டு குருவி களும் அவள் பொறுப்பில் குட்டிக் குருவியை ஒப்படைத்து விட்டுப் பறந்தன. தொடர்ந்து சில நாட்கள் வருகை தந்துவிட்டுக் குருவிகள் இரண்டும் மறைந்தன. குட்டிக் குருவியால் ஐந்தாறடிக்கு மேல் பறக்க முடியவில்லை. புத்தக அலமாரியின் முதல் தட்டின் இரும்புப் பிடியைத் தன் வாசஸ்தலமாக்கிக் கொண்டது. இரவில் திருட்டுத்தனமாக வந்து புத்தகங்களை முற்றுகையிட்ட எலிபோல் இல்லாமல் பகல் வேளையிலேயே ஒரு பக்கத்துப் புத்தகங்கள் முழுவதும் எச்சமிட்டது. ஒரு நாள் அதன்முன் மண்டியிட்டு அமர்ந்து, "சிட்டுக் குருவி, சிட்டுக் குருவி சேதி தெரியுமா? என்னை விட்டுப்பிரிந்து போன கணவன் வீடு திரும்பலை..." என்று பாடியதும் 'கர்ரக்' என்று சத்தமிட்டு எதிர்ப்புத் தெரிவித்தது. சிவப்பு நிறம் அதை வெகுவாக ஈர்த்தது. சிவப்பட்டைப் புத்தகங்களின் மேல் தாராளமாக எச்சத்தைப் பரப்பியது. இரவு வெகுநேரம் கழித்து வந்து கதவைத் திறக்கும்போது புத்தக அலமாரியின் மூலையிலிருந்து 'க்விக்' என்று கூவித் தன் மறுப்பைக் காட்டியது.

புத்தக அலமாரி அருகே உள்ள சன்னலைத் திறந்ததும் அதன் கம்பியில் அமர்ந்தது. மில் புகையின் கருமை படிந்த கட்டடங்களை, வாகனங்களின் நெடியும் கூச்சலும் கலந்த பின்னணியில் சன்னல் வழியாகப் பார்க்கும்போது முன்னணி யில் ஒரு கோணல் சிறகுக் குருவி கண்ணில் பட்டது. மணிக் கண்களை விழித்து வெளியே பார்க்கும் குருவி.

மழைத் திரையின் பின்னே எல்லாம் மங்கல் கோடுகளாகத் தெரியும்போது, சன்னல் கம்பியில் பதித்த முகத்தின் அருகே குட்டிக் குருவி இருந்தது. கண்ணை இடுக்கி, விழிகளை ஓர் ஓரத்தில் வைத்துப் பார்த்தபோது குருவி கண்களை நிரப்பியது. அதன் தலையின் பின்னே, சாம்பல் பூசிய நகரம் நீண்டது. குருவியின் தலையில் வைத்த நகரம் போல். கிரீடமாய்.

சன்னலில் தலையைப் பதித்து நின்றவாறே கண்கள் அசந்த ஒரு நேரத்தில் கண்ணை விழித்தபோது குட்டிக்

குருவியைக் காணோம். "குட்டி, குட்டி" என்று கூவியவாறே வீடு முழுவதும் தேடினாள். 'குட்டி' என்று உரக்கக் கூவி வராந்தாவின் வெளியே எட்டிப்பார்த்த போது கட்டடச் சுவரின் ஓர் ஓட்டையிலிருந்து வெளியே எட்டிப் பார்த்தது. கோணல் சிறகு தெரிந்தது. பருந்தோ, கழுகோ, வல்லூறோ அதைத் தாக்கும்முன் அதை மீட்பது எப்படி என்று கலங்கியபோது, நளினமாக எழும்பிப் பறந்து மீண்டும் ஓட்டைக்குள் நுழைந்தது. இன்னொரு முறை எழும்பி பறந்து காட்டியது. அமூல்யோவும் அவளும் வராந்தாவில் நின்று கொண்டே இருக்க, மூன்றாம் முறை மேலே எழும்பி மேலேயும் கீழேயும் லயத்துடன் பறந்து ஐம்பதடி தூரத்தில் இருந்த மரம் ஒன்றில் புகுந்துகொண்டது. மரத்தில் பல சிட்டுக்குருவிகள்.

கண்ணுக்கெட்டிய தூரம் வரை நெடிய, இடைவெளி இல்லா கட்டடங்கள். சீர்செய்யப்படாத சுவரின் வெடிப்புகள், வெடிப்புகள் மேல் சில சுவர்களில் பூசிய சிமெண்டின் வளைவு வளைவான கோடுகள், மழைத் தண்ணீர் சுவரில் ஊறாமல் இருக்கத் தார் பூசிய சில சுவர்கள். வராந்தாவில் இருந்து வெளியே நீண்ட கொக்கிகளில் தொங்கிய வண்ண உடைகள், சில சன்னல்களில் இருந்த தொட்டிகளிலிருந்து வெளியே நீண்ட பச்சை இலைகள் இவற்றுடன் நகரம் ராட்சஸன் மாதிரிக் கிடந்தது. அதன் நடுவே முட்டி மோதிக் கிளைத் திருந்த மரத்தின் கிளையில் ஒரு சிட்டுக் குருவி.

அதன்பின் ஒருநாள் மாலை அந்த அனுபவம் ஏற்பட்டது.

தெரு விளக்குகளும், கடை விளக்குகளும், விளம்பர நியான் விளக்குகளும் பளிச்சிட ஆரம்பித்தாகிவிட்டது. வீதி ஒரு வாகன சமுத்திரமாக இருந்தது. விர்விர்ரென்று இரண்டடுக்குப் பேருந்துகளும், புகுந்து, நுழைந்து, விடாமல் ஒலி எழுப்பியவாறே விரையும் ஆட்டோக்களும், பொறுமை யற்ற ஸ்கூட்டர்களும், மோட்டார்களுமாக ஓசைப் பிரளயம். வாகனங்களூடே நுழைந்து, ஓடி, முண்டியடித்து வீதியின் அப்புறத்தை எட்டிவிட்டான் அமூல்யோ. பாதி வீதியைக் கடந்து, வீதியை இரு பகுதிகளாகப் பகுக்கப் போடப்பட்டிருந்த கற்களாலான ஓரடித் தளத்தில் இவள் சிக்கிக்கொண்டாள். எதிரே இருந்து அமூல்யோ 'வா வா'வென்று கையை அசைத் தான். சுற்றிலும் ஒரு சிறு சதுர அடி இடைவெளியைக்கூட வீணாக்காமல் பளிச்சிட்டப் பெரியபெரிய விளம்பர விளக்குகள் கண்ணை முட்டின. முதுகை உரசுவதுபோல் வந்தது இரண்டடுக்கு சிவப்புப் பேருந்து நீலமும், மஞ்சளும், கருப்புமாய் விளம்பரங்களுக்கான ராட்சஸ வண்ணத் தீட்டல்களுடன். நின்று கிரீச்சிட்டு, கடந்து முன்னேறும் மூர்க்க

மான வாகனங்கள். இரண்டடி பாய்ந்து நடந்து, பிறகு கறுப்பு நிறத்தில் சீறிக்கொண்டு வந்த மோட்டாருக்குப் பயந்து மீண்டும் பின்னால் வந்தாள். காதருகே ஹாரன் ஒலிகள் தமுக்கடித்தன. முகம், கழுத்து, அக்குள், தொடை எல்லாம் வியர்வை வெள்ளம். மீன்கள் விற்கும் கூடைகள் இரண்டைச் சாய்த்துப் பிடித்தபடி ஒருத்தி அருகில் வந்தாள். வாடை அடித்தது கூடைகளிலிருந்து. கூடைகளைப் பிடிக்காத மறு கையால் இவள் இடையை வளைத்துக்கொண்டாள். கூடைகளை உயர்த்தி வாகனங்களை மறித்தபடி இவளை இழுத்துக் கொண்டு போனாள். வீதியின் அப்புறத்தை எட்டியதும் அமூல்யோவின் அருகே இவளை விட்டுவிட்டுப்போனாள்.

எச்சிலும், துப்பலும், சாக்கடையும், சிகரெட் துண்டுகளும், சிறு வியாபாரிகளும் நிறைந்த நடைபாதையில், நகரத்தின் சகல ஓசைகளும் பிரவாகித்துப் பெருகிய இடத்தில், மூச்சு வாங்க நின்றபோது எதிரே அவன் வந்தான். நகரத்தின் மொழி யில் 'பேவ்டா' என்று அழைக்கப்படுபவன். மில்லி அடிப்பவன். 'பேவ்டா'க்களிடம் நகரம் கனிவுடன் நடந்துகொண்டது. பேருந்துகளிலோ, ரயிலிலோ, அவர்கள் நீட்டிப் படுத்துக் கிடந்தால் யாரும் அவர்களை உலுக்கி எழுப்புவதில்லை. "பேவ்டா ஹை, பேவ்டா ஹை" என்று மன்னித்துக் கடந்தனர். இரவு பன்னிரெண்டு மணிக்கு, ஒரு முறை ஒரு 'பேவ்டா' பேருந்தில் ஏறி நடத்துனரிடம் சீட்டு வாங்கமாட்டேன் என்று அடம்பிடித்தான். "குடி, குடி, குடி; மாலையில் குடி, காலை யில் குடி; பகலில் குடி, இரவில் குடி; குடி, குடி, குடி" என்று ஹிந்தியில் முழக்கமிட்டபடி நின்றான். நடத்துனரே அவன் சீட்டை எடுத்தார். "கோயில் வந்தால் எழுப்பு" என்று விட்டுத் தடால் என்று படுத்தான். வழியெல்லாம் கோயில். பத்தடிக்கு ஒரு சாயிபாபா நடைபாதைக் கோயில். எந்தக் கோயிலில் எழுப்ப? "பாவம், 'பேவ்டா'" என்றார் நடத்துனர்.

எதிரில் வந்த 'பேவ்டா' அருகில் வந்ததும், நடுத்தர வயது மனிதர் என்று தெரிந்தது. பத்தடி தள்ளி இருந்தபோது மெல்ல 'ஸ்லோ மோஷனில்' சரிந்து விழுந்தார் நடைபாதை யில். யாரும் கண்டு கொள்ளவில்லை. வழியில் கிடக்கும் அவர்மேல் இடறாமல் சுற்றி நடக்கத்தொடங்கினர்.

அவளும் அமூல்யோவும் அருகில் போனதும் அவர் எழுந்திருக்க முயன்று தோற்றார். ஆள்காட்டி விரலையும் கட்டை விரலையும் இரண்டங்குல இடைவெளி வரப் பிரித்து, "கொஞ்சம் ஜாஸ்தியாகி விட்டது" என்று கூறி மலர்ச்சியுடன் புன்னகைத்தார். அவரை வழியிலிருந்து எழுப்பி ஒரு கடையின் சுவரோரமாய் அமர்த்தினர். "என் செருப்பு காலில் இருக்கிறதா?

அதைக் கையில் தா, காலிப் பயல்கள் தூக்கிக்கொண்டு போய்விடுவார்கள்” என்றார். கையில் ஜோடி செருப்பைத் தந்ததும் அதை அணைத்தபடி கண்களை மூடிக்கொண்டார். முகத்தில் நிம்மதியான புன்னகை.

பஸ் நிறுத்தத்தை அடைந்ததும் நீண்ட வரிசையில் நின்று கொண்டனர். பக்கத்தில் இருந்த விளக்குக் கம்பத்தில் சாய்ந்து அவள் சிரிக்கத் தொடங்கினாள். ஒரு வினாடிக்குப் பின் அமூல்யோவும் சேர்ந்துகொள்ள இருவருக்கும் அடக்க மாட்டாமல் சிரிப்பு வந்தது.

‘காலச்சுவடு ஆண்டுமலர்’, 1991

பயணம் – 3

வெய்யில் காலம் ஆரம்பமானதுமே மாரியம் மனுக்குப் பொங்கல் படையல் போடுவது பற்றி அம்மா யோசிக்க ஆரம்பித்து விடுவாள். "வெய்யில் சுட்டெரிக்கிறது. மாரியம்மனுக்குப் படையல் போடணும்" என்று தினத்துக்கு இரண்டு தடவையாவது அவள் செய்தி அறிவிப்பு மாதிரி கூற ஆரம்பித்ததுமே மைதிலிக்கு உற்சாகம் பிறந்துவிடும். காரணம் அது ஒரு வருடாந்திரக் குட்டிப் பயணம். பள்ளி விடுப்புத் தொடங்கியதும் அமைந்துவிடும் பயணம். அவர்கள் வீட்டில் வேலை செய்யும் மருதாயியும், அவள் மகள் மீனாட்சியும், மைதிலியும் மேற்கொள்ளும் சுற்றுலா.

மாரியம்மன் கோவில் மெஜஸ்டிக்கில் இருந்தது. படையலுக்கான முஸ்தீபுகளை அம்மா மேற்கொள்வாளே ஒழிய அம்மா கோவிலுக்கு வரமாட்டாள். அம்மை போன்ற வியாதிகள் வராமல் தடுக்கும் மாரியம்மனை இவர்களுக்காகத் தொழ மருதாயிதான் போக வேண்டும். "அது அவங்க சாமி" என்று மைதிலியிடம் விளக்குவாள் அம்மா. மல்லேச்சுவரம் எட்டாவது க்ராஸில் இருந்த கன்னிகா பரமேச்வரி கோவிலுக்கு அம்மா போவாள். நவராத்திரி ஒன்பது நாட்களும் ஒன்பது அலங்காரங்கள் கன்னிகா பரமேச்வரிக்கு. மஞ்சள், சந்தனம், குங்குமம், ஜவந்தி, மல்லிமொட்டு, ஆரஞ்சுச்சுளை, கதலி, கனகாம்பரம், பட்டுப்புடவை என்று தினம் ஓர் அலங்காரம். சாயங்கால பூசையில் கூட்டம் அலைமோதும். அம்மா மைதிலியையும் கூட்டிக்கொண்டு போவாள். திரையைத் திறந்து அலங்கரிக்கப்பட்ட அம்மனைக் கண்டதும் உருகிப் போவாள் அம்மா. கையைக் கூப்பிய படி "அம்பா நின்னு நெர நம்மிதி" என்று மெல்லப் பாட ஆரம்பித்து

விடுவாள். இவ்வளவு அலங்காரங்களைப் பெறும் அந்த அம்பாளுக்கு அம்மை போன்ற வியாதிகளைத் தடுக்கும் சக்தி இல்லை போலும். செக்கச் செவேலென்ற துணி ஒன்றைச் சுற்றிக்கொண்டு, குங்குமத்தை அப்பிக் கொண்டு, உருட்டு விழிகளுடன் இருக்கும் மாரியம்மனுக்குத்தான் அந்தச் சக்தி இருந்தது. அந்த மாரியம்மனிடம் இவர்களுக்காகத் தூது போக ஒரு மருதாயி.

"மருதாயி, இந்த மாசம் நீ தீட்டு குளிச்சிட்டியா?" என்ற கேள்வியுடன் படையலுக்கான முஸ்தீபுகள் தொடங்கும்.

மருதாயியின் தீட்டு விவகாரங்கள் பற்றிய கலந்துரையாடல் முற்றுப்பெற்றதும் படையலுக்கான தேதி குறிக்கப்பட்டுவிடும். குறிப்பிட்ட நாளன்று விடிகாலையிலேயே வந்துவிடுவாள் மருதாயி. மளமளவென்று வீட்டு வேலைகளை முடித்துவிட்டு, கொல்லைப் புறத்துக் குழாயடியில் குளிப்பாள். அரளி, மருக் கொழுந்து, காசித் தும்பைச் செடிகள், மா, பலா, வாழை, பப்பாளி, முருங்கை மரங்கள் என்று நீண்ட கொல்லைப்புறத் தோட்டத்தில் இங்குமங்கும் ஓடிக் கொண்டிருக்கும் மீனாட்சியை, "ஏ மீனாச்சி, வா இங்கிட்டு" என்று கூப்பிட்டு அவளையும் குளிப்பாட்டிவிடுவாள். சுருண்ட கூந்தல் மீனாட்சிக்கு. பம்மென்று எழும்பித் தொங்கும். அதில் தண்ணீர் ஊற்றி, சீயக்காய் போட்டு வரட்டு வரட்டென்று தேய்ப்பாள் மருதாயி, மீனாட்சி அலற அலற. "வுடு ஆயா, வுடு" என்று திமிறும் அவளைத் தொடையில் இடுக்கிக்கொண்டு குளிப் பாட்டுவாள். கொல்லைப்புறக் கதவைத் திறந்து பார்த்துக் கொண்டு நிற்கும் மைதிலியையும் அழைத்துக் குளிப்பாட்டு வதுண்டு சிலசமயம்.

குளித்து முடித்துவிட்டு, காலியாய்க் கிடந்த கார்ஷெட் டில் புடவை மாற்றிக்கொள்ளப் போவாள். பித்தளை சரிகையோடிய பளீர்ப் பச்சை சின்னாளம்பட்டிப் புடவை, அடிக்க வரும் நீலத்தில் சிவப்புக் கரையிட்ட அம்மாவின் பழைய பட்டுப்புடவை, ஒளிர் மஞ்சளில் கறுப்புக் கட்டம் போட்ட கைத்தறிப்புடவை என்று சில புடவைகள் உண்டு மருதாயிடம் விசேட நாட்களில் உடுத்த. அவற்றில் ஒன்றை உடுத்திக்கொண்டு, எல்லா புடவைகளுக்கும் பொதுவாக இருந்த கறுப்பில் சிவப்புப் புள்ளியிட்ட ரவிக்கை அணிந்து கொண்டு ஷெட்டிலிருந்து வெளியே வருவாள். மீனாட்சிக்குச் சிவப்பில் மஞ்சள் புள்ளி போட்ட பாவாடை அல்லது ஊதாவில் பச்சைத் தாரகைகள் போட்ட பாவாடை ஒன்றை இடுப்பில் கட்டியிருப்பாள் தொப்பிளுக்குக் கீழே. பாவாடைக்கு

மேல் உள்ள ரவிக்கை இடுப்புக்குச் சற்று மேலேயே நிற்கும். ஈரக் கூந்தலுடன், மஞ்சள் பூசிய முகமும், பெரிதாகக் குங்குமம் இட்ட நெற்றியுமாய் மருதாயி மீனாட்சியின் கையைப் பிடித்தபடி ஷெட்டிலிருந்து வெளிப்படும் கணத்தை எதிர் நோக்கியபடி கொல்லைப்புறக் கதவருகில் மைதிலி பலமுறை நின்றதுண்டு. மாமரங்களும் செடிகளும் நிறைந்த கொல்லைப் புறத்தில், அப்போது தான் தகதகக்கத் தொடங்கியிருக்கும் சூரிய ஒளியில் ஒரு வனதேவதை மாதிரி தோற்றம் அளித்தபடி நிற்பாள் மருதாயி. பக்கத்தில், பம்மென்ற சுருண்ட கூந்தல் விரிய, தொப்பிள் தெரிய, ஒரு குட்டி தேவதை.

பொங்கல் செய்யப் பானை. இன்னொரு பானையில் அரிசி, வெல்லம், தேங்காய், பழங்கள், வாழையிலை என்று தயாராக வைத்திருப்பாள் அம்மா. மைதிலிக்கும் அதற்குள் எண்ணெய் முழுக்காட்டு நடந்து அலங்காரங்கள் முடிந்திருக் கும். ஆற்றுக்கட்டு போட்ட கூந்தலுடன் இவளுக்குப் பிடித்த கிளிப்பச்சைப் பாவாடையும் கறுப்பு வெல்வெட் ரவிக்கையு மாய் அம்மாவின் பக்கத்தில் நிற்பாள். இவளுடையது பாடிப் பாவாடை. இடுப்பு தெரியாதது. அது பற்றி ஏகக்குறை இவளுக்கு. மீனாட்சி மாதிரி இடுப்பில் கட்டும் நாடாப் பாவாடை வேண்டும் என்று அம்மாவை நச்சரித்தப்படியே இருப்பாள்.

மீனாட்சியும் மைதிலியும் கூட இருப்பதால் பஸ் பயணம் வேண்டாம் என்பாள் அம்மா. போக வர ஜட்கா வண்டிச் சத்தம் தந்து விடுவாள். போகவர பனிரெண்டணா, ஒரு ரூபாய், ஒன்றேகால் ரூபாய் என்று ஒவ்வொரு வருடமும் ஏறிக்கொண்டே போன சத்தம் கடைசியாக அவர்கள் போன போது இரண்டு ரூபாயாக உயர்ந்து விட்டிருந்தது. வண்டிச் சத்தத்துடன் கூடக் கொஞ்சம் சில்லறை தருவாள் அம்மா, மீனாட்சியும் இவளும் மிட்டாய் வாங்கித் தின்க.

ஒவ்வொரு முறையும் மருதாயியிடம், "மருதாயி, குழந்தையை அந்தப் பக்கமெல்லாம் கூட்டிட்டுப் போயிடாதே" என்பாள், அந்தப் பக்கத்தைச் சற்று அழுத்தி. குழந்தை என்பது மைதிலியைக் குறிப்பது. இன்னொரு குழந்தையான மீனாட்சி, அம்மா அழுத்திக் குறிப்பிடும் அந்தப் பக்கம் போகலாம் போலும்.

"அதெல்லாம் மாட்டேம்மா" என்பாள் மருதாயி.

'அந்தப் பக்கம்' சுவாரசியமான இடம். கொஞ்சம் பயத்தை யும் கிளர்ச்சியையும் உண்டாக்கும் இடம். குரல் புரளப்புரளக் கூக்குரலிடும் கோழிகள், அடித் தொண்டையில் 'மே' என்று

கத்தி இழுக்க இழுக்கப் பின்னால் போகும் ஆடுகள் – இவை பலி போடப்பட்டு, நொடியில் உரிக்கப்பட்டு, சமைக்கப் படும் இடம். மீனாட்சியும் இவளும் கை கோர்த்தபடி கண்கள் விரிய, வாய் பிளக்க நிற்கும் இடம். வலி, ரத்தம், சாவு பற்றி இருவரும் ஒருவரையொருவர் வினவியபடி வளையவரும் இடம். சில சமயம், லவங்கப்பட்டை, மிளகு, சீரகம் போடப் பட்டு, கோழி இறைச்சித் துண்டுகளுடன் குழைய வெந்திருக்கும் கோழிச் சோறு தையல் இலையில் கிடைக்கும் சுடச்சுட. நாக்கில் நீர் ஊற, ஊதி ஊதிச் சாப்பிடுவார்கள் இருவரும்.

மெஜஸ்டிக் போக அத்தனை பேருந்துகள் இருக்கும்போது ஜட்கா வண்டியில் போவது மருதாயிக்குச் சரியாகப் படவில்லை. தம்பிப் பாப்பாவுடன் நிற்கும் அம்மாவுக்கு டாட்டா சொல்லிவிட்டு வெளியே வந்ததும், "பஸ்ஸுல போயிடலாமா மைதிலீ?" என்று கேட்டாள் இவளிடம் முதல் முறை. அதன் பிறகு அதுவே வாடிக்கையாகிவிட்டது.

பிள்ளையார் கோவிலை நோக்கிப் போகும் வீதியில் மூவரும் நடக்கத் தொடங்குவார்கள். கோவிலை எட்டும்முன் உள்ள பிரதான வீதியில்தான் பேருந்துகள் வரும். கணேஷ் பட்டர் ஸ்டோர்ஸ் என்ற பலகை தொங்கும் வெண்ணெய்க் கடை எதிரேதான் பேருந்து நிறுத்தம். கடை உரிமையாளர் சில சமயம் உட்கார்ந்திருப்பார். அத்தனை வெண்ணையையும் அவரே தின்றவர் போலிருப்பார். திருச்சூரிலிருக்கும் அவள் அத்தை இங்கு வரும்போது சின்னப் பாட்டுக்கள் கற்றுத் தருவாள். ஆடவும் சொல்லித் தருவாள். "ஆனத் தலையொளம் வெண்ண தராமடா ஆனத்த ஸ்ரீகிருஷ்ணா வாய் முடுக்கு" என்று ஒரு பாட்டுச் சொல்லித் தந்திருந்தாள். யானைத் தலையளவு வெண்ணெய் தின்ற ஒரு நபரை நினைக்கும் போதெல்லாம் கணேஷ் ஸ்டோர்ஸ் உரிமையாளர் ஊது குழலுடன் மனத்தில் தோன்றுவார். "ஆனத்தலையொளம் . . ." என்றபடி தும்பிக்கை போல் கையை ஆட்டியபடி பக்கவாட்டி லிருந்து ஆடிக்கொண்டு வரும் தாளகதி வந்து விடும் நடையில். நிறுத்தத்தை எட்டும்போது. இவர்களைப் பார்த்ததும், "மாரியம்மன் கோவிலுக்கா?" என்பார்.

ஆனத்தலையொளம், ஆனத்தலையொளம் . . . என்ற பாட்டும் தாளமும் மனத்தில் ஓடிக்கொண்டிருக்க, "ஆமாம்" என்பாள்.

"இங்க வா" என்பார்.

ஆனத்தலையொளம், ஆனத்தலையொளம் . . . அருகில் போவாள் மீனாட்சியுடன்.

சிறு வெண்ணெய்ப் பொட்டலங்கள் இரண்டு எடுத்து இருவருக் கும் தருவார் சாப்பிட.

ஆனத்தலையொளம், ஆனத்தலையொளம் . . . “தாங்ஸ் மாமா.”

பேருந்துக்குக் காத்தபடி இருவரும் வெண்ணையை நக்குவார்கள். பேருந்து வரும்வரை மனத்தில் ஆனத்தலை யொளம், ஆனத்தலை யொளம் . . .

பேருந்தில் போகும்போது மைதிலி சன்னல் பக்கத்தில், வரும்போது மீனாட்சிக்கு சன்னல் என்று உடன்பாடு செய்துகொண்டிருந்தார்கள். கோவிலை எட்டியதும், கல்லை வைத்து அடுப்பு மூட்டிப் பொங்கல் செய்ய ஆரம்பித்து விடுவாள் மருதாயி. இவர்கள் இருவருமாகக் கை கோர்த்தபடி, அவ்வப் போது மாரியம்மனைப் பார்த்தபடி, அங்குமிங்கும் அலைவார் கள். படையல் முடிந்து, இவர்கள் சிறிது உண்டு, மற்றவற்றை வினியோகித்துவிட்டுக் கிளம்புவார்கள். குங்குமப் பிரசாதம் கொண்டுவந்தால் போதும் என்பது அம்மாவின் உத்தரவு.

ஜட்காவில் வராமல் பேருந்தில் வந்து மீதமாக்கிய பணம் அதற்கப் புறம்தான் செலவாகும். மஞ்சளும் மிளகாயும் அரைத்துத் தடவிப் பொரித்த காரக்கடலை, இலந்தைப் பழம், புளிப்பழம், கிளிமூக்கு மாங்காய், கடலை உருண்டை எல்லாம் கொட்டிக் கிடக்கும் கோவிலுக்கு வெளியே பரப்பிய கடைகளில். அத்தனையும் போகும் வயிற்றுக்குள். பிறகு ஜவ்வு மிட்டாய். மிட்டாயை ஒரு கம்பில் சுற்றிக்கொண்டு நிற்பான் மிட்டாய்க்காரன். யானை, பூனை, மயில், முயல், மான் என்று எது வேண்டுமானாலும் மிட்டாயில் செய்து தருவான். ரோஸ்நிற மிட்டாய். நக்கநக்க இனிக்கும் மிட்டாய். சில சமயம் கண்ணாடி வளையல்களை வாங்கிப் போட்டுக் கொள்வார்கள். மிட்டாயை நக்கும்போது வளையல்களும் கூடவே சிலுங்சிலுங்கென்று. பிறகு வீட்டுக்குத் திரும்பும் பயணம். பேருந்திலிருந்து இறங்கியதும் மூலைக் கடையில் ஐஸ்கட்டிகள் மிதக்கும் எலுமிச்சம் பழ சர்பத். வீட்டுக்கு வந்தவுடன் அம்மாவிடம் குங்குமப் பிரசாதம் தரப்படும்.

“மாரியம்மா காப்பாத்துடீம்மா” என்றபடி அம்மா மூவருக்கும் குங்குமம் இட்டுவிடுவாள்.

“ஜட்கா எங்க கிடைச்சுது?” என்ற கேள்வியுடன் விசாரணைப் படலம் துவங்கும்.

கணேஷ் பட்டர் உரிமையாளர் அவர்களைப் பார்த்து விட்ட தினங்களில் “பஸ்ஸூல மல்லேச்புரம் சர்க்கிள்

போய் அங்க பிடிச் சோம்மா ஜட்காவை" என்பாள் மருதாயி. மற்ற தினங்களில் எட்டாவது மெயின் ரோடு முனையில் அல்லது அடுத்த தெருவில் கிடைத்ததாகச் சொல்வாள். ஒவ்வொரு முறையும் திரும்பும் வழியில் கிடைக்கும் ஜட்கா வண்டிக்காரனுக்கு எட்டாவது மெயின்ரோடில் வண்டியைத் திருப்ப நேரம் இருக்காது. தெரு முனையிலேயே இறக்கிவிட்டுப் போய்விடும் அவசரக்காரன் அவன். இப்படியும் வண்டிக்காரர் களா என்று பிரலாபிப்பாள் மருதாயி.

"மிட்டாய் தவிர கண்டதையும் சாப்பிடலையே?" என்பாள் அம்மா.

இவளும் மீனாட்சியும் வேகமாகத் தலையை அசைத்து மறுப்பார்கள். சில சமயம் மறுக்கும்போதே வயிற்றுக்குள் களேபரமாய் இருக்கும். காரக்கடலையும், புளிப்பழமும், ஜவ்வு மிட்டாயும் மோதிக்கொள்ளும். எலுமிச்சம்பழ சர்பத் ஏப்பம் விட்டபடி இவளும் மீனாட்சியும் கொல்லைப்புறத் தோட்டத்தி லிருந்த கழிவறையை நோக்கி ஓடுவார்கள். அப்படியாக முடியும் மாரியம்மன் கோவில் பயணம் ஒவ்வொரு முறையும்.

தம்பிக்கு நான்கு வயதானதும் தானும் வருவேன் என்று அடம் பிடித்தான். அந்த முறை கையில் சுளையாக மூன்று ரூபாய் தந்தாள் அம்மா. கோவிலுக்கு வெளியே வந்ததும் ஜவ்வு மிட்டாய் வாங்கித் தந்துவிட்டு, யானை, முயல், மான் மூன்றையும் இவர்கள் நக்கிக்கொண்டிருந்தபோது, "மைதிலீ, ஸெண்ட்ரல் டாக்கீசுல தமிழ் சினிமா ஓடுது. போவலாமா?" என்றாள் மருதாயி.

"உம்" என்றாள் மைதிலி.

வீட்டுக்குத் திரும்பியதும் அம்மாவிடம் என்ன பதில் சொல்ல வேண்டும் என்பதைத் தம்பிக்குச் சொல்லித் தந்தாகி விட்டது. அவனும் தந்தி பாஷையில் சரியாகச் சொன்னான்.

"கோவிலுக்கு எப்படிப் போனே?"

"ஜட்கால."

"கோவில்ல என்ன பாத்தே?"

"மாரி சாமி."

"என்ன சாப்பிட்ட?"

"பொங்கல்."

“அப்புறம்?”

“ஆரஞ்சு முட்டாய்.”

சென்ட்ரல் டாக்கீசில் மத்தியான ஆட்டத்துக்குப் பெண்கள் கூட்டம் ஏகத்துக்கு. மருதாயி ஆறணா பெஞ்சு டிக்கெட் எடுத்து விட்டு, இவர்களைக் கழிவறைக்குக் கூட்டிச் சென்று பிறகு இவர்கள் உள்ளே நுழைந்ததுமே படம் தொடங்கி விட்டது. திரைக்கு வெகு அருகே அமர்ந்திருந்ததால் கழுத்தைத் தூக்கிதூக்கிப் பார்த்தார்கள். பெரிய பெரிய முகங்களாகத் தெரிந்தன. கொஞ்ச நேரத்திலேயே கதாநாயகன் ஏதோ தப்புச் செய்கிறான் என்பது புரிந்து போயிற்று.

“கட்டேல போறவனே” என்று அருகிலிருந்த மாமி சபித்தாள்.

“உனக்குக் கேடுகாலம் வந்திடுச்சுடா. உன் பெண்டாட்டி பத்தினிடா பத்தினி” என்றாள் இன்னொரு பெண்மணி. “உன் மூஞ்சியும் முவரக்கட்டையும். நீ நாசமாப் போவ” என்று நெட்டி முறித்தாள் மருதாயி. இடைவேளையில் ஐஸ்குச்சி சாப்பிட்டபின் படம் ஆரம்பித்ததும் தம்பி “மூச்சா” என்று சிணுங்க ஆரம்பித்தான். மருதாயி அவனை வெளியே அழைத்துப் போனாள். அவசரமாகத் திரும்பி வந்து, “என்ன மாமி ஆச்சுது?” என்றாள்.

`”இந்தக் கம்மனாட்டி அந்தத் தேவிடியாமுண்டகிட்ட மயங்கிக் கிடக்கறாங்கறேன்” என்றாள் அவள்.

“அந்தத் தட்டுவாணிச் சிறுக்கி பல்லக் காட்டுறதைப் பாருங்க. அவ வாயும் பெரிசு சூத்தும் பெரிசு” என்றாள் மருதாயி.

“அப்படி வா வழிக்கு” என்று பலரும் முழங்க, தப்புச் செய்தவன் திரும்பி வந்தான் மனைவியிடம் கடைசியில்.

வெளியே வந்து பேருந்தைப் பிடித்து வீடு வந்து சேர்ந்தனர். குங்குமம் இட்டுவிட்டு, அம்மா வழக்கம்போல, “ஜட்கா எங்க கிடைச்சுது போற போது?” என்று ஆரம்பித்தாள்.

திடீரென்று கீச்சுக்குரலில், “அம்மா, நாங்க சினிமா பாத்தோம்” என்று அறிவித்தான் தம்பி. தொடர்ந்து, “ஒரு கம்மனாட்டி தேவிடியா முண்டகிட்ட போனான். அந்த தட்டுவாணிச் சிறுக்கியோட வாயும் பெரிசு சூத்தும் பெரிசு” என்றான் அழுத்தந்திருத்தமாக.

அதன்பின் மாரியம்மன் கோவில் பயணம் நின்று போயிற்று. மாரியம்மனுக்காக மஞ்சள் துணியில் பணம் முடிந்து வைக்க ஆரம்பித்தாள் அம்மா. அமரிக்கையான கன்னிகா பரமேச்வரி யிடம் அப்பணம் போவதை மாரியம்மன் பொருட்படுத்தக் கூடாது, கோபப்படாமல் இருக்க வேண்டும் என்ற முறை யீடுகளுடன் கன்னிகா பரமேச்வரி கோவில் உண்டியலுக்கு அப்பணம் போகலாயிற்று.

சித்தப்பா, பெரியப்பா, அத்தை, மாமாக்கள் வந்தபோது அவர்களுடன் குணசுந்தரி, கணவனே கண்கண்ட தெய்வம், தூக்குத் தூக்கி, மனோகரா என்று பல படங்களைப் பார்க்க முடிந்தது. ஆனால் மருதாயி மற்றும் மற்றப் பெண்களின் சிறப்பு நேர்முக வர்ணனை இல்லாமல் எதிலும் மனம் ஒன்றவில்லை.

'சதங்கை', ஜூலை – செப்டம்பர் 2000

அடவி

உண்மைக் காடுகள் அல்ல செந்திருவின் மனத்தில் இருந்தவை. அகநானூற்றுக் காடுகள். இருபுறமும் பெரிய பாறாங்கற்களிலிருந்து தேன்கூடுகள் தொங்க, இடையே பால்போல் அருவி விழும் காடுகள். காட்டிற்குப் போக வேண்டும். வாகன ஒலிகள், பேச்சொலிகள், நடை ஒலிகள், வீடுகளில் இயங்கும் மின்கருவி ஒலிகள் இவற்றை எல்லாம் விட்டுத் தூரத்தே ஒரு காட்டுக்கு.

வானப்ரஸ்த முயற்சியா என்று சிலர் கேலி செய்தனர். 'காடு வா வா வீடு போ போ' என்று கெக்கலி வேறு. பிரம்மசர்யம், சம்சாரம், வானப்ரஸ்தம், சந்நியாசம் எல்லாம் வேறு வேறு கட்டங்களா என்ன? ஒன்றைக் கடந்துதான் இன்னொன்றில் நுழைய வேண்டுமா என்ன? எல்லாம் கலந்து இருக்கக் கூடாதா?

அவள் தந்தை காப்பி எஸ்டேட்டில் வேலை பார்த்தவர். பல காப்பி எஸ்டேட்டுகளின் உரிமையாளர் ஒருவரிடம் தலைமைக் கணக்கராக வேலைபார்த்தவர். பெங்களூரில் தாயுடன் தங்கிப் படித்துக்கொண்டிருந்த இவளும், இவள் தம்பியும் லீவு நாட்களில் அப்பாவிடம் போகும்போது அந்த மலைப் பகுதியின் காப்பித் தோட்டங்கள், மிளகு, ஏலத் தோட்டங்கள், மரங்கள் அடர்ந்த பகுதிகள் இவற்றில் புகுந்து ஓடியபடிதான் மத்தியானங்கள் கழியும்.

"பத்திரம். கரடி எல்லாம் வர்ற இடம்" என்று எச்சரித்தவண்ணம் இருப்பார்கள் எஸ்டேட் தொழிலாளர்கள்.

பிரசவ வலி எடுத்த பிறகு அம்மாவைச் சற்றுத் தூரத்திலிருக்கும் ஆஸ்பத்திரிக்கு அழைத்துச்செல்லும்

போது, நடுவழியிலேயே வண்டியிலிருந்து இறங்க நேரிட்ட தாம். அவசரமாக அவளை இறங்கவைத்து, கிளைகளைப் பரப்பி நின்ற ஒரு மரத்தினடியில் உட்காரவைத்த பத்து நிமிடங்களில் செந்திரு பிறந்துவிட்டாளாம்.

"நான் காட்டு வழியா போறப்போ ஒரு மரத்துக்கு அடியில நீ கிடந்தே. உன்னைத் தூக்கிட்டு வந்திட்டேன். உங்கம்மாவா உன்னைப் பெத்தா?" என்று கேலிசெய்து, இவளை வம்புக்கு இழுத்து அழ வைப்பது அப்பாவுக்கு ஒரு விளையாட்டு.

"நிசமாவாம்மா?" என்று ஒவ்வொரு முறையும் கண்களில் நீருடன் அம்மாவிடம் போவாள்.

"ஆமாமாம். நீ கெடந்தே, இவரு தூக்கிட்டு வந்தாரு. பெரிய ஜனக மகாராஜா பாரு இவரு" என்பாள் அம்மா.

தம்பி பெரியவனான பிறகு அவன் கேலி செய்யத் தொடங்கினான்.

"ஏ, மரத்தடியில பொறந்த பொண்ணே" என்று.

அப்போது இவள் அழவில்லை.

"புத்தர்கூட மரத்தடியிலதான் பொறந்தார் தெரியுமா?" என்று பதிலடி கொடுப்பாள்.

"அப்ப நீயும் ஒரு போதி மரத்தைத் தேடிப் போயிடுவியா?" என்று பரிகாசம்செய்வான்.

மலைக் காட்டில் பிறந்து விளையாடிய பெண்தானேதான் என்று அவள் திருமலையிடம் கூறினாள். திருமலை உடன்பட வில்லை. ஏதோ காட்டில் வாழும் வேடுவப் பெண்ணாய் அவள் தன்னைக் கற்பனை செய்துகொள்கிறாள் என்றான் அவன். கொஞ்சம் விட்டால் ஆலோலம் பாடிய வள்ளியாகத் தன்னைப் பாவித்துக்கொண்டு விடுவாள் என்று கேலிசெய்தான்.

அப்படி அவன் என்னதான் சொல்லிவிட்டான் கடுந்தவம் செய்யப் புறப்படுபவளைப்போல் அவள் காட்டிற்கு ஓட? பல கிளைகள் கொண்ட வியாபாரத்தில் தன் கூட்டாளியாக அவளைச் சேர்த்துக் கொள்ள அவன் தயார்தான். அதில் அவன் ராஜா என்றால் அவள் ராணி என்றுதான் நினைத் திருந்தாள். அவன் வியாபார சகாக்கள் இதற்கு உடன்பட வில்லை என்றால் இதில் அவன் தவறேதும் உண்டா? இதில் அவனுக்கு வருத்தமில்லையா? அதற்காக மூட்டை கட்டிக் கொண்டு கிளம்பிவிடுவதா? காட்டைப் பார்க்க ஓடிவிடுவதா? உண்மை தான். சாதாரண நிலையிலிருந்து இங்கும் அங்கும் அலைந்து அவன் முன்னுக்கு வர முயன்ற ஆண்டுகளில்

அவள் அவனுக்கு உறுதுணையாக இருந்தாள். அவன் மறுத்தானா அதை? இப்போது நிலைமை வேறில்லையா? வியாபார விஷயங்களிலிருந்து சற்று ஒதுங்கி இருக்கச் சொன்னால் இப்படி எல்லாவற்றையும் துறந்துவிட்டுச் செல்பவளைப் போல் ஆயத்தங்களைத் தொடங்க வேண்டுமா? அதுவும் காடு என்ன ஓர் இலக்கு? இவள் சரண்புகக் காடு காத்திருக்கிறதா என்ன? இதிகாசக் கனவுகளைக் காண்பவள்போல் இல்லையா அவள் செய்வது?

இதிகாசப் பெண்கள்கூட அவரவர் கணவன்மார்களுடன் தான் காட்டிற்குப் போயிருக்கின்றனர். வேட்டையாட, சம்ஹாரம் செய்ய என்று தனியாகப் போனவர்கள் இதிகாசப் புருஷர்கள்தான். வனவாசம் செல்லும்படி தந்தை உத்தர விட்டால் வனம் செல்லும் ராமனுடன் செல்லும் சீதைப் பதவிதான் பெண்ணுக்கு. நளனுடன் நடக்கும் தமயந்தியாகத் தான் பெண்ணின் காட்டு விஜயம். ரிஷியான கணவனுடன் செல்லும் ரிஷிபத்தினி நிலைதான் பெண்ணுக்கு உரியது. தனியாகப் போனால் தவத்தைக் குலைக்கும் மேனகையாகப் போகலாம். இல்லாவிட்டால் பெண்ணுக்குக் காடு திக்குத் தெரியாத ஒன்றுதான். தருக்கள், மான்கள், பூக்கள் அத்தனை யும் அவளைத் திசை தப்ப வைப்பவைதான். அவளை ரட்சிக்க ஒருவன் வரவேண்டும் பின்னாலேயே. பெண்ணுக்குக் காடு ஒரு தண்டனை. காட்டுக்குப் போவது அவளை அபலையாக்கி ஒதுக்கிவிடும் முயற்சி. இப்படித்தான் திருமலை வாதிட்டான்.

இதிகாசத்தை எல்லாம் மாற்றி எழுத வேண்டிய காலம் வந்தாகி விட்டது என்றாள் சிரித்தபடி. அதற்குத்தானா இந்தப் புறப்பாடு என்று கேட்டான். அதற்கும்தான் என்றாள்.

அந்த வன இலாகா அதிகாரியைத் தொடர்பு கொண்டு அவள் செய்திருந்த விண்ணப்பத்துக்குப் பதில் வந்துவிட்டது. அந்த வனத்தின் அரசு விருந்தினர் விடுதியில் அவள் தங்கலாம் என்று கூறிக் கடிதம் வந்தாயிற்று. சாணிக்கலர் காகிதத்தில் ஓர் அனுமதிக் கடிதம். அதை அவனிடம் காட்டினாள். உச்சுக் கொட்டினான். அவளே எல்லாவற்றையும் தீர்மானித்துவிட்டு கடைசியில் அவனிடம் கூறுவதாகக் கூறினான். ஏதோ அவன் அவளை நாடு கடத்திவிட்டது போல் அவள் நடந்து கொள்வதாகக் கூறினான். வாதப்பிரதிவாதங்கள். மிரட்டல். கெஞ்சல். எல்லாவற்றிற்கும் பிறகு,

"பஸ் ஸ்டாண்ட் ரொம்பத் தூரம். அண்ணாமலை காருல உன்னை விடட்டுமே?" என்றான்.

ஒப்புக்கொண்டாள்.

அண்ணாமலை அவளுடன் வந்தான். பேருந்து வரக் காத்திருந்த போது,

"அண்ணி, என்னை நீங்க தப்பா நினைக்கலியே?" என்றான்.

"சே, சே, அப்படியெல்லாம் இல்ல அன்னு. நீ உங்கண்ணா வோட வேலை பார்க்கிறவன். அவர் சொல்றத நீ ஏத்துக் கிடணும், இல்லையா?" என்றாள்.

பேருந்து வந்ததும் ஏறிக்கொண்டாள். சன்னல் வழியாகப் பார்த்து கையை ஆட்டி விடைபெற்றுக்கொண்டாள்.

பேருந்து வேகம் எடுத்ததும், எதிர்க்காற்று முகத்தில் வந்து மோதியது சமரிடுவதுபோல. கூந்தலைக் கலைத்தது.

ஒட்டக மஞ்சள் அட்டையுடன், வெளேரென்ற பக்கங் களுடன் பெட்டியில் உடைகளுக்கிடையே கிடக்கும் நோட்டுப் புத்தகம் நினைவுக்கு வந்தது. அடர் கறுப்பில் எழுதும் பென்ஸில் கள் ஒரு டஜன் வாங்கியிருந்தாள். பென்ஸிலைக் கூர்செய்ய கூராக்கி. அழித்தெழுத அழிப்பான்.

ஆரம்ப வரிகளைக் காற்று எழுதிவிட்டுப் போயிற்று.

❍ ❍ ❍

ரதத்தில் பூட்டிய புரவிகள் காற்றுடன் மோதிக்கொள்வது போல் ஓடின. எதிர்காற்று உடலில் மோதியது. இரு பக்க விருட்சங்களும் கூடவே ஓடிவருவதுபோல் தோன்றியது. திடீரென்று தீர்மானித்த பயணம். அடவி யின் ஒலிகளும், நிறங்களும் அவள் மனத்தைப் பிறந்த வீட்டுச் சீதனம்போல் நிறைக்கின்றன என்றாள் சீதை லக்ஷ்மணனிடம். அவன் பதில் பேசவில்லை. கைகட்டி காற்றை எதிர்கொண்டான். ரதம் நின்று ரதத்தை விட்டு இறங்கியதும் அண்ணன் உத்தரவு பற்றிக் கூறினான். இனி அந்தக் காடுதான் அவள் வாசஸ்தலம் என்று லக்ஷ்மணன் கூறியதும், சீதை அவனை ஏறிட்டு நோக்கி விட்டுக் கூறினாள். லக்ஷ்மணன் அறியாதது அல்ல. மற்றவர்கள் தூய்மையைச் சந்தேகிப்பதும், சோதிப்பதுமே அவன் அண்ணனின் தொழிலாகிவிட்டது. தொட்டதற் கெல்லாம் சந்தேகம். சாட்சிகளிடம் விசாரிப்பு. சூரியனைக் கூப்பிட்டுக் கேட்பது. அவன் நான் இருக்கும் நேரத்துக்கு நான் சாட்சி, நான் இல்லாத நேரத்துக்கு நான் எப்படி சாட்சி சொல்லமுடியும் என்றால் சந்திரனிடம் கேள்விக் கணைகள். அவன் நான் வானத்தில் இருந்த நாட்களுக்கு நான் உத்திரவாதம் அளிக்க முடியும். அமாவாசை அன்று நான் இருப்பதில்லை. அந்த இரவுக்கு நான்

உத்திரவாதம் அளிக்க முடியாது என்றதும் உடனே நெருப்பை அழைப்பது புனிதத்தை உறுதிப்படுத்த. லக்ஷ்மணனுக்கு இது நேரவில்லையா என்ன? எப்படிப் பட்ட பிரம்மச்சாரி அவன்? எத்தகைய தேஜஸ் கூடிய தேகம் அவனுடையது? சில வனவாசிகள் கிங்ரி என்றழைக்கும் வாத்தியத்தை அவன் தொட்டதுமே, மெல்லமெல்ல, சுகந்தம்போல் எழுந்து பின்பு காட்டருவி போல் கட்டுக்கடங்காமல் கொட்டும் இசைப் பொழிவில் சிக்காதவர்கள் இருக்கிறார்களா? அந்தக் கந்தர்வப் பெண்ணை லக்ஷ்மணனுக்கு நினைவிருக்கிறதா? இந்திர சபையின் இந்திரகாமினி? லக்ஷ்மணனின் காமத்தைக் கிளப்ப முயன்று தோற்றதும், தன் வளையல் துண்டு களையும் காதணி களையும் சந்தேகம் தோன்றும் வகையில் படுக்கையில் சிதறவிட்டுப் போனவள். காலை யில் அறையைச் சுத்தம் செய்ய வந்த சீதை அல்லவா அவற்றைப் பார்த்துவிட்டு ஓடோடிச் சென்று ராமனி டம் புறம் கூறினாள்? லக்ஷ்மணன் தூய்மையானவன் அல்ல என்று உடனே குற்றம் சாட்டவில்லையா ராமன்? அந்தக் காட்டுக் கிராமத் தலைவனை அழைத்து அங்குள்ள அத்தனை பெண்களும் மீண்டும் சேர்க்கப் பட்ட வளையலையும், காதணிகளையும் அணிந்து பார்க்க வேண்டும் என்று கூறப்பட்டது. ஒரு பெண்ணுக்கும் அது பொருந்தவில்லை. "இன்னும் சோதனையில் பங்கெடுக்காத பெண் உண்டா?" என்று ராமன் வினவ, "இருக்கும் ஒரே ஒரு பெண் சீதாதேவி தான்" என்று தலைவன் கூற, சீதையும் அணிந்து பார்க்க, அவளுக்குப் பொருந்தியது! இந்திரகாமினியின் சூழ்ச்சி. அண்ணனின் அடாத குற்றச்சாட்டுக்கு லக்ஷ்மணன் தந்த பதில் நினைவிருக்க வேண்டுமே அவனுக்கு? காட்டில் வாழும் ஒரு குடும்பத்தின் அன்று பிறந்த குழந்தையுடன் நெருப்பில் மூழ்கி எழவில்லையா தன் தூய்மையை நிரூபிக்க? இந்தத் தூய்மைப் பரிசோதனை கள் அவளுக்கு அலுத்துவிட்டது. இருக்கட்டும். இந்த வனம் அவளுக்குப் புதியது இல்லை. பிடிக்காததும் இல்லை. போவதற்கு முன் லக்ஷ்மணன், சற்று மேடிட்டு இருக்கும் அவள் வயிற்றைப் பார்க்க வேண்டும். அவன் அண்ணனிடம் கூற வேண்டும் அவள் கர்ப்பவதி என்று. இல்லாவிட்டால் இன்னொரு அக்னிப் பரீட்சைக்கு ஆயத்தங்கள் தொடங்கிவிடும். நேர்க்கோட்டில் செல்லாத மனம் சிலருக்கு. மனம் முழுவதும் குஞ்சிதம் அயோத்தி ராஜனுக்கு.

ரதம் புறப்பட்டது. புரவிகளின் குளம்பொலி வெகு நேரம் வரை காதில் ஒலித்துப் பிறகு அமைதி. அவள் தனியளாய். வீசி அடித்த காற்று உடலில் புழுதியை ஏற்றியது. அவள் தனியாளாய். எதிரே ஓடிய ஆற்றை வெறித்தபடி. தன்னைப்பற்றி நினைத்தபடி. தன் பிறப்பை உன்னியபடி.

பனை ஓலையில் எழுத்தாணி அந்த வரியைக் கீறியதும் அருகே நிழல். நிமிர்ந்து பார்த்தாள் சீதை. எதிரே வால்மீகி முனிவர்.

"என்னம்மா எழுதுகிறாய்?" என்றார்.

எழுந்து நின்று வணங்கியபடி, "அயணம்" என்றாள். "சீதையின் அயணம்."

"நான் எழுதிய ராமாயணம் ஒன்று போதாதா?" என்றார்.

"இல்லை. இனி வரும் யுகங்களில் பல ராமாயணங்கள். பல ராமன்கள். பல சீதைகள்."

பனைஓலைகளைக் கையில் எடுத்து, "இது நான் எழுதாத சீதையா?" என்றார்.

"தாங்கள் அரசவைக் கவிஞர். சரித்திரத்தை உருவாக்குபவர். நான் அனுபவித்தவள். பலவித அனுபவங்களை உள்வாங்குபவள். என் மொழி வேறு." என்றாள்.

"இது எங்கு அரங்கேறும்?"

"வனங்களில். வனவாசிகள் மனத்தில்."

○ ○ ○

பெரிய அறை அல்ல அது. ஆனால் அதில் இருக்க வேண்டும் என்ற உணர்வைத் தூண்டுவதுபோல் அமைந்திருந்தது. வலியைத் தணிக்க வைத்துக்கொள்ளும், வெந்நீர் நிரப்பிய ரப்பர் பையின் கதகதப்பின் சுகம் அந்த அறையில் இருந்தது. ஆத்திப் பழுப்பு நிறத்தில் கடும் சிவப்புப் பூக்கள் சொரிந்த கைத்தறி விரிப்புடன் ஒரு சிறிய கட்டில். அதனருகே ஒரு மேசை மற்றும் நாற்காலி. அடிப்படை வசதிகளுடன் ஒரு குளியலறை. எல்லாவற்றையும்விட முக்கியமாக அந்தச் சன்னல். மேசை எதிரே அமைந்த சன்னல். ஏற்றி இறக்கக் கூடிய சட்டங்களுடன் வெளியே திறக்கும் சன்னல்.

பேருந்து அவளை இறக்கும்போது அந்திவேளையின் இறுதிக் கணங்கள். அரசு விருந்தினர் விடுதிக்குப் போகச் சற்று நடக்க வேண்டும் என்று கூறினார்கள். ஒரு சிறு பையன் அவள் பெட்டியைத் தூக்க முன்வந்தான். அந்தியொளியில் சிறுவன் வழிகாட்ட, மரங்களினூடே போடப்பட்ட பாதையில்

நடந்து விடுதியை எட்டும்போது இருட்டி விட்டது. அவள் தன்னை அறிமுகம் செய்துகொண்டதும், விடுதியில் பணிபுரி யும் ஒருவர் இந்த அறையைத் திறந்துவிட்டார். அவள் அறையை நோட்டமிட்டபடி இருந்தபோது, அந்த விடுதிப் பணியாளர் மேசையின் மேல் சாய்ந்து, எட்டிக் கை நீட்டி, சன்னல் கதவுகளை வெளிப்புறம் தள்ளினார். திடீரென்று அவள் கண்முன் ஓர் இருள் சூழ்ந்த வனம். பாம்பு போலவும் ஒட்டகச்சிவிங்கியின் கழுத்துப் போலவும் கிளைகள் தொங்கி யும் உயர்ந்தும் விரிந்த வனம். இனம் புரியாத ஒலிகள். சன்னலின் நட்டநடுவே நூல் கட்டித் தொங்கவிட்டது போல் நன்றாகக் குறுகக் காய்ச்சிய பாலின் நிறத்தில் நிலா. ரகுநாத் பாணிக்ரஹியின் ஜீவன் சொட்டும் குரலில், "நான் தேடும்போது நீ ஓடலாமோ? ஏன் ஊடலோ வெண்ணிலாவே?" பாட்டு மனத்தில் ஓடியது.

இரவுச் சாப்பாடு பற்றி விசாரித்துவிட்டுப் பணியாளர் போனார்.

நிலவைப் பார்த்தபடி நாற்காலியில் அமர்ந்து, மேசை மேல் கைகளை ஊன்றிக் கொண்டாள். பிறகு மேசைமேல் ஏறி, கால்களைப் பக்கவாட்டில் தொங்கவிட்டபடி அமர்ந்து, தலையைத் திருப்பி நிலவையும் அதன் ஒளியைப் பூசிக்கொண்ட வனத்தையும் பார்த்தாள்.

இரவு படுக்கும் முன் ஒட்டக மஞ்சள் நோட்டுப் புத்தகம், ஒரு டஜன் பென்சில்களையும் மற்றவற்றையும் முதுகில் ஏற்றிக்கொண்டு மேசை மேல் அமர்ந்துவிட்டது. மூடிய சன்னல் கதவுகளின் ஏற்றப்பட்டச் சட்டங்களின் ஊடே நிலவு பல துண்டுகளாகத் தெரிந்தது.

○ ○ ○

தாமரை பூத்த தாடகம். அன்னை மடிபோல் அகன்று இருந்த பெரிய தாமரைகள். ஒவ்வொரு தாமரையும் ஆயிரமாயிரம் இதழ்களுடன். பாதுகாவலர்களும் வீரர்களும் புடைசூழ அந்தப் பக்கம் வந்த ராவணன் கண்களில் தாமரைகள் மிதந்த தடாகம் பட்டது. அவற்றின் வண்ணமும் வடிவமும் ஒன்றையாவது பறிக்க வேண்டும் என்ற இச்சையை ஊட்டின. தானே பறிக்க வேண்டும் என்று தோன்றியது. கையில் இருந்த வில்லையும் அம்பை யும் அருகில் இருந்த வீரன் ஒருவன் கையில் கொடுத்து விட்டு, பட்டுடை நனைய, தடாகத்தில் இறங்கியபோது, "நான் உன்னைக் கொல்வேன்" என்றொரு குழந்தைக் குரல் கேட்டது. குரகத்தின் குரல் என்று நினைத்து, தடாகத்தில் அவை உள்ளனவா என்று நோட்டமிட்டான்.

பேசும் நீர்வாழ் புள் ஒன்றுகூடக் கண்ணில் படவில்லை. ஒவ்வொரு தாமரையைத் தொடும் போதும் அக்குரல் கேட்டது. எந்தத் தாமரையிலிருந்து ஓசை வருகிறது என்று கணிக்க முடியவில்லை. கைக்கெட்டிய தாமரை களையெல்லாம் பறித்து வந்து, மண்டோதரியிடம் தந்து, தன் காதில் ஒலித்த குரல்பற்றிக் கூறினான். தரையெல்லாம் தாமரைகள். மண்டோதரி அமர்ந்து ஒவ்வொரு தாமரையின் இதழ்களையும் நீவி நீவித் திறந்தாள். கடைசியாக எஞ்சிய தாமரையின் அடி இதழ்களைப் பிரித்தபோது மெத்தென்ற நடுப் பகுதியில் ஒரு பெண் சிசு. மண்டோதரியைத் தன் கரிய விழிகளால் அண்ணாந்து பார்த்து, “நான் ராவணனைக் கொல்வேன்” என்று தெளிவாகச் சொல்லிவிட்டு, மலரச் சிரித்தபடி மீண்டும் சின்னஞ்சிறு குழந்தையின் அர்த்தமற்ற ஓசை களை எழுப்பத் துவங்கியது. மண்டோதரியின் அடிவயிறு கலங்கியது. குழந்தையை ஒரு மூங்கில் பெட்டியில் வைத்தாள். இரு சேடி களுடன் கடல்புரம் சென்றாள். அலைகளூடே நடந்து மூங்கில் பெட்டியைக் கடலில் இட்டாள். அலைகள் மேல் ஆடியபடி அது சென்றது.

வெகு தூரம் சென்று ஒரு கரையைத் தொட்டது. அதைத் திறந்த முதல் நபர் கூச்சலிட, பலர் சூழ்ந்துகொள்ள, மகவு அவர்கள் தலைவனிடம் ஒப்படைக்கப்பட்டது. அவர்கள் தலைவன் பெயர் ஜனகன். சீதை என்று பெயரிட்டான் குழந்தைக்கு.

சீதை பூவையும், கடலையும், மண்ணையும் தொட்டு வந்தவள்.

ராமன் பிறந்தவுடனேயே ஒரு ஜீவனுக்குத் துயர் விளைவித்தவன். அவன் பிறப்பைக் கொண்டாடத் தரப் போகும் விருந்தில் மான் மாமிசம் இருக்க வேண்டும் என்று கோசலை தீர்மானித்தாள். ஒரு பசிய மரத்தின் அடியே ஓர் ஆண் மானும் பெண் மானும் இளைப்பாறிய படி இருந்தன. பெண்மான் வாட்டமுற்று இருந்தது. “என்ன ஆயிற்று? பசுந்தழைகள் கிடைக்கவில்லையா? தாகமாக இருக்கிறதா?” என்றது ஆண் மான். “இல்லை. தாகம் இல்லை. வேடர்கள் வரும் ஒலி கேட்கிறது. நீ ஓடிவிடு” என்றது பெண் மான். அருகே நெருங்கிவிட்ட வேடர்களிடம், “என்னை வேண்டுமானால் கொல்லுங் கள்” என்றது பெண் மான். “ஆண் மானின் மாமிசம் தான் ருசியானது” என்றுவிட்டு ஆண் மானைக் கொன்றனர். கோசலையிடம் ஓடி, “என் இணைமானின்

தோலையாவது எனக்குத் தா. அதைப் பார்த்தபடி என் துயரை ஆற்றிக்கொள்கிறேன்” என்று இறைஞ்சியது பெண் மான். “அந்தத் தோலை எடுத்து நான் ஓர் அழகிய கஞ்சிரா செய்து, என் பிள்ளை விளையாடத் தருவேன்” என்றுவிட்டாள் கோசலை.

ராமன் தவழ்ந்து வந்து கஞ்சிராவில் கைவைத்துத் தட்டி ஓசையெழுப்பி விளையாடும்போதெல்லாம் அந்த ஒலி பெண் மானின் உடலை அதிரவைத்தது. ஒலியின் அலைகள் அதன் செவியை எட்டும்போதெல்லாம், “கோசலை, என்னைப்போல் பிரிவில் நீயும் வாடு” என்று அரற்றியது பெண் மான்.

பனை ஓலையைக் கட்டிவிட்டு நிமிர்ந்தாள் சீதை. சற்றுத் தூரத்தில் லவன் குசன் இருவருக்கும் புத்திரகாமேஷ்டி யாகம்பற்றியும், ராம, லக்ஷ்மண, பரத, சத்ருக்கனன் பிறப்பு பற்றியும் கூறிக்கொண்டிருந்தார் வால்மீகி.

❍ ❍ ❍

விடிகாலை எழுந்ததும் கால் சோர நடக்க வேண்டும் போல் தோன்றியது. உறுதியான காலணிகளை அணிந்துகொண்டாள். அறையை விட்டு வெளியே வந்ததும் விடுதிப் பணியாளர் எதிர்ப்பட்டார். தேநீர் கொண்டுவரச் சொல்லி விட்டு, வெளியே வராந்தாவின் படியில் அமர்ந்துகொண்டாள். கடும் பச்சையும், இளம் பச்சையும், வெளிர் பச்சையும் அலை யலையாய் விரிந்தது கண்ணுக்கெட்டிய தூரம்வரை. இரண்டு பச்சைகள் மோதிக்கொண்ட ஒரு பிளவிலிருந்து சூரியனின் மென்சிவப்புக் கிரணங்கள் வெளிப்படுவதும் மறைவதுமாய் கண்ணா மூச்சி ஆட்டம் ஆடிக்கொண்டிருந்தன.

தேநீர் வந்தது.

வாங்கிக் கொண்டு ஊதிஊதிக் குடிக்கலானாள். துளசி மணமும் ருசியும் இதமாக இருந்தது. கோப்பையைத் திருப்பித் தரும்போது, அந்தக் காட்டின் விஸ்தீரணம், எங்கெங்கு நடக்கலாம், செல்லும் வழி இவைபற்றி விசாரித்தாள். கிழக்குத் திசையைத் தேர்ந்தெடுத்து, சூரியனை எதிர்கொள்ள விரைபவள் போல் நடக்க ஆரம்பித்தாள்.

பல கிளைப் பாதைகள் ஒன்றிலிருந்து ஒன்று விரிந்தன. அவற்றினூடே நடந்து செல்லச்செல்ல, அடர்ந்து விரிந்த மரங்கள் நிழல்போல் கவிந்துகொண்டு ஆகாயத்தை மறைத்தன. சட்டென்று சிலசமயம் வைரப் பொட்டாய் ஒளிரும் ஓர் ஒளிக்கற்றை இலைகளினூடே விரையும். மறையும்.

திடீரென்று ஒரு தண்மை வந்து தொட்டது. எதிரே ஒரு நீரோடை. அதை எட்டும் முன்னர், சடேரென்று நீலமும் பச்சையுமாய் வாலைத் தொங்கவிட்டபடி தாழ்வாகப் பறந்தது ஒரு மயில். அந்த அதிர்ச்சியிலிருந்து மீளும் முன்பு தரையை எட்டி இங்கும் அங்கும் நடந்து பின்பு எதிர்பாரா ஒரு கணத்தில் தோகையை முழுவதும் விரித்து தத்தித்தத்தி ஆடத் தொடங்கியது. அவளுக்கு மட்டுமான ஆட்டம். சிறு வட்டத்துக்குள் நகர்ந்துநகர்ந்து அவளைப் பார்த்தபடி ஆட்டம். சற்று தூரத்தில் ஓடை.

மயிலின் முன் மண்டியிட்டு அமர்ந்து மெல்ல விசிக்கலானாள். புரியவில்லை மயிலே. இலக்கு புரியவில்லை. இலக்கு இருக்கிறதா? இடர்களை விட்டு வரத் தெரிகிறது. தேடல் புரியவில்லை. எதைத் தேட? எப்படித் தேட? தேடுகிறேனா? இன்னும் எவ்வளவு தூரம்? இவ்வளவு தூரம் வந்தும் கனம் இறங்கவில்லை தேகத்திலிருந்து. என் தேகம் லேசாக வேண்டும். காலைத் தரையில் வைத்து ஊஞ்சலை ஆட்ட உந்துவதுபோல் உந்தியதும் நான் மேலே எழ வேண்டும்.

மயில் ஆடிக்கொண்டிருந்தது.

மயிலே, மயிலே, மயிலே, மயிலே . . .

சற்று தூரத்திலிருந்து குரல்கள் கேட்டன.

“ஆயிக! த்யா மோரால பக்!” என்று மயிலைப் பார்த்து ஆச்சரியப்பட்டு,

“கட்டாயம் ரெண்டு தூறலாவது போடும். மயில் தனியா ஆடுது பாரு” என்று மராட்டியில் பேசியபடி பெண்கள் சிலர் வந்துகொண்டிருந்தார்கள். கைகளில் உணவு மூட்டைகள் ஆட வந்தார்கள். ஓடையில் முகம் கழுவினார்கள். தலையில் கட்டிய துணியை உதறி முகத்தைத் துடைத்துக்கொண்டார்கள். கண்ணில் இவள் பட்டதும் வியப்பைக் காட்டினார்கள். உணவு மூட்டைகளைப் பிரித்துவிட்டு அவளை அழைத்தார்கள்.

அவள் அருகில் வந்து அமர்ந்துகொண்டாள். கனமான தினைமாவு ரொட்டி. செக்கச் செவேலென்று துவையல். பூண்டும், மிளகாயும், வறுத்த நிலக்கடலையும், கொப்பரைத் தேங்காயும் கல் உப்பும் போட்டுக் கரகரவென்று அரைத்தது. ரொட்டியைப் பிய்த்து, துவையலை வைத்துத் தந்தாள் ஒருத்தி. வெங்காயத்தை இரு உள்ளங்கைகளில் வைத்து நசுக்கி பாதி வெங்காயத்தைத் தந்தாள் இன்னொருத்தி. நாலைந்து பச்சை மிளகாய்களை இவள் பங்கு ரொட்டி மேல் ஒருத்தி வைத்தாள்.

பலநாள் பழகியவர்கள் போல அவளைப் பற்றிக் கேட்டபடி தங்களைப் பற்றிச் சொன்னார்கள். பெயர்களைக்

கூறினார்கள். மீனாபாயி, ருக்மணிபாயி, சவிதாபாயி. துவையலும், வெங்காயம் பச்சைமிளகாய்க் கடியுமாகத் தினைமாவு ரொட்டி தொண்டையில் ருசியுடன் இறங்கியது. சாப்பிட்டு முடிந்ததும், மீனாபாயி இடுப்பிலிருந்த சுருக்குப் பையிலிருந்து புகையிலையை எடுத்து, உள்ளங்கையில் வைத்து, கட்டை விரலால் கசக்க ஆரம்பித்தாள்.

"வேணுமா?" என்றாள் இவளிடம்.

"இல்ல. பழக்கமில்ல. இது உடம்புக்கு நல்லதில்ல தெரியுமா?" என்றாள் செந்திரு.

செந்திரு என்ற பெயரைக் கூற முடியாமல் செந்தியா பாயி என்று இவளை விளித்து,

"ராவ்தே பாயி. உடம்புக்கு நல்லதில்லேனா இத்தனை ருசி அதுக்கு ஏன் அந்த தேவ் வெச்சிருக்காரு?" என்றாள். வாயில் சுரந்த உமிழ் நீரைத் துப்பினாள்.

செந்திருவின் அம்மா கூறும் அதே பதில். அம்மாவுக்கும் புகையிலைப் பழக்கம் உண்டு. எங்கு சென்றாலும் ஒரு வெற்றிலை பாக்கு புகையிலைக் கடையைத் தேடி அவள் கண்கள் அலையும். "வாய் நமநமன்னு இருக்குது" என்பாள். "வேண்டாமே" என்றால், "நான் புகையிலை போட்டா உனக்கு ஏன் உறுத்துது?" என்பாள். அப்பா ஒன்றும் சொல்லமாட்டார். அவர்தான் சிகரெட் பிடிப்பவராயிற்றே! "தானிகி தீனி சரிப்போயிந்தி" என்பாள் அம்மா தெலுங்கில். தன் பெற்றோர்களுடன் பல இடங்களில் வசித்தவள். கேரளத்திலிருந்து புகையிலையும், ஆந்திரத்திலிருந்து இசைப்பற்றும் வந்தது என்பாள். "நல்ல வேளை செந்தூ, ஆந்திராவுலே சில இடங்கள்ல பெண்கள் பெரியபெரிய சுருட்டுப் பிடிப்பாங்களாம், அந்தப் பழக்கம் வரல உங்கம்மாவுக்கு" என்பார் அப்பா. "இப்பவும்தான் என்ன? க்யூபாலேந்து ஒரு ஹவானா சுருட்டுப் பெட்டி கொண்டாங்க. சுருட்டுப் பிடிச்சுக் காட்டுறேன்" என்பாள் அம்மா. அவளுக்கும் திருமலையின் அம்மாவுக்கும் இதில் ஏக ஒற்றுமை. இடையில் திருமலையின் அம்மாவுக்கு உடம்பு சற்றுச் சுகமில்லாமல் போனபோது செந்திரு அவள் புகையிலையை நிறுத்தினாள். வெற்றிலைப் பெட்டியைத் திறந்து பார்த்துப்பார்த்துப் பொருமுவாள். "இங்க பாரு, ராசாத்தி. என்னைப் பட்டினி வேணா போடு. புகையிலை இல்லாம அடிக்காத" என்று தாடையைப் பிடித்துக் கெஞ்சுவாள்.

ருக்மணிபாயி பீடியைப் பற்றவைத்து வலிக்க ஆரம்பித்தாள். "ஏய், புகையை என்மேல விடாதே" என்றுவிட்டு, சவிதாபாயி நகர்ந்துகொண்டாள். சற்றுத் தள்ளிப்போய் கையை மடித்துப் படுத்துக்கொண்டாள். இரண்டடி தள்ளி செந்திருவும் படுத்துக் கொண்டாள்.

'செந்தியாபாயி' இங்கே என்ன செய்கிறாள் என்று விசாரித்தாள் சவிதாபாயி. தான் சும்மா தனியாக வந்திருப்பதாகக் கூறியதும், திருமணமாயிற்றா, குழந்தைகள் உண்டா, கணவன் எங்கே என்று தொடர்ந்து கேட்டுக்கொண்டே போனாள்.

பீடி குடித்து முடித்த ருக்மணிபாயி, சவிதாபாயியை அதட்டினாள்.

"ஏய் சவிதாபாயி! உன் புருஷனுக்கு அடுத்த பெண்டாட்டியா தேடறே? கேள்வி மேல கேள்வியா கேட்டுக் கிட்டு!"

"ஆமா. செந்தியாபாயிக்கு கல்யாணம் கட்டற வயசு. அந்தக் குடிகாரனுக்கும் இன்னொரு பெண்டாட்டிதான் கேடு!" சவிதாபாயி எழுந்து உட்கார்ந்து கொண்டு தலையை அவிழ்த்து முடிந்து கொண்டாள்.

செந்திரு சிரித்தபடி எழுந்துகொண்டாள். குழந்தைகள் வெளி நாட்டில் படிப்பதாகவும், புருஷன், குழந்தைகள் எல்லோரையும் விட்டுவிட்டுத் தனியாக இருக்க வந்திருப்பதாகவும் கூறினாள்.

"அப்படியா? சரிதான்" என்றுவிட்டு அவர்கள் போக முற்பட்டார்கள். விடுதிப் பக்கம் வந்தால் அவளைப் பார்ப்பதாகக் கூறிவிட்டு, விறுவிறுவென்று நடந்து போனார்கள்.

மயில் எப்போதோ போய்விட்டிருந்தது. அதன் நடனம் மட்டும் நீலமும் பச்சையுமாய் மனதில் ஓடியது.

விடுதியை நோக்கி நடக்கலானாள்.

மயில்தான் திருமலையின் வியாபாரச் சின்னம். நீண்ட தோகையைத் தரையில் பரப்பிப் பக்கவாட்டில் நிற்கும் ஆண் மயில். திருமலையின் அப்பாவுக்கு விபூதி, குங்கும வியாபாரம் தான். அவர்கள் குடும்பத்தின் குரு போன்ற சாமியார் ஒருவர் தந்த சின்னம் மயில். மயில்கழுத்துப் பச்சை நிறத்தில் ஒரு துணிப்பையில் விபூதி பொட்டலங்களும், குங்கும டப்பாக்களுமாகத்தான் முதலில் திருமலையைச் சந்தித்தாள். பம்பாயில் இவள் பெரியம்மா வீட்டில் கூடிய பெண் சங்க அங்கத்தினர்கள் ஆர்டர் தந்ததை கொண்டு வந்திருந்தான். மோட்டார் பைக்கில் வெகு தூரம் வந்திருக்க வேண்டும். களைத்திருந்தான். தண்ணீர் கேட்டான் குடிக்க. ஒரு கிளாசில் ஜில்லென்ற நீரும், இன்னொன்றில் எலுமிச்சம்பழ சர்பத்தும் எடுத்துக் கொண்டு போய்க் கொடுத்தாள் பெரியம்மா கூறியபடி. சகஜமாகச் சிரித்தபடி, "பம்பாய் சுத்திப் பார்க்க வந்தீங்களா?" என்றான்.

"இல்ல. மேல படிக்க வந்திருக்கேன்" என்றாள்.

அம்பை

“என்ன படிக்க?”

“எம்.எஸ்ஸி. டெக்ஸ்டயில்ஸ்.”

“செய்யுங்க.” கிளாசைக் கீழே வைத்தான்.

“நீங்க என்ன செய்யறீங்க?” என்றாள்.

“வியாபாரம்தான். அப்பாவோட. பி.எஸ்ஸி. வரைக்கும் படிச்சேன். அப்பாவுக்கு உடம்பு முடியலை. நான் எறங்கிட்டேன் இதுல. என் தங்கச்சி எம். ஏ. பண்ணுறா.”

“எங்க?”

“இங்கதான்” என்றான்.

பெரியம்மா வந்து, “என்ன திருமலை, அம்மாவையும் தங்கச்சி யையும் அழைச்சிட்டு வரக்கூடாதா?” என்றாள்.

“இல்ல. அம்மாவுக்கு உடம்பு சொகமில்ல.”

“என்ன சொகமில்ல? பாத்து ஒரு வருஷமாச்சுது” என்றாள்.

“சும்மா களைப்புதான். கூட்டியாரேன் ஒரு நாளு” என்றான்.

“இவ செந்திரு” என்றாள் பெரியம்மா.

“பேசிட்டிருந்தோம்” என்றான்.

“வரேன்” என்றுவிட்டுப் போனான்.

மேம்போக்கான உரையாடல்தான். ஆனால் அவன் மனத்தில் நின்றான். நெடுநெடுவென்று உயரம். கரிய மேனி, பளீரென்ற வெள்ளைப் பின்னணியில் மினுமினுத்த கறுப்புக் கண்கள். உதட்டைச் சற்றே மறைத்த மீசை. கடைந்தெடுத்தாற் போல் உடம்பு. உப்பிப் பருக்காத அடக்கமான பிருஷ்டங்கள். கால்சராயின் பின்பாகம் பிதுங்கி வழியாமல், சற்றுத் தொள தொளத்ததுபோல் அதில் மடிப்பு விழச் செய்யும் பிருஷ்டங்கள். ஆண்களுக்குப் பின்பாகம் முறுக்கிக் கட்டினாற் போல் அமுங்கி இருக்க வேண்டும் என்பது இவள் அபிப்பிராயம்.

அப்பாவுக்கு எழுதினாள் அவனைப் பற்றி. அவன் தன் சொந்த வியாபாரத்துக்காக உழைப்பது பிடித்திருக்கிறது என்றாள். அவன் ஆடம்பரமற்ற எளிமை அவளை ஈர்க்கிறது என்று எழுதினாள். கொல்லென்று பூத்த காப்பி மலர்களிடையே இருந்த அப்பாவுக்கு விபூதி குங்கும சமாசாரம் ஒத்துவரவில்லை. கண்டுகொள்ளாமல் இருந்தார்.

இவள் எம்.எஸ்ஸி முடிப்பதற்குள் திருமலையுடனும் அவன் குடும்பத்துடனும் நல்ல பழக்கம் ஏற்பட்டுவிட்டது. மீண்டும் அப்பாவுக்கு எழுதினாள். அப்பா தொலைபேசியில் தொடர்பு கொண்டார்.

"என்ன செந்தூ, காதலா?"

"ம்."

"மீசை இருக்கா அவனுக்கு?"

"ம்."

"என் வீட்டுல ஒரு வில்லு இருக்கு, வந்து முறிச்சாத்தான் கல்யாணம்னுட்டுச் சொல்லிடு."

"போங்கப்பா."

"எப்படி இருக்கான் பாக்குறதுக்கு?"

"பச்சைமா மலை போல் மேனி..." என்று மெல்லப் பாடினாள்.

அப்பா சிரித்தார்.

மத்தியான வெய்யில் தகிக்காமல் விருட்சங்கள் நிழல் பரப்பின. வேகநடை போட்டு நடந்தாள். மயில் கண்ணில் படவில்லை எங்கும்.

❍ ❍ ❍

முற்றத்தில் தவழ்ந்த போதெல்லாம் குழந்தை சீதையின் கண்களில் பட்டபடி அது கிடந்தது. அந்த வில். கனமான வில். அதன் மேல் சாய்ந்தபடியும் அதைத் தொட்டபடியும் தான் அவள் நடை பயின்றாள். நினைவு வந்த நாளிலிருந்து அதை சிவன் வில் என்று அறிந்து கொண்டாள்.

பகலிலெல்லாம் காட்டினுள் ஓடியாடுவதுதான் பொழுது போக்கு. தேன்போல் இனிக்கும் நீர் உள்ள சுனை, அல்லியும் தாமரையும் பூத்த குளங்கள், நன்றாகப் பழுத்தப் பலாப்பழம் பிளந்து கிடக்கும் மரங்கள், மான்கள் நீர் பருக வரும் ஓடைகள், தேனடைகள் தொங்கும் பாறைகள், ஓய்வெடுக்க வாகான நிழல் பரப்பும் தருக்கள் இவை அனைத்தும் உள்ள இடங்கள் அவளுக்குத் தெரியும்.

ஒருநாள், வீட்டில் இருந்து அன்னைக்கு உதவ வேண்டும் என்று தீர்மானம் செய்துகொண்டாள். அன்னை ஓய்வெடுக்கும் போது பசுஞ்சாணம் கொண்டு பெரிய முற்றத்தை மெழுக ஆரம்பித்தாள். வில்லின் அருகில் வந்ததும், ஒரு கையால் வில்லைத் தூக்கிப் பிடித்து, இன்னொரு கையால் அதன் கீழே மெழுக ஆரம்பித்தாள். மெழுகிவிட்டு வில்லைக் கீழே வைக்கும்போது தந்தை உள்ளே வந்தார். வியப்பில் விரிந்தன அவர் கண்கள்.

சாணக் கையுடன் இருந்த அவளை எழுப்பி நிற்க வைத்து அணைத்துக்கொண்டார்.

"யாரும் தூக்க முடியாத வில்லை என் மகள் ஒரு கையால் தூக்கிவிட்டாள். இதைத் தூக்கி முறிப்பவன் தான் உன்னை மணக்கலாம்" என்றார்.

வில்லைத் திரும்பிப் பார்த்தாள்.

வில்லை முறித்தவனைத்தான் மணந்தாள். ஆனால் அவன் அவளுக்குப் புதியவனல்ல. ஒரு மாலை கனிமரங்கள் உள்ள தோட்டத்திற்குக் கனி கொய்யப் போனவள் அங்கு தருக்களின் நடுவே நின்றுகொண்டிருந்த ஒரு யுவனைப் பார்த்தாள். இருவரும் ஒருவரையொருவர் பார்த்துக்கொண்டனர். அவன் தன் கைகளை விரித்த போது தன்னையறியாமல் அவன் அணைப்பில் புகுந்து கொண்டாள். பிறகு, தன் கைவளையல்கள் இந்த அணைப்பில் உடைந்தால் அவள் என்ன விளக்கம் தரமுடியும் என்று கூறித் தன்னை அணைப்பிலிருந்து விடுவித்துக்கொண்டாள். வீடு நோக்கி ஓடினாள். வாயிலில் தயங்கி நின்றாள். அவள் கண்கள் ஏன் சிவந்திருக்கின்றன, அவள் முகம் ஏன் வாட்டம் கண்டிருக் கிறது என்று கேட்டாள் அவள் அன்னை. அன்னை தன்னைக் கடிந்தாலும், தண்டித்தாலும், வீட்டைவிட்டே வெளியேற்றினாலும் அதை ஏற்கச் சித்தமாகயிருப்பதாகக் கூறி, அவள் ராமனைக் கனிவனத்தில் சந்தித்ததையும், அவன் அணைப்பில் இருந்ததையும் வெளிப்படையாகக் கூறினாள். அதே ராமன்தான் வில்லை முறித்து அவளை மணக்கப்போகிறான் என்பது உறுதி என்று அவளைச் சமாதானப்படுத்தினாள் அன்னை.

வில்லை முறித்தான். சீதையை மணந்தான்.

விளக்கு ஏற்றும் நேரம் ஆகிவிட்டது. எழுந்துகொண்டாள் சீதை. லவனும் குசனும் தங்கள் வில் அம்புகளோடு உள்ளே ஓடி வந்தனர். ஒரு மான்குட்டியைத் தொடர்ந்து ஓடி, காட்டில் வெகுதூரம்வரை போய்விட்டதாய் மூச்சிறைக்கக் கூறினர். மான் எவ்வளவு அழகு, அதன் கண்களில் எவ்வளவு மருட்சி என்று வியந்துபோயினர். ஓடும் மானை ஓட விட்டு விட வேண்டும், துரத்தக் கூடாது என்றாள் சீதை.

O   O   O

மாலையில் வந்த தேநீரில் இஞ்சி மணம் வீசியது. காலையில் மேற்கொண்ட நீண்ட நடை உடம்பில் ஒரு சுகமான அசதியை ஏற்படுத்தியிருந்தது. சூடான தேநீர் ஒத்தடம்போல் இருந்தது. மத்தியானத் தூக்கக் கிறக்கம் இன்னும் போகவில்லை.

விடுதிக்குத் திரும்பியவுடனேயே திருமலையுடன் பேச நேரிட்டது. மூன்று முறை தொலைபேசி மூலம் தொடர்பு கொண்டதாகவும் அவள் இல்லையென்றதும் கவலைப்பட்டு விட்டதாகவும் கூறினான்.

"கவலை ஏன் படணும்? நான் கொஞ்ச தூரம் நடந்துட்டு வரலாம்னுட்டுக் கிளம்பினேன். அப்படியே ரொம்ப தூரம் போயிட்டேன்."

"இப்பிடிப் பிசாசு மாதிரி ஏன் அலையணும்? அங்க ஏதாவது புளியமரம் இருக்குதா பாரு. அதுதான் உனக்குச் சரியான இடம்."

"புளியமரத்துப் பிசாசா நான்?"

"ஆமா. முரட்டுப் பிசாசு. மோகினிப் பிசாசு. சாப்பிட்டியா?"

"ம். வழியில நாலஞ்சு ஆம்பிளைகளைப் பாத்தேன். அப்படியே லபக்குனு முழுங்கிட்டேன்."

"முழுங்கறவதான் நீ. என்னை முழுங்கினது பத்தாதா?"

"முழுங்கினேன். ஜீரணம் ஆகல."

"ஏனாம்?"

"கொழுப்பு ஜாஸ்தி இல்ல? அதனாலதான்."

சிரித்தான்.

"வள்ளி, கார்மேகம் ரெண்டு பேரும் ஃபோன் போட்டாங்க" என்றான்.

"என்னவாம்?"

"கார்மேகத்துக்குக் கனடா போகணுமாம் அடுத்த வாரம். அங்க போறப்ப தங்கச்சியைப் பார்ப்பேன்னுட்டுச் சொன்னான். வள்ளியும் அண்ணன் வரப்போகுதுன்னுட்டுச் சொல்லிச்சு. அம்மாவோட பேசணும்னாங்க ரெண்டு பேரும்."

"வெச்சிடவா?"

"ஏன்?"

"பணம் செலவாகுது இல்ல?"

"எப்ப வரதாக?"

"தெரியலை" என்றாள். தனிமையில் அவனைப் பெயரிட்டு அழைப்பதுபோல மீண்டும் ஒருமுறை கூறினாள்: "தெரியலை திருமலை." வேகமாக மூச்சை உள்ளிழுக்கும் ஓசை எதிர்முனையில் கேட்டது.

"என்னதான் நினைச்சுட்டிருக்க நீ?"

“நான் லேசாகணும். நான் லேசாகணும்.”

“இங்க வந்திடு. வந்திடும்மா.”

“இல்ல. தனியாத்தான்...”

“தனியா அந்தக் காட்டுலயா?”

“ஆமா. காட்டு வழியானாலும் கள்ளர் பயமானாலும்...”

மௌனம்.

தினமும் அழைக்கப் போகிறான். வந்துவிடு எனப் போகிறான். காலணிகளை அணிந்துகொண்டு மேற்குப் பக்கம் நடக்கத் தொடங்கினாள். பத்தாம் மாதமே அவள் நடக்க ஆரம்பித்துவிட்டாளாம். பதினோராம் மாதம் பம்பாயில் பெரியம்மா வீட்டுக்கு வந்திருந்தபோது தெருவைக் கடந்து எதிரே சிவாஜி பார்க்கினுள்ளே தனியாகப் போய்விட்டாள். காக்கி உடை அணிந்த சிறுவர்கள் ட்ரில் செய்து கொண்டிருந்தது இன்னமும் நினைவில் இருக்கிறது. எறும்புப் புற்றின் மேல் நின்றுகொண்டிருந்ததும், எறும்பு காலைக் கடித்ததும், அதன் வலியும் மறக்கவில்லை. ஏதாவது ஒன்று என்றால் விடுவிடுவென்று நடக்க ஆரம்பித்துவிடுவாள். “அவ காலை எறும்பு கடிக்குது. அதான் ஓடறா” என்று கேலிசெய்வார்கள் வீட்டில். அம்மா இறந்தபோதும், அப்பா இறந்தபோதும் கால்கள் வீங்கும் வரை நடந்தாள். திருமலையும், வெளிநாட்டிலிருந்து வந்திருந்த தம்பியும் வலுக்கட்டாயமாகப் பிடித்துக் கூட்டிக்கொண்டு போனார்கள்.

எங்கு பார்த்தாலும் எறும்புப் புற்றுகள். சற்று வேறுவழியில் போய்விட்டால், சற்று விலகிப் போய்விட்டால் உடனே காலைக் கடிக்கும் எறும்புகள். பல ஊர்களில், வனாந்திரங்களில் பயமின்றி அலையவேண்டும். கிடைக்கும் திண்ணையில் படுக்கவேண்டும். இரவில் தாரகைகள் மின்னும் கரிய வானத்தைப் பார்த்தபடி உரத்த குரலில், அடிவயிற்றிலிருந்து குரலெழுப்பி, எந்த நோக்கமுமின்றி, எந்தக் கடவுளையும் நினைக்காமல், “பட்டுக் கருநீலப் புடவை பதித்த நல் வயிரம், நட்ட நடுநிசியில் தெரியும் நட்சத்திரங்களடீ ...” என்றோ, வார்த்தை ஒலிகள், தாளம் இவற்றின் சுகத்துக்காக, காவடிச்சிந்து மெட்டில், “காலமாம் வனத்திலண்டக் கோலமா மரத்தின் மீது காளிசக்தியென்ற பெயர்கொண்டு ரீங்காரமிட்டுலவுமொரு வண்டு” என்றோ பாடவேண்டும். கண்ணில் பட்ட குளத்தில் முங்கியெழவேண்டும்.

திருமலையின் தந்தை,

தொந்தி சரிய மயிரே வெளிற நிறை
தந்தமசைய முதுகே வளைய இதழ்

தொங்க ஒருகை தடிமேல் வர மகளிர்
நகையாடி . . .

என்று ஆரம்பித்து,

மங்கையழுது விழவே யமபடர்கள்
நின்று செறுவ மலமே ஒழுக உயிர்
துஞ்சு பொழுது கடிதே மயிலின் மிசை
வரவேணும்

என்று உருகிஉருகிப் பாடுவார். எல்லாத் தரிசனங்களும், தேடல்களும், வயதான பிறகுதான். ஆண்களுக்குதான். இவள் ஆயிரம் விளக்கங்கள் தரவேண்டும். சாக்குச் சொல்ல வேண்டும். இல்லை கண்ணனையோ, சிவனையோ வரித்துவிட வேண்டும். "மோரேதோ கிரிதர கோபால", "வாரணமாயிரம்", "தலைப் பட்டாள் நங்கை தலைவன் தாளே" என்று தஞ்சமடைந்து விடவேண்டும். உடனே முக்தி. ஒளியுடன் ஒன்றிப்போகலாம். புஷ்பக விமானப் பயணங்கள் எல்லாம் ஆண் பக்தர்களுக்கு. துகாராமுக்கு வரும். ஜனாபாயிக்குக் கிடையாது. ஸ்தூல வடிவில் தரிசனங்கள், வானூர்தி என்று எந்த இலக்கும் இல்லை அவளிடம். ஏதோ ஒரு விஸ்தரிப்பை அவள் அடைய நினைத்தாள். எல்லா எல்லைகளும் உடைபடும் விஸ்தரிப்பு.

திருமலையின் அப்பா மனிதாபிமானம்• உள்ளவர். நாணயஸ்தர். திருமலை ஏதாவது கேட்டால், "வாக்குக் குடுத்திட்டேன் தம்பி" என்பார். அது அவர் வாயிலிருந்து நிதம் வரும் சொல். திருமலையின் அம்மா ஜாடிக்கேற்ற மூடி. அவள் மேற்பார்வையில்தான் விபூதி குங்குமம் தயாராகியது. இவர்கள் திருமணம் நடந்த உடனேயே பெரியவர் பொறுப்பி லிருந்து விலகிக் கொண்டார்.

"ஏம்பா, மகன் கல்யாணம் ஆனதும் பொறுப்புலேந்து வெலகிக் கிடுவேன்னுட்டு வாக்குக் குடுத்திட்டீங்களா யாருக்காச்சும்?" என்று கேலி செய்தான் திருமலை.

"ஆமா, குடுத்திட்டேன், உங்க அம்மாவுக்கு" என்றார். செந்திருவை அழைத்து, "இதப் பாரும்மா, ஒரு கதை சொல் வாங்க. தசரதன் கையில் முள்ளு குத்துகிச்சாம். விண்விண்ணு னுட்டு வலி தெறிக்குதாம். தாங்க முடியாம துடிக்கிறப்போ கைகேயி வந்து, மெள்ளமெள்ள முள்ளை வெளியே எடுத்திட் டாளாம். உடனே, எது வேணா தரேன்னுட்டு வாக்குக் குடுத்திட்டாராம். அந்த மாதிரி உன் மாமியார்க்காரி முதுகு தேச்சபோது, தலைக்கு எண்ணெய் வச்சபோது, தலைவலிக்குப் பிடிச்சுவிட்டபோதுன்னு ஏகப்பட்ட வாக்குக் குடுத்திட்டேன். இப்ப கழுத்தை நெருக்குறா. இப்படியே கொடக்கானல், ஊட்டி,

குற்றாலம் அப்படீன்னு ஊர் சுத்தப் போவோங்கறா" என்று கூறிவிட்டுச் சிரித்தார்.

"வெக்கங்கெட்ட மனுசன்" என்று கூடச்சேர்ந்து சிரித்தாள் திருமலையின் அம்மா.

மெள்ளமெள்ள வியாபாரத்தைத் தயார் மசாலாப்பொடி யின்புறம் திருப்பிப் பின்பு பட்டுத்துணி, ஆயத்த ஆடைகள் என்று பலவாறு விரிவடையச் செய்யத் திருமலையுடன் அயர்வின்றி உழைத்தாள். ஓட்டப் பந்தயத்தில் எல்லையைத் தொட ஓடுவதுபோல் வியாபாரக் காட்டினுள் ஓட்டம் ஒரு பதினான்கு ஆண்டுகள். கனடா வரை எட்டியாகிவிட்டது. முற்றிலும் வேறுபட்ட தோல் வியாபாரத்தில் கடந்த எட்டு ஆண்டுகள். தோல்பை, பெட்டி, கைப்பை, தோள்பை, சில்லறை வைக்கும் சிறுபை என்று இவளாக முன்நின்று பெருக்கினாள் வியாபாரத்தை. அதில் அவளைச் சமபங்குக் கூட்டாளியாக்குவ தாகப் பேச்சு. அது முடியாமல் போயிற்று. உடனே ஒரு வெறி வந்தது நடக்க. நீண்டநீண்ட தூரம் நடக்க. வியாபாரத்தி லிருந்து புறக்கணிக்கப்பட்ட அந்த நிகழ்வு ஒரு காரணமில்லை. நிமித்தம்தான்.

எதிரே சூரிய அஸ்தமனம் ஓர் ஒலியில்லா நாடகம் போல் நிகழ்ந்துகொண்டிருந்தது. வண்ணக் கலவைகளை வானில் பூசிவிட்டு, மிகமிக மெள்ள இறங்கிக் கொண்டிருந்த சிவப்பு உருண்டை திடீரென்று காணாமல் போயிற்று. வானில் அதன் ஈவு. உட்கார்ந்து கொண்டாள். நேரம் போனது தெரிய வில்லை. பேச்சுக் குரல்கள் கேட்டன.

ருக்மணிபாயும், சவிதாபாயும் குடங்களோடு வந்து கொண்டிருந்தனர். வீட்டில் குடிக்கும் தண்ணீர் தீர்ந்து விட்டதாம். அவர்களுடன் நடந்தாள். அருகிலேயே ஒரு சிறு பள்ளத்தில் நீர். கட்டிவைத்தது போல், அசைவு இல்லாமல் தெளிவாய்த் தெரிந்தது. நிலா வெளிச்சத்தின் ஒளிக்கற்றைகள் சிதறிக் கிடந்தன அதன்மேல். ஒளிக்கற்றைகளின் இடையே நிலா சுத்தமாகத் தெரிந்தது. நிலவைப் பிடித்து வைத்துக் கொண்டு நின்றது நீர். ருக்மணிபாயி குடத்தை முக்கியதும் நிலவு கலைந்து சிதறி நீரெங்கும் ஓடியது. குடத்தை நிமிர்த்தி வைத்ததும் அதன் குறுகிய வாயினுள் நிலவு. சவிதாபாயி தன் குடத்தை முக்கி விட்டு நிமிர்த்தினாள். அதனுள்ளும் நிலவு மிதந்தது. பள்ளத்திலுள்ள நீர் மீண்டும் எந்த அசைவும் இல்லாமல் நிலவுடன் கிடந்தது.

சவிதாபாயுடனும் ருக்மணிபாயுடனும் திரும்பி விடுதி நோக்கி நடக்க ஆரம்பித்தாள். அவர்கள் இடுப்பில் இருந்த

குடங்களில் மிதந்தபடி வந்தது நிலவு. இடையில் அவள் தாகம் என்றதும் ஏந்திய அவள் கைகளில் நீரை சவிதாபாயி ஊற்ற, நிலவு அவள் கைகளில் ஒரு வினாடி அடங்கி, சிறிது வாயினுள் போய், சிறிது விரல்களூடே வழிந்து போயிற்று. ஏந்திய கைகளில் உள்ள நீரில் நிலவை அவள் ஒரு வினாடி பார்த்து விட்டு, தண்ணீரைக் குடித்தபின்பு பார்வையைக் குவிந்த கைகள் மேல் மீண்டும் ஓடவிட்டதும், சவிதாபாயி சிரித்தாள்.

"போயிட்டது பாயி. தண்ணி இல்லேன்னா சந்திரமாவும் இல்ல" என்றாள்.

ஆமாம். காட்டில் உள்ள சிறு வீடுகளின் திறந்த முற்றத்தில் உள்ள தண்ணீர்க் குடங்களிலோ, தண்ணீர் ஒழுகித் தேங்கிய குட்டை களிலோ எண்ணற்ற நிலவுகள். ஒரு சிறு பாத்திரத்தை வைத்தால் அதில் கூட பைசா அளவு நிலவு மிதக்குமோ என்னவோ. தண்ணீர் இருக்கும்வரை மிதக்கும் நிலவுகள். அள்ளஅள்ள நீரில் வந்து, ஒழுக ஒழுக ஓடிவிடும் நிலவுகள். ஆகாயத்தினின்றும் இறக்கப்பட்ட நிலவு. விஸ்தரிப்பு. நிலவின் விஸ்தரிப்பு. உடலில் ஒரு தண்மை பரவியது. நிலவை உண்டவள் அவள். உண்டுவிட்டு, வானில் மீதமும் வைத்தவள்.

விடுதியை எட்டியதும் விடைபெற்றுக்கொண்டு விரைந்தனர் அவர்கள் இருவரும். சாப்பாட்டு அறையில் அவளுக்கான உணவு மூடி வைக்கப்பட்டு இருந்தது. சாப்பிட்டு விட்டு அறைக்குப் போய் விளக்கைப் போட்டாள். மேசையின் முன் அமர்ந்தாள்.

O O O

வாழ்வின் பெரும் பகுதி அடவியில் கழிந்துவிட்டது சீதைக்கு. பூக்களையும், பழங்களையும் இலைகளையும் கொய்து விளையாடிய சிறுமிப் பருவத்தின் வனம் பல ரகசியங்களை உள்ளடக்கிய அற்புதமாக இருந்தது. பிறகு கணவனுடன் வாழ்ந்த புகலிடம். பல அனுபவங்களை உருவாக்கிய இடம். வெகுளிப் பெண் சீதை. குளத்தில் குளிக்கப் போனபோது, தெள்ளென்ற நீரில் தன் உருவத்தைப் பார்த்து முதல் முறை ஓடோடி வந்து குளத்தினுள் நிலவும், தேனீக் கூட்டமும் இருப்பதாக வந்து கூற, ராமன் அவளுடன் வந்து, அது அவள் முகம், தேனீக்கூட்டம் என்று அவள் நினைத்தது சுருண்டு சுருண்டு பறந்த அவள் கூந்தல் என்று சொல்ல வேண்டிய தாயிற்று. இன்னொரு முறையும் அது நடந்தது. இந்த முறை தெளிந்த நீரில் தெரிந்த முகம் பிரகாசமாக இருந்தது. வனப்பு மிகுந்து இருந்தது. ராமனுடன் சண்டையிட ஓடினாள். ஏக பத்தினி என்று கூறுவ

தெல்லாம் எவ்வளவு பொய், இன்னொரு பெண்ணை அவன் மறைத்து வைத்திருக்கிறான் என்று குற்றம் சாட்டினாள். ராமன் மீண்டும் அவளுடன் வந்து முதலில் அவளை நீரில் பார்க்கச் சொன்னான். அந்தப் பெண்ணின் எழிலுருவம் தெரிந்தது. அந்தப் பெண்ணின் மணாளனைக் காட்டுகிறேன் என்று கூறி அவன் அவளருகில் வந்து நிற்க, அப்பெண்ணின் உருவத்தின் அருகே ராமனின் உருவம் தெரிந்ததும் தன் உருவம் புரிந்தது. வெட்கினாள். அவன் முழுவதும் தனக்குரிய வனாக இருக்க வேண்டும் என்று நினைத்தாள் அவள். சிறையிருந்ததும் ஒரு வனம்தான். இப்போது அடைக்கல மாகி இருப்பதும் வனம்தான்.

எவ்வளவு தீவிரத்துடன், மகவின் பிடிவாதத்துடன் அவள் ராமனை மட்டுமே நினைத்திருந்தாள் அந்த வனச்சிறையில்? யுத்தம் முடிந்த அன்று போர்க்களத்தில் பலர் எதிரே ராமன் கூறியது என்ன? அனுமன் மூலம் அலங்கரித்துக்கொண்டு வரும்படி கூறியதும் அசோக வனத்தில் எப்படி இருந்தாளோ அப்படியே வருவதாகத் தானே அவள் கூறினாள்? வற்புறுத்தி அலங்கரிக்கப்பட்ட போதுகூட அங்கிருந்த எதிலும் அவளுக்கு நாட்டமில்லை. மரத்தின் கீழே அவள் அமர்ந்திருந்த இடத்தின் அருகே ஒரு கல் இருந்தது. உடலெல்லாம் வறண்டுபோய், மீட்கப்பட்டு அயோத்தி செல்லும் நாளை எண்ணி ஏங்கும் போது, சந்தனம் அரைக்க அந்தக்கல் எவ்வளவு உபயோகமாக இருக்கும் என்று எண்ணியதுண்டு. அதை அனுமனிடம் கூறியதும் அவன் கல்லைக் கெல்லி எடுக்க முயன்றான். பெரியவர் ஜாம்பவான் தடுத்து, விபீஷணனிடம் நாட்டைத் தந்தாகி விட்டது, அதிலிருந்த எதுவும் அவள் கேட்காமல் பெறக்கூடாது என்ற பொருளில், கொடுத்துவிட்ட ஒன்றைத் திரும்ப வாங்கக் கூடாது என்றார். மானையும், கனியையும், பூவையும் இச் சித்த பெண் அவள். ராச்சிய சுகங்களைத் துறந்தவள். காட்டையே துணையாக்கிக் கொண்டவள். அத்தனை பெரிய இலங்கையிலிருந்து ஒரு கல்தான் வேண்டும் என்று கேட்டாள். ஓர் அரச குமாரியின் கம்பீரத்துடன் அவள் நடந்துகொள்ளவில்லை என்று சொல்கிறாரோ என்று வெட்கப்பட்டாள்.

பலர் இறந்து கிடந்த பெரிய போர்க்களத்தில் அவள் கால்கள் பின்னிக்கொண்டன. தான் ஒருத்தி மீட்கப் படவா இத்தனை சாவு என்று எண்ணினாள். பலர் முன்னிலையில் ராமன் தன்னை ஒரு காட்சிப்

பொருளாக்குவதாகத் தோன்றியது. யார் கண்ணிலும் படாமல் பாதுகாப்புடன் அசோகவனத்தில் இதுகாறும் இருந்தவள், எல்லாப்புறமும் திறந்து கிடந்த போர்க் களத்தில், சண்டையிட்ட களைப்புடனும், காயத்துடனும் நின்ற, அவள் அறியா பல ஆண்கள் நடுவே, அவளைப் பார்க்க முந்தும் கூட்டத்தின் இடையே எந்தத் துயரும் படாதவள் போல் அலங்கரித்துக்கொண்டு, 'மீட்கப் பட்டவள் நான்' என்று பிரகடனப் படுத்திக்கொண்டு சென்றாள். அத்தனை அலங்காரமும் ராமனை மகிழ் விக்க அல்ல என்று பிறகு தெரிந்தது. அவளைச் சுற்றி எட்டுத்திக்குகள் இருப்பதாகவும் அவள் எந்தத் திக்கிலும் யாருடன் வேண்டுமானாலும் செல்லலாம் என்றும் கூறினான் ராமன். அவன் போரிட்டது அவளை மீட்க அல்ல, அவன் குலப்பெருமையைக் காக்க என்றான். லக்ஷ்மணன், பரதன், விபீஷணன், சுக்ரீவன் இவர்களில் யாருடன் வேண்டுமானாலும் அவள் வாழலாம் என்றான். அவளை அரசகுமாரிபோல் நடந்து கொள்ளப் பணித்த ஜாம்பவான்களின் நாக்கு அப்போது அசைய வில்லை. தன் குலப்பெருமையை கூறியவன் அவளும் ஒரு பெருமை வாய்ந்த குலத்தவள் என்பதை மறந்துவிட வில்லையா? அவனுக்குப் போர்செய்ய வேண்டிய அவசியத்தை உண்டாக்கியது அவள் அந்தப் பெருமையைக் காக்க நினைத்ததால்தானே? இல்லாவிட்டால், அவளை அன்னை போல் கருதிய அனுமனின் தோளில் அமர்ந்து அவள் இலங்கையை விட்டு வந்திருக்க மாட்டாளா?

அனுமன் இலங்கைக்குத் தீ மூட்டினான். ராமனால் செய்யக் கூடியது துணைவி மனத்தில் தீ மூட்டுவது தான். அத்தனை நாட்களின் பிரிவுக்குப் பின்பு தன்னைப் போற்றிய லக்ஷ்மணனிடம் அவள் கூறிய முதல் சொற்கள், "லக்ஷ்மணா, தீ மூட்டு" என்பதுதான்.

எழுதி முடித்த பிறகும் அந்தக் கணம் மனதில் கனத்தது. சற்றுத் தூரத்தே லவனும் குசனும் அகலிகை சாப விமோசனக் கதையை வால்மீகி சொல்லக் கேட்டுக்கொண்டிருந்தனர். ஒரு நிகழ்வு, வதந்தியாகி, கதையாவதற்குள் எவ்வளவு மாற்றங் கள்! அகலிகையின் மனம் இறுகிப்போனது. ராமனின் பாதங்களை அவள் பணிந்ததும் அவள் மனம் இளகி மீண்டும் ஜீவ ஊற்றின் ரசங்கள் அதில் பொங்கின. ஆனால் கல்லைப் பெண்ணாக்குவதில் இன்னும் அதிக அற்புதம் கலந்த நாடகத் தன்மை இருக்கிறது என்று நினைத்தபடி எழுந்தாள்.

○   ○   ○

கிழக்கு, மேற்கு, தெற்கு, வடக்கு எல்லாத் திசைகளிலும் பல முறைகள் நடந்தாகிவிட்டது. நடக்கநடக்க முதுகின் அடியில் ஒரு குறுகுறுப்பு ஏற்பட்டது ஏதோ ஒன்று முளைக்க முற்படுவது போல. இரவில் படுக்கும்போது அது உடம்பெங்கும் பரவித் தாலாட்டியது. கிழக்கே மயில் ஆடிய ஓடையைத் தாண்டி ஒரு சிற்றருவி இருப்பதாகச் சொன்னார்கள். ஒருநாள் சிற்றருவியைச் சந்திக்கப் புறப்பட்டாள். உலர்வதற்காகத் தொங்க விடப்பட்ட கூந்தல்போல் அடக்கமான அருவி. அமர்ந்து பார்த்தபடி இருந்தபோது அருவியின் முனையில் ஒரு முகம் தெரிந்தது. சூரிய ஒளியில் உடம்பு பொன்போல் தகதகக்க, நீர் குடித்துக்கொண்டிருந்தது ஒரு மான். சிறிது குடித்துவிட்டு, தலையை அசைத்து நாற்புறமும் பார்த்தது. பிறகு மீண்டும் குடித்தது. மீண்டும் நிமிர்ந்தபோது இவளைப் பார்த்துவிட்டது. துள்ளியது. மஞ்சள் புயலொன்று சுழன்று செல்வதைப்போல் ஓடியது.

மெல்ல அருவி முனைக்குச் சென்று மான் குடித்த இடத்தில் குப்புறப் படுத்துக்கொண்டாள். வயிற்றை எக்கிக்கொண்டு அருவி நீரைக் குடித்தாள். மான் குடித்தது போலவே. வயிற்றினுள் நீர் இதுவரை அனுபவிக்காத ஒரு பாதையில் ஓடியது. தாகம் தணிந்ததும் திரும்பிப் படுத்தாள். மேலே ஆகாயம். வெளிர் நீலமாய். தோளிலிருந்த துப்பட்டா துணி காற்றில் பறந்து முகத்தின் மேல் விழுந்தது. அதனூடே ஆகாயத்தை வெறித்தாள். கண்ணைச் சொக்கியது தூக்கம்.

ரயில் வண்டியைப் பிடிக்க ஓட்டம். பாதைகளெல்லாம் ஏன் இப்படி மலையும் மடுவுமாக இருக்கிறது? யாரோ துரத்துவதுபோல் பயம் மனத்தினுள். குளம்பொலி கேட்டது. இந்த நகர வீதியில் குதிரைகளா? ரயில் நிலையத்தை எட்டி விட்டாள். கம்பிப் பிடியைப் பிடித்துக்கொண்டு ஏறியாகிவிட்டது வண்டிக்குள். மூச்சு இறைத்தது. அமரும் முன் இன்னொரு ரயில் நிலையம் வந்துவிட்டது. சன்னல் வழியாகப் பார்த்த போது சற்றுத் தூரத்தில் ஒரு பெஞ்சின் மேல் அப்பா உட்கார்ந் திருந்தார்.

"அப்பா, அப்பா, எப்படிப்பா இங்க?"

"உனக்காத்தான் காத்திட்டிருக்கேன்."

"எனக்காகவா?"

"ஆமா." அப்பா மூக்குக் கண்ணாடியை ஒரு கையால் சரி செய்தபடி அவளைப் பார்த்துச் சிரித்தார்.

"நான் எறங்க முடியாதுப்பா."

"ஏன்?"

“சாமான் இருக்குதுப்பா.”

அப்பா சிரித்தார். கையை நீட்டினார் அவள் பக்கம். அவர் கையை நீட்டியபடி இருக்க வண்டி நகரத் தொடங்கியது.

“அப்பா, அப்பா...”

திடீரென்று ஒரு வரி கூட சுஸ்வரமாகப் பாடத் தெரியாத அப்பா, சப்ளாக்கட்டையுடன் பாடுபவர்போல் அபிநயித்து, குதித்துக் கொண்டே பாட ஆரம்பித்தார். அவளுக்கு முதல் முதல் பாட்டுக் கற்றுக் கொடுத்த ராமச்சந்திர பாகவதரின் குரலில் பாட்டு வெளிப்பட்டது அப்பாவின் தொண்டையி லிருந்து. பின்னணியில் வீணையின் ஓசை. புரந்தரதாசரின் தேவர்நாமா.

“நானேக்கே படவனு, நானேக்கே பரதேசி?”

ரயில் நிலையம் ரயிலுடன் நகர்ந்து வந்தது.

ராமச்சந்திர பாகவதர் குருடர். வீணையும் பாட்டும் வீடுவீடாகப் போய்க் கற்றுக் கொடுப்பார். முதலில் அவர் வந்தபோது அம்மா, “ஒரு பாட்டுப் பாடுங்க” என்றாள். அம்மைத் தழும்பு முகத்தில் ஒரு கீற்றுப் புன்னகை பரவியது. வீணையில் சுருதி சேர்த்து, பாடிக் கொண்டே வாசித்தார். “நானேக்கே படவனு, நானேக்கே பரதேசி?” நானா ஏழை? நானா பரதேசி? புரந்தரவிட்டலன் எனும் அரிய செல்வத்தைப் பெற்ற நான் ஏன் ஏழை, நான் ஏன் பரதேசி? சிந்துபைரவியில் அமைந்த பாடல். ஏற்ற இறக்கங்கள், வளைவு சுளிவுகள் இவற்றின் ஜாலம் உடையது சிந்துபைரவி. இந்தப் பாடலில் எந்த ஜால வித்தையும் இல்லாமல் வழுக்கும் நேர்பாதை.

லீவு நாட்களில் மத்தியானம் சாப்பிட்டுவிட்டு உறங்க நினைக்கும் வேளையில்தான் அவர் வருவார். ஒரு பையன் கையைப் பிடித்து அழைத்து வருவான். மத்தியானத் தூக்கம் போன கோபத்துடன் பாவாடையை உதறிவிட்டு இசை பயில இவள் உட்கார்ந்ததும் வீணையை மீட்டுவார். “யாத்தக்கம்மா கோபா?” என்று அன்பொழுகும் குரலில் கேட்பார். தொப்பு தொப்பென்று ஒன்றன் மேல் ஒன்றாக மனத்தில் விழுந்தன அத்தனை விவரங்களும், நினைவுகளும். வெறும் சொற்களாகவும், பிம்பங்களாகவும், இணைந்தும், கலைந்தும், மிதந்தும். துண்டு துண்டுகளாக; உடைந்துஉடைந்து. சன்னல் வெளியே அப்பா பாடியபடி.

குதித்துக்கொண்டு பாடிக்கொண்டிருந்த அப்பா குருடர் போல் தடுமாறினார். ரயில் வண்டி வேகம் எடுத்தது. ரயில் நிலையம் ஓர் இடத்தில் நின்றுவிட்டது. காற்றைக் கையால் துழாவியபடி வெகு தூரத்தில் ஒரு சிறு பொட்டாக அப்பா.

பாட்டு மட்டும் செவியருகே, நானேக்கே, நானேக்கே என்று ஒலித்தபடி.

சன்னலின் வெளியே கையை நீட்டினாள், முகத்தைக் கம்பிகளின் மேல் அழுத்தியபடி.

"அப்பா... அப்பா..."

"பாயி, செந்தியாபாயி..." என்ற குரல் கேட்டது.

சட்டென்று விழிப்பு வந்தது. ருக்மணிபாயி, மீனாபாயி, சவிதாபாயி மூவரும் கீழே படுத்திருந்த அவளைக் குனிந்து பார்த்தபடி நின்று கொண்டிருந்தார்கள்.

"காய் ஜால பாயி?" என்றாள் மீனாபாயி.

எழுந்து உட்கார்ந்து கொண்டாள்.

அவர்கள் அவளைத் தேடிக்கொண்டுதான் வந்திருந்தார்களாம். அவளைத் தங்கள் வீட்டுக்கு அழைத்துப்போக விரும்பினார்கள். மூவரின் கணவன்மார்களும், குடும்பத்தினரும் ஊரில் இல்லையாம். நால்வருமாக நடக்க ஆரம்பித்தனர். கனவிலிருந்து முழுவதும் மீளாமலேயே நடந்தாள் செந்திரு. கனவின் நீட்சி போலவே தோன்றியது.

சவிதாபாயினுடைய வீடுதான் சற்றுப் பெரிய அறையைக் கொண்டது. அதனுள் நுழைந்தனர். விளக்கை ஏற்றினாள் சவிதாபாயி. பின்கதவைத் திறந்தாள்.

வீட்டைத் துப்புரவாக வைத்திருந்தாள் சவிதாபாயி. அறையின் வலதுபக்கம் இரண்டு டிரங்குப் பெட்டிகள். இடதுபக்க மூலையில் ஒரு ஸ்டவ்வும், விறகடுப்பும். பின்புறக் கதவு பாதி திறந்திருந்தது. வெளியே வாழை மரங்கள். செடியில் உலர்த்திய துணிகள். மீனாபாயும், ருக்மணிபாயும் அவரவர் வீட்டுக்கு ஓடினர் எதையோ கொண்டு வர. சற்று நேரத்தில் வந்தனர். அதற்குள் ஸ்டவ் மூட்டி சவிதாபாயி தேநீர் தயாரித்துவிட்டாள். நால்வரும் எதிரும் புதிருமாக அமர்ந்து கொண்டு தேநீர் குடித்தனர். அன்றைக்கு என்ன விசேஷம் என்றதும், அதெல்லாம் ஒன்றுமில்லை என்றும், இப்படி எப்போதாவது அவர்கள் கூடுவது வழக்கம் என்றும் சொன்னார்கள். மீனாபாயி, ருக்மணிபாயி இருவரின் கணவன்மார்களும் அவர்களை விட்டு இந்தப் பக்கம், அந்தப் பக்கம் நகர்வதே அபூர்வம் என்று கிண்டல் செய்தாள் சவிதாபாயி. பெண்களுக்கும் பிள்ளைகளுக்கும் திருமணம் ஆகி, அவர்கள் கூட தாத்தா பாட்டிகள் ஆகப்போகிறார்கள். அப்படியும் இப்படிப் பிடித்துக் கொண்டு அலையும் புருஷன்மார்கள் என்று பரிகாசம் செய்தாள்.

“சும்மா இரு” என்று அதட்டினாள் அவளை ருக்மணி பாயி செல்லமாக. ஒரு தட்டு போட்டு மூடிக்கொண்டு வந்திருந்த சிறு அலுமினியப் பாத்திரத்தைத் திறந்தாள். மசாலா தடவப்பட்ட மீன் துண்டுகள் மஞ்சளும் சிவப்புமாய். சவிதாபாயி விறகடுப்பை மூட்டி ஆழமில்லாத வாணலி ஒன்றைப் போட்டு எண்ணெயை ஊற்றினாள். மீனாபாயி அடுப்பருகே நகர்ந்து மீன் துண்டுகளைப் பொறிக்க ஆரம்பித் தாள். சவிதாபாயி வெங்காயம், பச்சை மிளகாய் இரண்டை யும் அரிந்து ஒரு தட்டில் வைக்க ஆரம்பித்தாள். ஸ்டவ்வை இன்னொரு தடவை மூட்டி, சப்பாத்திக் கல்லைப் போட்டாள் ருக்மணிபாயி. மீனாபாயி பிசைந்து கொண்டுவந்திருந்த தினை மாவிலிருந்து மாவை எடுத்து உருட்டி அடுப்பில் இருந்த சப்பாத்திக்கல் மேல் வைத்து, அடிக்கடி தண்ணீரில் கையை முக்கி, தட்டித்தட்டிச் சுட ஆரம்பித்தாள் ருக்மணிபாயி. துவையல் அரைக்கும் வேலை செந்திருவினுடையது ஆகியது. துவையல் அரைத்தபடி ருக்மணிபாயி பாக்ரி தட்டுவதைப் பார்த்தாள். அவள் வாய் ஒரு பாட்டை முணுமுணுத்தபடி இருந்தது. உற்றுக் கேட்டபோது அது பக்தை பஹினிபாயியின் ‘அரே ஸன்ஸார, ஸன்ஸார’ பாடல் என்று தெரிந்தது. சம்சாரம் என்பது அடுப்பில் வைத்த பாக்ரி சுடும் கல்; கையை முதலில் சுட்டுக்கொண்ட பிறகுதான் பாக்ரி கிடைக்கும் என்று பஹினி பாயி பாடியது. பாக்ரி சுடும் லயகதியிலேயே இருந்தது பாடல்.

எல்லாம் முடித்த பின்பு, கோதுமை மாவை எண்ணெய் விட்டுப் பிசைந்து துணியால் மூடி வைத்திருந்த தாம்பாளத்தை இழுத்து நடுவில் வைத்தாள் சவிதாபாயி. மசித்த கடலைப் பருப்பும், வெல்லமும், தேங்காயும் கலந்த பூரணத்தை எடுத்தாள். கும்மென்று ஏலக்காய் மணம் வீசியது. முதலிலேயே ஒத்திகை பார்த்து வைத்துக்கொண்டவர்கள் போல எண்ணெயில் அவ்வப் போது விரலை முக்கி எடுத்து பூரன்போளி தட்ட ஆரம்பித்தனர் நால்வரும். கொஞ்சம் தட்டுவதும் போட்டு எடுப்பதுமாய் பரபரவென்று இயங்கினாள் சவிதாபாயி. வெல்லமும் தேங்காயும் காயும் மணம் அறையில் பரவியது. பூரன் போளி களை ஒரு சிறு அடுக்கில் வைத்து மூடினாள் சவிதாபாயி. மற்ற இருவரும் பின்பக்கம் விரைந்தனர். கிணற்றிலிருந்து நீர் இறைக்கும் சத்தம் கேட்டது. செந்திருவும் பிடிதுணியில் கையைத் துடைத்துவிட்டு எழுந்தாள். மற்ற இருவரும் இடுப்பைச் சுற்றி இறுகக் கட்டியிருந்த புடவைத் தலைப்பை அவிழ்த்துப் பிரித்து, முகத்தைத் துடைத்தபடி வந்தனர். சவிதாபாயி பின்கதவை நோக்கிப்போனாள். ஒரு லோட்டா தண்ணீரைக் குடித்தாள் மீனாபாயி. செந்திருவும் ஒரு லோட்டா நீரைப் பருகுவதற்குள் சவிதாபாயி வந்துவிட்டாள். செந்திரு

வீட்டின் பின்புறம் போனபோது உடன் வந்து ஒதுங்குவதற்கான இடத்தைக் காட்டினாள் சவிதாபாயி. கிணற்றடியில் ஒரு வாளியில் தண்ணீரும், கிணற்றுக் கைப்பிடிச்சுவரில் சோப்புத் துண்டும் இருந்தது. குளிர்ந்த நீரை முகத்தில் வாரிவாரி அடித்துக் கொண்டாள். சோப்பைக் குழைத்து முகத்தில் பூசி மீண்டும் தண்ணீரால் முகம் கழுவியதும் இதமாக இருந்தது. துப்பட்டா துணியால் முகத்தைத் துடைத்தபடி எதிரே பார்த்தபோது வாழை மரங்கள், செடிகள், மூலையில் நின்ற வேப்பமரம் எல்லாம் இருளில் கோட்டோவியங்கள் போல் தெரிந்தன.

"செந்தியாபாயி . . ." என்று உள்ளேயிருந்து அழைப்பு வந்தது.

உள்ளே மூவரும் கூந்தலை இறுக்கி முடிந்தபடி இருந்தனர். நன்றாகக் கழுவிய முகத்தில் நெற்றியிலும், தாடையிலும் இருந்த பச்சைக்குத்து மினுமினுத்தது. கால்களை நீட்டிக்கொண்டு சுவரில் விச்ராந்தியாய் சாய்ந்துகொண்டனர். இவளும் உட்கார்ந்ததும் வறுத்த மீன் வைத்த தட்டை நடுவில் வைத்தாள் மீனாபாயி. ருக்மணிபாயி இரண்டு குப்பிகளை ஒரு பையிலிருந்து எடுத்து வைத்தாள் நடுவே.

"பனங்கள்" என்றாள்.

மற்ற இருவரும் கிளாஸ்களை வைத்தனர்.

"செந்தியாபாயிக்கு பனங்கள் குடிச்சுப் பழக்கம் உண்டா?" என்றாள் ருக்மணிபாயி.

முருட் – ஜஞ்ஜீரா கோட்டையைப் பார்க்கப்போன அந்த இரவிலும் பனங்கள் இருந்தது. இரண்டு கார்களில் நண்பர்களுடன் மற்றும் குழந்தைகளுடன் அலிபாக் போனார்கள். அங்கிருந்து முருட் – ஜஞ்ஜீராவுக்கு. கடல் நடுவே கோட்டை. கடற்கொள்ளைக்காரர்களின் ராச்சியமாக இருந்த கோட்டைத் தீவு. கோட்டைக்குப் போகும் படகுகளில் ஏறப் படகோட்டிகள் இவர்களைத் துரிதப்படுத்தினார்கள். இரண்டு படகுகளில் கோட்டையை எட்டிவிட்டனர். பாழடைந்து கிடந்த கோட்டையைச் சுற்றிலும் மலைப்பாம்பு போல் கனத்த சங்கிலிகள். கோட்டையைச் சுற்றிப் பார்த்து விட்டுச் சீக்கிரம் வரும்படி படகோட்டிகள் அவசரப்படுத்தினார்கள். வேகவேகமாய்ச் சுற்றிப் பார்த்துவிட்டு, திருமலையும் குழந்தைகளுமாக ஒரு படகு போய்விட்டது. பதினைந்து நிமிடங்களில் மற்றவர்கள் படகில் ஏற முயன்றபோது கடல் கொந்தளிக்க ஆரம்பித்துவிட்டது. துடுப்பால் வலிக்கப்படும் படகுகள். கடலின் கீழ் பெரிய பாறாங்கற்கள். படகோட்டிகள் படகை எடுக்கப் பயந்தார்கள். இன்னும் கொஞ்ச நேரம், கொஞ்சநேரம் என்று தள்ளிப்போட்டுத் தள்ளிப்போட்டு,

"இனி காலையில்தான்" என்றுவிட்டார்கள். அவளும் திருமலையின் சகாக்களுமாக கோட்டையின் மையப்பகுதியில் அமர்ந்துகொண்டனர். வீட்டுக்கு எடுத்துப்போக வைத்திருந்த மீன்களைப் படகோட்டி கள் எடுத்துவர, மூன்று கற்களைப் போட்டு அடுப்பு மூட்டி மீனை நெருப்பில் வாட்ட ஆரம்பித்தான் ஸ்டீவன். தங்கள் பங்கை எடுத்துக் கொண்டு படகோட்டிகள் போய்விட்டனர். அவர்களிடமிருந்து வாங்கி வைத்திருந்த ஒரு குப்பியைக் காட்டினான் லங்கேஷ். பனங்கள்ளுக் குப்பி. அண்ணாமலையும் அவனுமாக பைகளில் கிடந்த பிளாஸ்டிக் கிளாஸ்களில் ஊற்றினார்கள். கார்மேகம் சித்தப்பாவுக்கு உதவியாக இருந்து வினியோகம் செய்தான். ஒரு மசாலாவும் இல்லாமல் பதமாக வாட்டப்பட்ட மீன் வாயில் கரைந்தது. முதல்முதலாக ருசிபார்த்த பனங்கள் தலைக்குள் பல பாதைகளில் போய் பறக்க வைத்தது. மேலே வானம் நட்சத்திரங்களைக் கட்டிப்போட்ட கன்னங்கரேலென்ற மந்திரவாதியாய். லங்கேஷ் தன் மௌத் ஆர்கனை எடுத்தான். எஸ்.டி. பர்மன், மன்னாடே, பங்கஜ் மல்லிக் ரசிகன் அவன்.

ஸுனு மேரே பந்தூரே . . . ஏ ஸுனுமேரே மிதுவா . . . ஆ

ஸுனு மேரே ஸாதி . . . ரே

என்று எஸ். டி. பர்மனின் படகோட்டிகளின் பாடலை வாசிக்க ஆரம்பித்தான். நாட்டுப் பாடல். படகில் அமர்ந்து அசைவதுபோல் தோன்றியது. கார்மேகமும் ஸ்டீவனும் பீட்டில்ஸ் பாடல்களைச் சீட்டியடித்துப் பாட ஆரம்பித்தனர். கள்ளும், எஸ். டீ. பர்மனும், பீட்டில்ஸும் போதையை ஏற்றி மயக்கின. தரையில் மல்லாந்து படுத்து, அண்ணாமலைக்குப் பிடித்த, "சின்னச் சின்ன மூக்குத்தியாம் செவப்புக் கல்லு மூக்குத்தியாம் . . ." என்று பாட ஆரம்பித்தாள். பிறகு, அவள் மேல் சாய்ந்துகொண்ட கார்மேகத்துக்காக ஒரு நீலாம்பரித் தாலாட்டு. கள் ஏறிய குரல் வழுக்கிக்கொண்டு போயிற்று. விடியவிடியப் பாட்டு, பேச்சு.

விடிகாலையில் கடல் அடங்கியது. படகோட்டிகள் வந்து கூப்பிட்டார்கள். அக்கரையில் திருமலை தவிப்புடன் நின்றிருந்தான். இரவெல்லாம் காத்திருந்த களைப்பு முகத்தில். உறக்கமில்லாத இரவு. கண்கள் சிவந்திருந்தன.

"திருமலை சார், உங்க வீட்டுக்காரி கொள்ளைக்காரங்க கோட்டையிலிருந்து வந்துட்டாங்க பத்திரமாக" என்றாள் லங்கேஷின் மனைவி.

கள், பாட்டு, மீன் பற்றிச் சொன்னதும், "என்ன அண்ணாமலை, அண்ணிக்குக் கள்ளு ஊத்திக் குடுத்தியா?" என்றான்.

"ஆமாண்ணா. இனிமே தெனமும் குடுங்க அவங்களுக்கு. அப்பத் தான் பாடவே குரல் வருது அவுங்களுக்கு" என்று சிரித்தான் அண்ணாமலை.

திருமலையும் சிரித்தான்.

அதற்குப் பின்பு இப்போது மீண்டும் மீனும், பனங்கள்ளும்.

"பழக்கம்தான்" என்றாள் செந்திரு.

சிலுசிலுவென்று காற்று வீசியது. கிளாஸ்களை நிரப்பினாள் ருக்மணிபாயி. மீனைக் கடித்துக்கொண்டு கள்ளை ஒரு வாய் விழுங்கியதும் தொண்டை கமறியது. பிறகு மெல்லமெல்லப் புகைப் படலம் போல் போதை மண்டையில் ஏறியது.

"ருக்மணிபாயி பாடினது பஹினிபாய் பாட்டுத்தானே?" என்றாள்.

"ஆமா. ருக்மணிபாயிதான் நாங்க போராட்டம் எல்லாம் நடத்தினா பாடறது. பஹினிபாய் பாட்டும் வரும். அதிகாரிகளை கிண்டல் பண்ணுற பாட்டும் வரும்."

பேசிக்கொண்டிருக்கும் போதே ருக்மணிபாயி வாய்விட்டு, உரத்த குரலில் பஹினிபாய் பாடலை மீண்டும் பாடினாள். பாடி முடித்ததும், "பாடறதும் ருக்மணிபாயிதான். எங்க சண்டையெல்லாம் தீத்து வைக்கிறதும் ருக்மணிபாயிதான்" என்றாள் மீனாபாயி.

"என்ன சண்டை?"

"ஒன்னுமில்ல" என்று விளக்க ஆரம்பித்தாள் ருக்மணிபாயி. "மீனாபாயியோட பேத்தியை அவ புருஷன் தள்ளி வச்சுட்டான். வயத்துல புள்ள நாலு மாசம். ஆம்பிளப் புள்ளையா பொறந்ததும் குழந்தை என்னுதுன்னான். நாலு பெரியவங்கள வெச்சுட்டு நல்லாக் கேட்டுட்டேன்."

"என்னன்னுட்டு?"

"இதபாரு, பாத்திரம் எங்களுது. பாலு எங்களுது. பிரை ஊத்த ஒரு சொட்டுத் தயிர் குடுத்தா, மொத்தத்தையும் ஆம்பிளைக்குத் தூக்கித் தந்திட முடியுமான்னுட்டுக் கேட்டேன்."

"என்னது? பிரை ஊத்த..." கிளாஸைக் கீழே வைத்து விட்டுச் சிரிக்க ஆரம்பித்தாள் செந்திரு.

அவர்களும் சேர்ந்து சிரித்தனர்.

அதன் பிறகு தினைமாவு ரொட்டியும் துவையலும் சாப்பிட்டபோது வயிறும் மனமும் நிறைந்தது. கை கழுவ எழுந்தபோது தலை கூரை நுனியில் ணங்கென்று இடித்தது.

அதே சமயம் வீணை ஒலி கேட்டது. தியானத்தின் ஏழாவது நிலையில் வீணை ஓசை கேட்குமாம். கள்ளுக்குக்கூட ஏழாவது நிலை உண்டா என்ன? மீண்டும் வீணை ஒலி.

"என்னது அது சவிதாபாயி?" என்றாள்.

"பீன்" என்றாள் சவிதாபாயி. அருவிக்கு அந்தப் பக்கம் ஓர் ஆசிரமம் இருக்கிறதாம். அங்கு ஓர் உஸ்தாத் இருக்கிறாராம். எல்லோரும் அவரை ஸுஃபி பாபா என்பார்களாம். ஷீர்டி சாயி பாபா மாதிரி இருப்பாராம். அவர் சில சமயம் இங்கு தொடர்ந்து இரண்டு மூன்று மாதங்கள் இருப்பாராம். அவர் வாசிக்கிறாராம். சில சமயம் இவர்கள்கூடப் போய்க் கேட்பதுண்டாம்.

கை கழுவிவிட்டு அவர்கள் படுத்தபோதும் வீணை ஒலி கேட்டபடி இருந்தது.

விடுதி அறை மேசை மேல் ஒட்டக மஞ்சள் நோட்டுப் புத்தகம் விரிந்து கிடந்தது. எழுதி முடித்த பக்கங்கள் மென் காற்றில் படபடத்தபடி இருந்தன.

❍ ❍ ❍

> ராமனின் சகோதரி சாந்தி பல முறை கேட்டவண்ணம் இருந்தாள். "எப்படி இருப்பான் ராவணன்? வரைந்து காண்பியேன்." சீதையின் ஓவியத் திறமை எல்லோரும் அறிந்ததுதான். ஒரு நாள் அவள் வேண்டுகோளுக்கிணங்கி ஒரு காகிதத்தை எடுத்துத் தூரிகையால் வரையலுற்றாள். கால், கை, உடம்பு அத்தனையும் வரைந்தபின்பு முகம் வரையத் துவங்கும்போது ராமன் அந்தப்புரத்திற்கு வந்துவிட்டான். ஒரு நிமிடம் குழம்பிப் போய் பின்பு நீண்ட புடவைத் தலைப்பால் ஓவியத்தை மறைத்தாள். முகம் வரையப்படாத அந்த ஓவியம் புடவைத் தலைப் பினடியே. சீதை நகர முடியாமல் தவித்தாள். ராமன் சென்ற பிறகுதானே அதைக் கிழிக்க முடியும்? ராமனுக்கு உணவிட்டபடி சாந்திதான் ஓவியத்தைப் பற்றிக் குறிப்பிட்டாள். "சிலருக்கு இங்கே ராவணன் நினைவுதான்" என்று தொடங்கி சொல்லிக் கொண்டே போனாள்.

அதன் பிறகுதான் அந்த ரதப் பயணம்.

நண்பகல் நேரம். லவனும் குசனும் அவர்கள் பயிற்சிக்குப் பிறகு உணவு உட்கொள்ள வரும் நேரம் அது. எழுத்தாணியைக் கீழே வைத்தாள். லவனும் குசனும் விரைந்து வந்து இலையில் வைத்த உணவை உட்கொண்டனர். அவர்களைப் பார்த்தபடி இருந்தபோது, அவர்கள் இருவரும் பெண் குழந்தைகளாக

இருந்திருந்தால் அவள் வாழ்க்கை எப்படி அமைந்திருக்கும் என்று கற்பனைசெய்தாள். அவர்களைக் கனிகளைக் கொய்து விளையாடவும், பூப்பறிக்கவும் விட்டிருப்பாளா? விட்டிருப்பாள் என்று தோன்றவில்லை. அவர்களையும் வீராங்கனைகளாகவே வளர்த்திருப்பாள். அவர்களை யாரும் கவர்ந்து செல்ல முடியாது.

வாசலில் நிழல் தட்டியது. ராமன் நின்றுகொண்டிருந்தான். அவனைப் பார்த்ததும் லவனும் குசனும் காட்டில் அவரைப் பார்த்த தாகவும், அவர் இவர்கள் யார் என்று கேட்டதாகவும் அதற்கு எங்கள் தாயின் பெயர் சீதை; தந்தையின் பெயர் தெரியாது என்று கூறியதாகவும் கூறினார்கள். தங்களைப் பின்தொடர்ந்து அவர் வந்திருக்கலாம் என்றார்கள். "நல்லது" என்றாள் சீதை. "உங்கள் தந்தையின் பெயர் ராமன். அவர் அயோத்தியின் அரசர். எதிரே நிற்பவர்தான் அவர்" என்றாள். ஒரு கணமும் தாமதிக்காமல் பாய்ந்து சென்றனர் இருவரும் தந்தையிடம். ராச்சியம் இருந்தது தந்தையிடம் தானே? பெண் மக்களாக இருந்திருந்தால் தாயையொட்டி நின்றிருப்பார் கள். தங்கள் தாயைக் காட்டில் விட்ட தந்தையைச் சந்தேகக் கண்களுடன் நோக்கியிருப்பார்கள்.

ராமன் இறைஞ்சத் தொடங்கினான். அவன் நிலைமையை சீதை உணரவில்லையா? அவளின்றி அவன் மகிழ்ச்சியுடன் வாழ்ந்தான் என்று அவள் நினைக்கிறாளா? அவன் பேசப்பேச அந்த பூமியே பிளந்துபோய் தன்னை உள்ளே இழுத்துக்கொள்ளக் கூடாதா என்ற ஓர் அதீத மனவேதனை ஏற்பட்டது. ராமனின் வேண்டுகோளை உறுதியுடன் மறுத்தாள். அவள் பயணம் வேறு திசையில் என்றாள். அதற்குப் பிறகு, பூமி பிளந்து தான் பூமியின் வெகு கீழே போய்விட்டது போல் ஓர் உணர்வு ஏற்பட்டது.

○ ○ ○

விடிகாலையில் கண் விழித்ததும் சவிதாபாயி எல்லோருக் கும் பாலும் சக்கரையுமில்லாத தேநீர் செய்து சுடச்சுடத் தந்தாள். மற்ற இருவரும் அவரவர் வீட்டுக்குப் போகக் கிளம்பினார்கள்.

இரவில் கேட்ட வீணை ஒலி இன்னும் மறக்கவில்லை. செந்திரு அருவியின் தெற்கே நடக்க ஆரம்பித்தாள். சற்று தூரம் நடந்ததும் நாலைந்து சிறு குடில்கள் போன்ற வீடுகள் தெரிந்தன. பிரதான குடில்போல் தெரிந்த ஒன்றின் கதவு திறந்திருந்தது. மெல்ல உள்ளே நுழைந்தாள்.

ஒரு பக்கத்துச் சுவரின் ஒருபுறத்திலிருந்து இன்னொரு புறம் வரை வெள்ளை விரிப்புப் போட்ட கனமான மெத்தை

மீது மூன்று ருத்ர வீணைகள் மூடப்படாமல் இருந்தன. அவற்றின் பக்கத்தில் அறுபது வயது மதிக்கத்தக்க ஒருவர் மடியில் ஒரு ருத்ர வீணையுடன் உட்கார்ந்திருந்தார். வெண்தாடி. இடையில் கட்டமிட்ட லுங்கி. மேலே குர்தா. பிருடையைத் திருகி, தந்திகளின் அருகே செவியைக் கொண்டுபோய் சுருதியைச் சரிசெய்தபடி இருந்தார்.

இவள் நுழைந்ததும் அவளை அறிந்தவர் போல, "இங்கே வா பேட்டீ. இதைக் கேளு. சரியா இல்லையா என்று சொல்" என்றார் சுத்த ஹிந்தியில்.

வாழ்நாள் முழுவதும் வீணையின் சுருதியைச் சரிபார்ப்பதையே நிதமும் செய்தவள் போல் இவளும் அருகே சென்று ஒலியைக் கூர்ந்து கேட்டுவிட்டு, "சரியாக இருக்கிறது" என்றாள்.

அவர் எதிரே அமர்ந்து கொண்டாள்.

"எல்லாமே சுருதிதான், இல்லையா?" என்றார்.

"ஸுர் என்கிறோம். அஸுர் என்பது யார்? கோணல் பல்லும் கொம்பும், பத்துத் தலைகளும் இருப்பவர்களில்லை. ஸுர் என்ற ஒன்றை அறியாதவர்கள். அ–ஸுர். ஸுர் என்ற ஒன்று ஒலித்துக் கொண்டே இல்லாமலிருப்பதால்தான் வேகம், பலம், பாதை எதுவும் கட்டுக்குள் இல்லாமல் ஓடுபவர்கள். ஸுர் என்ற லகானில்லாதவர்கள்" என்றார்.

தலையை ஆட்டினாள்.

"சுருதி சேர வேண்டும். கூடி வரவேண்டும். நாம் அத்தனை பேரும் அ–ஸுர்தான். சுருதியைப் பிடிக்க ஓடுபவர்கள்."

"அவ்வளவு சிரமமா சுருதி கூடுவதில்?"

சிரித்தார்.

"அது பிடித்துப்போடும் விஷயம் இல்லையே? அலை அது. அதை அடக்கி அதன்மேல் படகோட்டும்போதே கவிழ்த்துவிடும். பெரிய அலையாய் பிரமாண்டமாய் எழும்பும். நம் பக்கத்தில் வரும்போது நுரையாய்ப் போய்விடும். சேரும். குலையும். வரும். போகும். மூழ்கடிக்கும். தூக்கி எறியும்."

அவர் பேசியதும் வீசும் கடல்போல் ஒலித்தது.

"சங்கீதம் தெரியுமா?"

"ஏதோ கொஞ்சம். கர்னாடக சங்கீதம்."

"ம். கொஞ்சம் பாடு. உங்கள் சங்கராபரணம் பாடு" என்றார்.

சங்கராபரண வர்ணத்தின் பல்லவியைப் பாடினாள் மெல்ல. ஓங்கிக் குரலெழுப்பாமல்.

“ம்” என்றுவிட்டு வீணையை மடியில் வைத்துக்கொண்டு தைவதத்தை அழுத்தி நரம்பைச் சுண்டுவதுபோல் இழுத்தார். சில ஸ்வரக் கோர்வைகளை வாசித்துவிட்டு மீண்டும் அந்த நரம்பைச் சுண்டும் இழுப்பு. தநீ...

“இது எங்கள் த்ருபத் சங்கீதத்தில் பிலாவல் ராகம்” என்றார்.

அவர் காலருகே குனிந்து மெத்தையின் நுனியில் தலையைப் பதித்தாள். தநீ... தநீ... தநீ... என்று மின்சாரம் ஓடியது உடம்பில்.

“என்ன வேண்டும் பேட்டீ?” என்றார் தலையில் கை பதித்து.

“தெரியவில்லை” என்றாள் தலை நிமிராமல். “புரிந்தும் புரியாமலும் இருக்கிறது. புரிந்தவுடன் புரியாமல் போகிறது.”

“அது அப்படித்தான்” என்றார் தலையில் தட்டித் தந்தபடி.

எழுந்து அமர்ந்துகொண்டாள்.

“நான் பம்பாயை விட்டு வந்துவிட்டேன்” என்றாள்.

“எல்லோருக்குமே இரண்டு தேர்வுதான். ஒன்று துறவு. இன்னொன்று துறவாமை. எது துறவு எது துறவாமை என்று புரிந்துவிட்டால் நான் ஏன் பீன் வாசிக்கிறேன், நீ ஏன் கேட்கிறாய்?” என்றார். சிரித்தார்.

“பம்பாயில் எனக்கு மூச்சு முட்டியது” என்றாள்.

“பம்பாய் உன்னுடன் இங்கே வரலாம். இந்தக் காடும் உன்னோடு பம்பாய் போகலாம்” என்றார்.

அவர் கண்களுள் பார்த்தாள்.

“அது அப்படித்தான்” என்றார். “பிலாவல் என் மாதாஜிக்குப் பிடித்த ராகம். பம்பாயில் முகமதுஅலி ரோட்டு நெருக்கடியில், அந்த சந்து வீட்டின் சன்னல் புறா க்கூம் க்கூம் என்றால் பிலாவலை ‘ரியாஸ்’ செய்கிறது என்பாள். எப்போதாவது பஸ் சத்தம், ரயில் சத்தத்தை மீறி ஒரு குயில் கூவுவது கேட்கும். “சரியான பிலாவல்” என்பாள். போன வருடம் இங்கே, இந்த இடத்தில்தான் காலமானாள். எண்பது வயது. வசந்த காலம் அவள் சாகும்போது. இரவெல்லாம் தூக்கம் வராமல் கஷ்டப்படுவாள். விடிகாலை நான்கு மணிக்கு வெளியில் ஒரு நாற்காலி போட்டுக்கொண்டு உட்கார்ந்துவிடுவாள். எதிரே மாந்தோப்பு. ஒரு ஐந்துமணிவாக்கில் தினம்போல் குரல் கொடுப்பாள். “ஜலாலுத்தீன், ஏ ஜலாலுத்தீன்! இங்கே

வா. குயில் பிலாவல் பாடுகிறது" என்பாள். குயில் பாடும் ஸ்வரத்தைச் சொல்லுவாள். "சுத்தமான பிலாவல்" என்று பூரித்துப் போவாள். அவளுடைய பிலாவல் அவளுக்கு எங்கு பார்த்தாலும் கேட்டது."

மீட்டுத் தந்திகளின்மேல் விரல்களை ஓட்டினார். ஒலி நீர்விழ்ச்சி.

எப்போதோ பள்ளியில் கற்றுக்கொண்ட பாடலின் வரிகள் மனத்தில் உயிர்த்தெழுந்தன. ஒலிரூபத்துடன். ஜாலம் செய்யும் சிந்து பைரவியில்.

கட்டற்ற காற்றினைப்போல்... கீழ்மட்ட ஸ்வரங்கள்.

உறுத்தாத சூரிய வெளிச்சம் வெளியே. உஸ்தாத்ஜி பிலாவலை ஆலாபனை செய்ய ஆரம்பித்தார்.

மதி கண்ட கடலினைப் போல்... கீழிருந்து மேலேறும் ஸ்வரங்கள்.

உஸ்தாத்ஜியின் மாணவர்கள் அறையில் மெல்லக் குழுமினார்கள். சுற்றிலும் அமர்ந்துகொண்டார்கள். மீண்டும் மீண்டும் ருத்ரவீணையின் நரம்பைச் சுண்டும் இழுப்புகள்.

கொட்டும் அருவியைப் போல்... மேல்மட்டத்தை எட்டி வழியும் ஸ்வரங்கள்.

உஸ்தாத்ஜி வாசித்தபடி இருந்தார்.

ஜீவ குழலில் பாட்டிசைப்பாய்... அலைந்துவிட்டு வந்த பின்பு சீர்ப்பாதையில் ஸ்வரங்கள்.

பிலாவல் பாடும் குயில் மாந்தோப்பிலிருந்து கூவியது.

தநீ... தநீ... தநீ...

எங்கும் பாடும் குயில். கேட்பவர் விரும்பும் ராகமாய் மாறும் குயில் பாட்டு.

எழுந்து, விடுதியை நோக்கி நடக்க ஆரம்பித்தாள்.

❍ ❍ ❍

சீதையின் தீர்மானத்தை ஆசிரமத்தில் யாரும் ஏற்றுக் கொள்ள வில்லை. அயோத்தியின் அரசன் வந்து அழைக்கும் போது செல்ல மறுப்பது சரியில்லை என்றார்கள். அவள் இலக்குதான் என்ன? எதை நாடுகிறாள் அவள்? அனுமனின் தொடர்ந்த முறையீடுகள். மற்றவர்களின் கண்டனங்கள். பூமியின் அடியே, யாரும் எட்ட முடியாத வெகு ஆழத்தில் தான் சென்றுவிட்ட உணர்விலிருந்து அவளால் மீள முடிய வில்லை.

எழுந்து நின்று குடிலைச் சுற்றி நோக்கினாள். இந்த முறை முற்றுந் துறவு. தனிப் பயணம். அறிந்தவர்கள். அன்புடன் பேசுபவர்கள், அறிவுரை கூறுபவர்கள் அனைவரையும் துறந்து. வெகு தூரம், வெகு ஆழம் நோக்கி ஒரு பயணம்.

அவள் நடக்கநடக்கக் காடு நீண்டுகொண்டே போயிற்று. ஆற்றைக் கடந்து, அருவியைத் தாண்டி, மான்கள் நீர் பருகும் ஓடையைப் பார்த்து, மானைத் தின்னும் புலியைக் கண்டு அதிர்ந்து, கூட்டமாய்ச் செல்லும் யானைகளிடையே ஓடும் குட்டி யானைகளை ரசித்து, ஆந்தையின் கண்கள் ஒளிரும் இரவுகளை எதிர்கொண்டு, சூரிய ஒளிபட்டு தகதகத்த பச்சை இலைகளைப் பார்த்தபடி, வயிற்றில் குட்டியுடன் கிளையிலிருந்து கிளைக்குத் தாவும் குரங்குகளைக் கண்டு வியந்தபடி நடந்தவண்ணம் இருந்தாள். நடை. உற்சாகம். தளர்ச்சி. ஓய்வு.

மீண்டும் நடை.

அதிகாலையில் அந்தச் சந்திப்பு நேர்ந்தது. பறவைகளின் சத்தம் எழாத வேளை. சூரியன் வானுக்குள் ரகசியமாய். வெகு தூரத்தே ஒரு குடில் தெரிந்தது. அதனுள்ளே விளக்கின் மென்ஒளி அலைந்தபடி. இருட்டைக் கிழித்தபடி வாத்தியம் ஒன்றின் ஓசை. நெருங்கநெருங்க அது வீணை ஒலி என்று தெரிந்தது. எப்போதோ கேட்ட இசைபோல் தோன்றியது. அருகில் வந்ததும் இசை கட்டிப்போட்டது. குடிலின் கதவு திறந்திருந்தது. உள்ளே எட்டிப் பார்த்தாள். தபஸ்விபோல் தோற்றமளித்த ஒருவன் வீணை வாசித்துக்கொண்டிருந்தான். இவள் நுழைந்ததும் வரவேற்றான். அவன் வாசிப்பில் குறுக்கிட்டு விட்டாளா என்று வினவியபோது இல்லை என்று மறுத்தான். அவளுக்காகவே காத்திருப்பதாகக் கூறினான். “என்னைத் தெரியவில்லையா? நான் தான் ராவணன்” என்றான்.

திடுக்கிட்டு ஓரடி பின்வாங்கினாள்.

“போரில் மடிந்து விட்டதாக..?”

“மாயாஜாலங்கள் நிறைந்த வாழ்க்கை இல்லையா இது? என் அரண்மனையில் இருந்த எல்லோரையும் ராமன் கொன்ற பின் ஒரே ஒரு காவலாள் எஞ்சியிருந்தானாம். அவன் உயிர்ப் பிச்சை கேட்டானாம். தன் நண்பன் ஒருவனையும் உயிர்ப்பிக்கும் படி கேட்டானாம். ராமன் அவன் நண்பனை உயிர்ப்பித்து விட்டு, இருவரும் லக்ஷ்மணன் வரும்முன் ஓடிவிடவேண்டும் என்றானாம். ஓடுவதற்குச் சக்தி இல்லை என்றதும் இருவருக்கும் சிறகுகளைத் தந்தானாம். அவர்கள் கருடனாகவும் கிளியாகவும் மாறிப் பறந்து போனார்களாம். சொல்கிறார்கள். அப்படி

இந்த வனாந்திரங்களில் பறந்துகொண்டிருந்த ஒரு கிளியாக நான் இருந்திருக்க முடியாதா? சீதையைச் சந்திக்கும் தருணத்தை எதிர்நோக்கியிருக்கும் கிளி. கிழட்டுக் கிளி."

"இன்னுமா என் மேல் மோகம்? எத்தனையோ சோகங்களை அனுபவித்துவிட்டேன். பகடைக்காய் வாழ்க்கை வாழ்ந்து விட்டேன். சோர்ந்துவிட்டேன். தளர்ந்துவிட்டேன். நாற்பது வயதைக் கடந்து விட்டேன்."

"இப்போதுதான் ஒரு பெண்ணுக்கு நண்பன் தேவை. உடல் மாற்றங்களால் அல்லலுறும் அவளைத் தாங்க. அவளுக்குச் சேவகம் செய்ய. உற்சாகமூட்ட. தூரத்தில் நின்று அவளை ஊக்கப்படுத்த."

சீதை கீழே அமர்ந்தாள்.

"எந்தத் தருணத்திலும் நான் நட்பை மறுத்ததில்லை. போருக்கு முன் பூசை செய்ய விரும்பினான் ராமன். இருவர் தான் பூசையை நடத்தித் தரமுடியும். ஒன்று வாலி. இன்னொன்று நான். வாலியைத் தன் கையாலேயே கொன்றாகிவிட்டது. எஞ்சியது நான். எனக்கு அழைப்பு விடுத்தான். நான் சென்றேன். அவன் விருப்பப்படி பூசை செய்தேன். வெற்றிபெற வாழ்த்தினேன்" என்றான்.

சீதை முதல் முறையாக அவனைப் பெயரிட்டு விளித்தாள்.

"ராவணா, சொற்கள் என்னைச் சோர வைக்கின்றன. மொழி என்னை முடக்கிப்போடுகிறது. உடலால் பிணைக்கப் பட்டு இருக்கிறேன்."

ராவணன் சிரித்தான்.

"உடல்தான் சிறை. உடல்தான் விடுதலை" என்றான்.

"பார்" என்று தன் ருத்ரவீணையைக் காட்டினான். "பார்வதி மல்லாந்து படுத்திருந்தபோது அவள் இரு கொங்கைகளைக் குடங் களாக்கி அவற்றின் முகடுகளைத் தந்திகளால் இணைத் தால் ஓர் அபூர்வ வாத்தியம் அமையுமே என்று எழுந்த கற்பனையில் தோன்றிய இசைக்கருவி. இது தேவியின் உடம்பின் நீட்சி. சிவனின் வில்லையே ஒரு கையால் தூக்கியவள் நீ. இந்த வீணையை நீ எளிதாக ஆள முடியும். முயல்வாயா?"

"எனக்குக் கற்றுத்தர முடியுமா?"

"உனக்காகப் போர்செய்து தோற்றவன். இசையையா தர மறுப்பேன்? நிதமும் பயிற்சி தருகிறேன் உன் குருவாக இருந்து. இந்த வனமெங்கும் அந்த இசையின் ஒலி உடைப்

அம்பை

பெடுத்துப் பாயட்டும். இதைச் சாதாரண வாத்தியமாக நினைத்துவிடாதே. இதை உன் வாழ்க்கையாக எண்ணி இதை வாசி. இந்தா."

ருத்ரவீணையைத் தன் மடியிலிருந்து எடுத்து அவள் பக்கம் நீட்டினான்.

"அது கீழே தரையிலேயே இருக்கட்டும்" என்றாள் சீதை.

"ஏன்?"

"அது என் வாழ்க்கை இல்லையா? பல கைகள் பந்தாடிய வாழ்க்கை. அதை நானாகவே என் கையில் எடுத்துக்கொள் கிறேன்" என்றுவிட்டு ருத்ரவீணையைத் தூக்கி மடியில் வைத்துக் கொண்டாள் சீதை.